दोन ध्रुव

गरीब-श्रीमंत या दोन ध्रुवांतील अंतर अधोरेखित करणारी
सामाजिक कादंबरी

वि. स. खांडेकर

मेहता पब्लिशिंग हाऊस

✆ +91 020-24476924 / 24460313

Email : info@mehtapublishinghouse.com
production@mehtapublishinghouse.com
sales@mehtapublishinghouse.com

Website : www.mehtapublishinghouse.com

- *या पुस्तकातील लेखकाची मते, घटना, वर्णने ही त्या लेखकाची असून त्याच्याशी प्रकाशक सहमत असतीलच असे नाही.*

DONE DHRUV by V. S. KHANDEKAR

दोन ध्रुव : वि. स. खांडेकर / कादंबरी

प्रकाशक : सुनील अनिल मेहता, मेहता पब्लिशिंग हाऊस,
१९४१, सदाशिव पेठ, माडीवाले कॉलनी, पुणे – ४११०३०.

अक्षरजुळणी : इफेक्ट्स, २१/६ब, आयडिअल कॉलनी, कोथरूड,
पुणे – ४११०३८.

मुखपृष्ठ : चंद्रमोहन कुलकर्णी

प्रकाशनकाल : १९३८/१९३९/१९४४/१९४९/१९६२/१९७७/
१९८८/१९९१/१९९४/१९९४/१९९८
मेहता पब्लिशिंग हाऊस, पुणे यांची बारावी आवृत्ती : डिसेंबर, २००५ /
ऑगस्ट, २०१०/ मे, २०१२ / डिसेंबर, २०१३ /
पुनर्मुद्रण : ऑक्टोबर, २०१६

P Book ISBN 9788177666410

E Books available on : play.google.com/store/books
m.dailyhunt.in/Ebooks/marathi

माझ्या बाळपणातील
देवमाणूस
कै. डॉ. हरि श्रीकृष्ण देव
स्मृतीमूर्तींच्या चरणी....

कैफियत

दहा वर्षे!

लेखकाची कैफियत म्हणून दोन शब्द लिहावेत या दृष्टीने मी 'दोन ध्रुव' चाळू लागलो तेव्हा मी ही कादंबरी लिहिल्याला दहा वर्षे झाली, हे क्षणभर मला खरेच वाटेना. या कांदबरीतील पात्रे या नाही त्या रूपाने माझ्याभोवती अद्यापिही विपुलतेने वावरत असताना, तिच्यातला कूटप्रश्न पूर्वीइतक्याच कठीणपणाने आणि बेदरकारपणाने समाजाच्या सहानुभूतीला आणि कर्तृत्वाला आव्हान देत असताना, मध्ये दहा पावसाळे आले आणि गेले हे मला खरे तरी कसे वाटावे? सात वर्षांनी मनुष्याच्या शरीरातला कणन्‌कण बदलतो असे शास्त्रज्ञ म्हणतात. पण या विराट भारतीय समाजपुरुषाचे शरीर मात्र या शास्त्रनियमाला अपवाद आहे. शेकडो किंबहुना हजारो वर्षे आली आणि गेली; पण अंगावर केवढेही वारूळ वाढले तरी त्याची शुद्धी नसलेल्या एखाद्या तपस्व्याप्रमाणे हा समाजपुरुष एका जागी जसाच्या तसा बसून राहिला आहे. अंतर एवढेच की तसले तपस्वी उग्र तपात मग्न असतात आणि हा समाजपुरुष मात्र कुंभकर्णाप्रमाणे दीर्घ निद्रेच्या आधीन झाला आहे. अशा स्थितीत अवघ्या दहा वर्षांनी त्याच्यात काही विशेष बदल झालेला दिसावा अशी अपेक्षा करणे, हे कदाचित वेडेपणाचेच लक्षण ठरेल.

आणखीही एका दृष्टीने ही कादंबरी मी नुकतीच लिहिली की काय असा विचित्र भास मला वारंवार होतो. अनेकदा संध्याकाळी काम संपवून श्रांत होऊन गेल्यावर माझ्या डोळ्यांपुढे शिरोडे-आरवलीची ती आवडती टेकडी उभी राहते. टेकडीच्या पलीकडचे उन्हाळ्यात कमळांनी फुलणारे ते तळे जणू काही आपल्या हसऱ्या डोळ्यांनी मला हाका मारीत आहे, अशी कल्पना माझ्या मनात येते. धामापूरच्या तळ्याइतकेच आपले हे तळेही सुंदर आहे असे सुचविण्याकरिताच की काय 'दोन ध्रुवा'चे कथानक ज्या गावी घडते त्याचे मी कामापूर असे नामकरण केले ही गोष्ट मला आठवते. मला वाटते नित्याप्रमाणे मी या माझ्या आवडत्या टेकडीवर जाऊन बसलो आहे, कुशल क्षेत्ररक्षकाने खूप उंचावून आलेला चेंडू अचूक पकडावा

त्याप्रमाणे क्षितिजावरला समुद्र अस्त पावणाऱ्या सूर्याला आपल्या हातात झेलून धरीत आहे, खेळता खेळता झोपी गेलेल्या बाळाच्या अंगावर आईने हाताशी असलेली काळी चंद्रकळा हळूच घालावी, तशी शांत होऊ लागलेल्या पृथ्वीवर रजनी आपले वस्त्र पसरत आहे, बेतोबाच्या देवळातून संध्याकाळच्या नौबतीचे गंभीर पण मधुर स्वर ऐकू येत आहेत आणि त्या देवळावरूनच कुणी तरी प्रवासिनी टेकडीच्या रोखाने मंद मंद पावले टाकीत पुढे येत आहे. ती पाहा! ती टेकडी चढू लागली. आता जवळ... अगदी जवळ आली ती! अनवाणी चालल्यामुळे तांबड्या मातीने लाल झालेले तिचे हे पाय...

कोण बरे असावी ही? अशा वेळी या खेडेगावात एकटीच येणारी...

मी तिच्या चेहऱ्याकडे पाहतो. एकदम माझ्या तोंडातून एक उद्गार बाहेर पडतो– 'वत्सला!' ती काहीच बोलत नाही. नुसती टक लावून माझ्याकडे पाहते. ती का बोलत नाही हे कळावे म्हणून मी तिच्याकडे निरखून पाहू लागलो. मला वाटते वत्सलेच्या आणि माझ्या चेहऱ्यात काहीतरी साम्य आहे. मला ओळखणाऱ्या कुणाही माणसाने हिला पाहिले तरी ही माझी बहीण आहे असा क्षणभर का होईना त्याला भास होईल. हे साम्य कुठून बरे आले असावे?

विचार करता करता मी डोळे मिटतो. मी पुन्हा डोळे उघडून पाहतो तेव्हा माझ्यासमोर वत्सलेची मूर्ती नसते. गांधीची, जवाहरलाल आणि रवींद्र या त्रिमूर्तींचा एक फोटो दिसतो. मी आरवलीच्या टेकडीवर नसून कोल्हापूरच्या घरात आहे याची जाणीव तीव्रतेने होऊन मी एक सुस्कारा सोडतो. असल्या एका सुस्काऱ्यात किती अंधूक होऊ लागलेल्या स्मृती, किती अतृप्त राहिलेल्या आशा आणि किती अमर वाटणारे अनुभव एकत्रित झालेले असतात, हे मी दुसऱ्यांना कसे सांगू शकणार? माझ्याबरोबर शिरोड्यात वर्षानुवर्षे काढलेल्या आणि माझ्या सुखदुःखाशी उत्कटतेने समरस झालेल्या माझ्या बहिणीला, पत्नीला किंवा माझ्या सहकारी शिक्षकांनासुद्धा ज्यांची फारशी कधी जाणीव झाली नसेल, अशा विचारांच्या आणि भावनांच्या वादळात प्रक्षुब्ध झालेल्या माझ्या त्या काळातल्या मनाचे चित्र, अपरिचितांना

रेखाटून दाखविण्याइतका मी कुशल कलाकार कुठे आहे?

मात्र माझे ते मन पुन:पुन्हा जागे होत असते... दुबळेपणामुळे असो, वाढत्या वयामुळे असो किंवा अन्य कारणामुळे असो, झोपी जाऊ लागलेल्या माझ्या दुसऱ्या मनाला ते जागे करते... आणि मग क्षणभर मला वाटते, 'दोन ध्रुव' मी कालच लिहिली आहे. आता तिच्यापुढच्या कांदबऱ्या... 'जगन्नाथाचा रथ', 'तिसरी भूक'–

आगगाडीत बसलेल्या मनुष्याला आपण स्थिर असून भोवतालचे जग विलक्षण वेगाने धावत आहे असा भास होतो ना? काळाच्या बाबतीत मानवी मनालाही असाच गोड भ्रम निर्माण करून घेण्याचा चाळा मोठा सुखकारक वाटत असावा. केवळ सौंदर्यलोलुप स्त्रियाच नव्हेत, तर चांगले बुद्धिवान पुरुषसुद्धा वय चोरण्याच्या बाबतीत किती बिलंदर असतात, हे आपण वारंवार पाहतोच की! पण काळ हा कधीच कवी होऊ शकत नाही. तो नेहमीच शास्त्रज्ञ असतो. त्याच्या कोशात क्षण म्हणजे क्षण आणि युग म्हणजे युग. एकाला क्षण युगासारखा वाटो किंवा दुसऱ्याला युग क्षणासारखे भासो, काळाला त्या दोघांचाही हिशोब मंजूर नाही. कालच 'दोन ध्रुव' लिहिल्यासारखे मला वाटते असे मी म्हणण्याचा अवकाश! लगेच तो दरडावून मला म्हणेल, 'चूप! दहा वर्षे झाली या कादंबरीला!'

'दोन ध्रुव' प्रसिद्ध झाली तेव्हाच्या कितीतरी गोष्टी मला आठवतात. कौतुक आणि टीका यांचा तिच्यावर सारखाच वर्षाव झाला. वामनराव जोशांच्यासारख्या आदरणीय साहित्यिकाने अतिशय आजारी असूनही अगदी अगत्याने कादंबरी फार आवडल्याचे जसे मला कळवले होते, त्याचप्रमाणे विद्याधराने वत्सलेला यंत्राचे कागद परत दिल्यामुळे कथानकात एक प्रकारचे प्रतिगामित्व उत्पन्न झाल्याचा आक्षेपही त्यांनी घेतला होता. ही कादंबरी पुन:पुन्हा वाचणारी मंडळी खूपच निघाली. पण सत्तावीस वेळा तिचे पारायण करणारी एक वाचिका जेव्हा भेटली तेव्हा मात्र मी थक्कच झालो. कारण, मी स्वत: ती लिहिली असली तरी छापल्यानंतर एकदासुद्धा पुरी वाचलेली नव्हती. त्या वाचिकेने वाचनापेक्षा विमानविद्येत मन घातले असते, तर या चिकाटीमुळे तिच्या हातून फार मोठा विक्रम झाला असता,

असा विचार माझ्या मनात त्यावेळी आल्यावाचून राहिला नाही. चित्रपटासाठीही या कादंबरीची अनेकांनी मागणी केली. पण कोकण म्हणजे चार माड व दोन माडीची दुकाने यापलीकडे ज्यांची कल्पकता जाऊ शकणार नाही, अशा कलावंतांच्या हातात ही कथा द्यायला काही केल्या माझे मन धजेना. या कादंबरीचे गुजराथीत भाषांतर झाले त्याच वेळी नाशिकच्या तुरुंगात असलेल्या आणि मराठीची गोडी लागलेल्या एका बंगाली राजबंद्याने आपल्या मातृभाषेत तिचा अनुवाद करण्याची मला परवानगी मागितली. त्या क्षणी मात्र मला ती लिहितानाचा आनंद पुन्हा उपभोगता आला. पुढे मी केलेला तिचा शेवट समाधानकारक नाही असे वाटून एका लेखकाने एक गोष्ट लिहिली आणि त्या गोष्टीत विद्याधर व वत्सला यांचे चुटकीसरशी लग्न लावून टाकले. लग्न आणि झोप ही दोन्ही होता होईल तो मोडू नयेत, ही जुन्या संस्कृतीतली सज्जनपणाची शिकवणूक मलासुद्धा माहीत होती, हे त्या हळुवार लेखकाच्या हृदयाने मुळी लक्षातच घेतले नाही.

असल्या अनेक गमतीच्या आठवणी यावेळी मला आठवत असल्या, तरी कादंबरीच्या अंतरंगाच्या दृष्टीने महत्त्वाची अशी आठवण काकासाहेब कालेलकरांची आहे. या कादंबरीत बाप्पाचे जे चित्र मी रंगविले आहे ते कोकणातले प्रख्यात देशभक्त आप्पासाहेब पटवर्धन यांच्यावरून घेतले आहे, असे त्यांना कुणी तरी सांगितल्यामुळे ही कादंबरी वाचायची उत्सुकता त्यांच्या मनात निर्माण झाली. बाप्पा व आप्पा या दोन नावातील शाब्दिक साम्यामुळे या बाजारगप्पेविषयी पूर्ण खात्री पटूनच की काय, एका बाजारबुणग्या लेखकाने माझा त्यावेळी निषेध करण्याचाही आव आणला. बिचाऱ्याला अजूनही हे ठाऊक नसेल की आप्पासाहेब पटवर्धनांना गेली दोन तपे मी अगदी जवळून पाहत आलो आहे आणि पहिल्यापासून त्यांच्याविषयी मला जो आदर वाटत आला त्याचे द्योतक म्हणून त्यांना मी माझे एक पुस्तकही अर्पण केले आहे. या आक्षेपाला आणखी एक उत्तर म्हणून 'गोकर्णीची फुले' या माझ्या लेखनसंग्रहात समाविष्ट केलेले 'आप्पा नाबर' हे स्वभावचित्र वाचकांनी अवश्य वाचून पाहावे असे मी म्हणेन. मी पाहिलेल्या सुहृदय आणि सुस्वभावी

माणसांत 'आप्पा नाबरां'चे स्थान निःसंशय पहिल्या पंक्तीत आहे. पण सुहृदयतेच्या जोडीला त्यांच्यात एक प्रकारचा विक्षिप्तपणा होता. बाप्पाच्या स्वभावरेखेचा मूळ आधार कुणाला शोधायचाच असला तर तो इथेच सापडेल. पण याचा अर्थ मी 'आप्पा नाबरां'चे स्वभावचित्र बाप्पाच्या रूपाने विचित्र केले असा मुळीच होत नाही. मी ज्यांना ही कादंबरी अर्पण केली आहे ते डॉ. हरि श्रीकृष्ण देव ही माझ्या मनावर आपल्या असामान्य सात्त्विकतेने उत्कट संस्कार करणारी पहिली व्यक्ती होती. सांगलीच्या डॉ. देवांपासून तो १९३० साली शिरोड्याला झालेल्या कायदेभंगाच्या चळवळीपासून ज्यांना मी आपुलकीने ओळखू लागलो अशा डॉ. भागवतांपर्यंत, किती व्यक्तींच्या स्वभावविशेषांचा उपयोग बाप्पा निर्माण करताना माझ्या कल्पनेने केला असेल ते तिचे तिलाच ठाऊक!

जी स्थिती बाप्पाची तीच रमाकांतची. ही कादंबरी प्रसिद्ध होताच अमक्या कथालेखकाच्या किंवा तमक्या कादंबरीकाराच्या चरित्राचा रमाकांतची भूमिका निर्माण करताना खांडेकरांनी उपयोग केला आहे, असे सूचक रीतीने कुजबुजणारे अनेक टीकाकार निघाले. त्यांच्या त्या शंकाकुशंका ऐकून मी मनात म्हणत असे– कादंबरीकारापेक्षा त्याचे टीकाकारच अधिक कल्पक असतात यात संशय नाही. 'जे न देखे रवि ते देखे कवि' ही सुंदर उक्ती ज्याला प्रथमतः स्फुरली असेल त्याला टीकाकार ह्या प्राण्याचा परिचय नसावा! नाहीतर जे कवित्व दिसत नाही ते टीकाकार सहज पाहू शकतो अशी पुस्ती आपल्या सुभाषिताला जोडणे जरूर आहे, हे त्याच्या लक्षात आल्याशिवाय राहिले नसते. 'यथा स्त्रीणां तथा वाचां साधुत्वे दुर्जनो जनः' हे भवभूतीचे उद्गार किती सार्थ आहेत याचा अनुभव न आलेली स्त्री जशी जगात विरळा, त्याप्रमाणे त्यांच्यातले कटू सत्य ज्याला चाखावे लागले नाहीत, असा वाङ्मयनिर्माताही दुर्मीळ!

रमाकांताच्या भूमिकेचे बीज लेखकाला अनेक वर्षे सतावून सोडणाऱ्या एका मानसिक समस्येत आहे असे मी सांगितले, तर अजूनही पुष्कळांना ते खरे वाटणार नाही. आपल्या बुद्धिवान बायकोशी बेपवाईने वागून तिच्यावर घर सोडायची पाळी

आणणारा, सुरंगासारख्या सुंदर नटीच्या सहवासात मिळणारे सुख हे बौद्धिक सुख आहे, अशी आत्मवंचना करून घेणारा आणि स्वत:च्या अप्रामाणिक जीवनाचे व पांगळ्या प्रतिभेचे येनकेन प्रकारेण समर्थन करणारा हा कथालेखक, एवढीच त्याच्याविषयी ज्याची समजूत असेल त्याला मला स्वत:ला लहानपणापासून पडलेले एक कोडे या स्वभावचित्रणाला कसे प्रेरक झाले हे कळणार नाही. पण आता तटस्थपणाने मी माझ्या गतजीवनाचे सिंहावलोकन ज्या वेळी करतो त्या त्या वेळी एक गोष्ट मला चटकन जाणवते– 'दोन ध्रुवां'तला केवळ 'रमाकांत'च नव्हे, तर तिच्यातला 'विद्याधर' आणि ज्या तरुणीचे आयुष्य कुठे ना कुठे तरी अगदी जवळून पाहून मगच ते या कादंबरीत चित्रित केले, असे अनेकांना वाटते ती 'वत्सला', ही सर्व पात्रे– त्यांची आत्मतत्त्वे– माझ्या मनातल्या अंत:कलहातून आणि अनुभवांतून निर्माण झाली आहे.

या अंत:कलहाचा सूक्ष्म आरंभ माझ्या वयाच्या पाचव्या किंवा सहाव्या वर्षी झाला असावा. आमच्या घरात धोंडू नावाची मोलकरीण होती तेव्हा! तिची माझी मोठी दोस्ती असायची. अगदी पोटच्या मुलासारखी माझ्यावर माया करायची ती! माझ्या इच्छेविरुद्ध ती एकदा मला शाळेत पोहोचवू लागली. लगेच लहान मुलांचे शस्त्र... अश्रू नव्हेत, तर दात... बाहेर काढून मी तिच्या हाताचा कडकडून चावा घेतला.

त्या दिवशी घरी परत येताना माझी छाती धडधडत होती. शाळेला जाताना मी चावलो असे धोंडूने दादांना (माझ्या वडिलांना) सांगितले असेल तर? दादांच्या रागाची मला पूर्ण कल्पना होती. मी जिन्याच्या पायऱ्या चढलो तो आमच्या घराजवळ असलेल्या गणपतीला नवस करीतच! वर गेल्यावर सशाच्या पिलासारखा कावऱ्याबावऱ्या नजरेने पाहत मी सर्व घरातून फिरलो. जिकडे तिकडे सामसूम होते. माझा जीव भांड्यात पडला. धोंडूने दादांना काही काही सांगितले नाही अशी माझी खात्री झाली. मागच्या बाजूला ती कपबशा धूत होती. तिथे जाऊन मी तिच्याशी

लाडीगोडी करू लागलो. माझी आई किंवा दुसरी कुणी तरी माणसं त्यावेळी आसपास फिरत असावीत! ती नसती तर मी धावत जाऊन धोंडूला घट्ट मिठी मारली असती आणि तिची क्षमा मागण्याकरिता तिच्या कुशीत तोंड खुपसून रडलो असतो! पण गाळलेल्या अश्रूंपेक्षा न गाळलेले अश्रूच अधिक अमर असतात काय? कुणाला ठाऊक! मला मात्र तो दिवस अजूनही वारंवार आठवतो.

धोंडूच्या नि माझ्या नेहमी गुजगोष्टी चालायच्या. या गप्पागोष्टीत नेहमी अनेक गहन गोष्टींची चिकित्सा व्हायची. घरातल्या गाद्या पत्र्यावर उन्हात टाकून आणि त्या परत आत आणून ढेकूण मारू लागली म्हणजे आमच्यात हिंसा आणि अहिंसा यांची मोठ्या कडाक्याने चर्चा होई. कुणाही प्राण्याला मारले तरी आपल्याला पाप लागते, ढेकूण झाला तरी तो देवानेच उत्पन्न केलेला प्राणी आहे, त्याला आपण मारले तर देव आपल्याला शिक्षा केल्याशिवाय राहणार नाही, अशी माझी त्यावेळची विचारसरणी होती. धोंडू पटापट ढेकूण मारीत असे– ढेकूण आपल्याला चावतो म्हणून आपण त्याला मारतो. तो गरीब प्राणी, मोठा दुष्ट गृहस्थ आहे. दुष्टांना या जगात मोकळे सोडून उपयोगी नाही! गाईची पूजा खुशाल करावी, पण विंचू दिसला की हातात पायतानच घ्यायला हवे.

दररोज आमचा असाच काही तरी वाद चालायचा. तिचे मुद्दे ठरलेले. माझे मुद्दे ठरलेले. मग आमच्या कुठल्याही वादाचा शेवट होतोय कशाला?

त्या अडाणी धोंडूला आणि बालबुद्धीने तिच्याशी हुज्जत घालणाऱ्या भाऊला सर्व मंडळी हसत असत. पण आज त्या वादांची आठवण झाली की मला हसू येत नाही. गेल्या तीन तपांत एक गोष्ट मला पूर्णपणे कळून चुकली आहे. तत्त्वबोधासाठी जगात फारच थोडे लोक वाद करतात. अहंकाराच्या समाधानासाठी, विद्वत्तेच्या प्रदर्शनासाठी पूर्वग्रहाचे प्रिय असणारे पोकळ डोलारे सांभाळण्यासाठीच या जगात वाद उत्पन्न केले जातात आणि हिरिरीने लढविले जातात. मनुष्य मुख्यतः आत्मपूजक आहे, सत्यपूजक नाही.

धोंडूच्या नि माझ्या वादाचा दुसरा एक मोठा विषय म्हणजे जातिभेद! जातिभेद

हा शब्द त्यावेळी मला पाटीवर शुद्ध काढतासुद्धा येत नसेल! मी बहुधा 'ति'ची, 'ती' करीत असेन! धोंडूलाही तो शब्द ठाऊक नसावा. पण मी तिच्या घरी जायचा हट्ट धरला नि तिच्या मनात मला न्यायचे नसले म्हणजे ती म्हणे 'मी नाही नेणार तुला. तू आमच्या घरी येऊन भाकर खाल्लीस तर बाटशील ना? तू बामण आहेस बाबा!'

धोंडूच्या घरी मनसोक्त दंगा करायला मिळत असल्यामुळेच की काय मी वारंवार तिथे जात असे. मुंज झाल्यावरसुद्धा आपल्या गळ्यातल्या जानव्याच्या ब्रह्मगाठीत भुताखेतांना पळवून लावायची जी अद्भुत शक्ती आहे ती नाहीशी होईल किंवा काय याची पर्वा न करता मी तिच्या घरी भाकरी खाल्ल्याचे मला आठवते. मात्र तिच्या घरात वावरताना किंवा भाकरी खाताना एक प्रश्न राहून राहून माझ्या मनाला अस्वस्थ करी, आपण नेहमी कल्हई केलेल्या चकचकीत ताटात जेवतो. धोंडूच्या घरात तशी ताटे का नाहीत? पितळेच्या लहान लहान थाळ्यांतच ही माणसे का जेवतात आणि रोज रोज यांना झुणका-भाकर का खावी लागते? धोंडूची माझ्यावर एवढी माया आहे. पण मला आवडणारी बटाट्याची भाजी ती एकदासुद्धा आपल्या घरात का करीत नाही? लग्नसमारंभात किंवा हळदीकुंकवाच्या दिवशी ब्राह्मण बायका जशी जरीची लुगडी नेसतात तशी धोंडू कधीच का नेसत नाही आणि हिच्या घरात जशा चहा प्यायला सुंदर कपबशा नाहीत, तसे नथ, गोठ, पाटल्या वगैरे दागिनेही नाहीत; असे का व्हावे?

एकदा धीर करून मी या बाबतीत धोंडूला विचारले, तिने हसत उत्तर दिले, 'भाऊराया, आम्ही गरीब आहोत रे बाबा!'

मी लगेच विचारले, 'तुम्ही श्रीमंत का होत नाही?'

तिने गंभीरपणाने उत्तर दिले, 'गरिबी नि श्रीमंती आपल्या हातात नसतात राजा!'

'मग कुणाच्या?' मी प्रश्न केला.

तिने निमूटपणे वर पाहिले, तिच्या कारुण्यपूर्ण दृष्टीत श्रद्धा आणि निराशा यांचे किती विचित्र मिश्रण झाले असेल, याची आता मला कल्पना करता येते. त्यावेळी

'देव माणसांना गरीब आणि श्रीमंत करतो,' एवढाच धोंडूच्या त्या दृष्टीचा मी अर्थ केला होता.

या उत्तराने धोंडूचे किंवा तिच्यासारख्या कोट्यवधी जिवांचे पिढ्यान्पिढ्या कदाचित समाधान होत आले असले, तरी माझ्या अस्वस्थ मनाला ते शांती देऊ शकले नाही. रामायण-महाभारतातल्या अद्भुतरम्य कथांची पारायणे करणाऱ्या कुठल्याही हरिदासाचे कीर्तन कधीही न चुकविणाऱ्या आणि झाडून सर्व नाटकांत दुर्जनांचा पाडाव आणि सज्जनांचा विजय होत असलेला पाहणाऱ्या माझ्या बालमनाला धोंडूसारख्या सकाळपासून संध्याकाळपर्यंत कष्ट करणाऱ्या प्रेमळ बाईला देवाने इतक्या गरिबीत का ठेवावे, हे कोडे काही केल्या उलगडेना. प्रल्हादासाठी स्तंभातून प्रगट झालेला, गजेंद्राच्या मोक्षासाठी क्षीरसागरातली सुखशय्या सोडून धावून गेलेला, दरिद्री सुदाम्याला एका क्षणात संपन्न करणारा आणि एकनाथाच्या घरी मोठ्या प्रेमाने कावडीने पाणी भरणारा देव, आपल्या धोंडूच्या बाबतीतच इतका कठोर का व्हावा, याचा मी पुढे कैक दिवस विचार केला असेल. शेवटी एकच तर्क मला खरा वाटू लागला. दुकानदाराचे कारकून जसे खोटे हिशोब करतात, त्याप्रमाणे चित्रगुप्तही मनुष्याच्या पाप-पुण्यांची नोंद करताना काहीतरी गफलत करीत असला पाहिजे. धोंडूच्या गरिबीला त्याची कारवाईच कारणीभूत झाली असावी. ती शोधून काढायची म्हणजे आपल्याला स्वर्गातच–

पाच पाच वर्षांनी माणसाच्या स्वर्गाच्या कल्पना बदलतात हेच खरे! मराठी शाळेतून मी इंग्रजी शाळेत गेलो तेव्हा मला धोंडूचा विसर पडला. नाटके-कादंबऱ्यांच्या अद्भुतरम्य जगात हां हां म्हणता मी रंगून गेलो.

याच वेळी माझे वडील अर्धांगवायूने अंथरुणाला खिळले. वडिलांची शुश्रूषा करण्याकरिता मला वारंवार घरी राहावे लागे. हळूहळू शाळेला बुट्टी देण्यात मी पटाईत झालो. वडिलांची कामे करून उरलेला सारा वेळ मी नाटके-कादंबऱ्या वाचण्यात घालवू लागलो. त्यातल्या कल्पनारम्यतेची माझ्या बालमनावर जबरदस्त मोहिनी पडली. आपला जन्म नाटककार होण्याकरिताच आहे, असे माझ्या मनाने

घेतले. ज्या सांगलीने देवल व खाडिलकर यांच्यासारखे प्रतिभाशाली नाटककार निर्माण केले, त्याच सांगलीत आपला जन्म झाला आहे, ते आणि मी एकाच कृष्णेचे पाणी प्यालो आहोत, तेव्हा आपणाला नाट्यलेखनात यश मिळविणे मुळीच कठीण नाही, अशी माझी त्या वेळी ठाम समजूत झाली होती. सांगलीच्या नगरवाचनालयाच्या तत्कालीन कारकुनाला त्या तीन-चार वर्षांत मी विलक्षण छळले. सकाळी नोंदून नेलेले पुस्तक संध्याकाळी परत करायचे आणि संध्याकाळी आणलेले पुस्तक सकाळी घेऊन जायचे, असा माझा त्या वेळचा क्रम होता. केवळ आपल्याला त्रास देण्याकरिताच या कारट्याने स्वत:च्या बुद्धीला चोवीस तासात दोन पुस्तकांचा खुराक देण्याचा उपद्व्याप सुरू केला असावा, असा त्या कारकून महाशयांचा पूर्ण ग्रह झाला होता. पुस्तक घेऊन मी गेलो की तो वृद्ध मनुष्य आपल्या नाकावरचा चष्मा आठ्यांनी भरलेल्या कपाळावर सरकवी, मारक्या म्हशीच्या दृष्टीने माझ्याकडे एक कटाक्ष फेकी आणि माझे पुस्तक जमा करण्याकरिता हातात घेऊन टेबलावर आपटीत 'हूं:' असा उद्‌गार काढी.

त्या वेळी लेखक होण्याच्या महत्त्वाकांक्षेने– महत्त्वाकांक्षा या भुतासारख्याच असतात काय?– मला पछाडले होते यात शंका नाही. त्या काळात 'शनिमहात्म्या'च्या कथानकावर मी लिहिलेले नाटक उपलब्ध नाही, ही माझ्यापेक्षाही मराठी वाचकांच्या भाग्याची गोष्ट आहे. इंग्रजी दुसऱ्या इयत्तेतला विद्यार्थी असल्यापासून शिरोड्याला शिक्षक म्हणून जाईपर्यंतचे माझे एक तप या विचित्र महत्त्वाकांक्षेने प्रेरित होऊन लेखनाची धडपड करण्यात आणि आपण लोकप्रिय लेखक झालो आहोत, अशी पाच मिनिटांपेक्षा अधिक वेळ न टिकणारी स्वप्ने मधूनमधून पाहण्यातच गेले. या काळात मी जे ललित वाङ्मय अधाशीपणाने वर्षानुवर्षे वाचीत गेलो– कोल्हटकरांची सर्व नाटके पाठ येत होती तेव्हा मला– त्यात सुंदर शब्दविलास होता, मोहक कल्पनाविलास होता. तीस-पस्तीस वर्षांपूर्वी सांगलीसारख्या अस्सल सनातनी गावात वाढलेल्या मुलाला पुनर्विवाह व प्रेमविवाह या कल्पना क्रांतिकारक वाटणे स्वाभाविक असल्यामुळे माझ्या दृष्टीने त्यात विचारविलासही होता, ललित वाङ्मयाचा

सामाजिक परिस्थितीशी, कलेचा जीवनाशी आणि लेखकाच्या अनुभूतीचा व संस्कारी व्यक्तिमत्त्वाचा त्याच्या वाङ्मयनिर्मितीशी अत्यंत निकट संबंध असतो, ही जाणीव– हरिभाऊ आपट्यांसारखा धुरंधर आणि खराखुरा सामाजिक कादंबरीकार अस्तित्वात असूनही– तरुण मनाला व्हावी, असे त्यावेळचे वाङ्मयविश्वातले वातावरणच नव्हते! कल्पनारम्यतेच्या उत्कर्षाचा काळ होता तो. त्या काळाचा ठसा माझ्याही मनावर स्पष्ट उमटला तर त्यात नवल कसले? 'रमाकांत'चा उगम माझ्या त्या वेळच्या वाङ्मयविषयक कल्पनांतून आणि अनुभवांतूनच झाला आहे.

मात्र एकीकडे माझ्या मनातला 'रमाकांत' असा विकास पावत असताना दुसरीकडे त्याच्या मनात 'विद्याधर'चा जन्म होत होता.

कल्पनारम्य नाटके-कादंबऱ्यांचा मी विशेष भोक्ता असलो, वाङ्मय म्हणजे मनोहर शब्दविलास आणि हृदयंगम कल्पनाविलास एवढीच माझी कल्पना असली, तरी आपला देश आणि आपला समाज यांच्याविषयी प्रत्येकाचे काहीतरी कर्तव्य आहे, असे मला राहून राहून वाटे. हे वाटणे निव्वळ भावनात्मक होते. पण ही भावना जागृत असल्याने टिळक मंडालेहून सुटून आले त्या दिवशी दुपारी त्यांचे दर्शन घेण्याकरिता विद्यार्थ्यांच्या झुंडीतून मी गेलो असताना त्यांच्याकडे पाहताच माझ्या मनाला विजेचा धक्का बसावा तसा भास क्षणभर कसा झाला किंवा त्याच्या पुढल्याच वर्षी गोखले दिवंगत झाले तेव्हा भारतसेवक समाजात आरामखुर्चीत ठेवलेली त्यांची ती मूक मृण्मय मूर्ती पाहून माझे डोळे नकळत पाण्याने कसे भरून आले, हे अद्यापि मला आठवते. या तरल व विरळ भावनेला मी विचारांची जोड देण्याचा जसजसा प्रयत्न करू लागलो, तसतशी एक कल्पना माझ्या मनात बळावत गेली. आपल्या आजच्या समाजाच्या दुःखाचे मूळ शास्त्रीय ज्ञानाच्या अभावात आहे. आपल्या देशाच्या पायात पारतंत्र्याच्या शृंखला आहेत हे तर खरेच. पण नुसत्या त्या शृंखला तुटून आपला समाज सुखी होणार नाही. प्रगतीला विरोध करणाऱ्या त्याच्या पायांतल्या सर्व प्रकारच्या अज्ञानाच्या शृंखलाही तोडल्या पाहिजेत. आपल्या देशातल्या विद्यार्थ्यांनी आणि पंडितांनी मोठमोठे शास्त्रीय शोध लावले

पाहिजेत. पाश्चात्त्य डॉक्टर जसे संशोधन करतात, तसे आमच्या डॉक्टरांनी संशोधन केले पाहिजे. ही वृत्ती प्रबळ होऊन मेडिकल कॉलेजात जायची इच्छा माझ्या मनात काही काळ तीव्रतेने उद्‌भवलीही होती. डोळे अतिशय अधू असल्यामुळे तिथे मला प्रवेश मिळणार नाही, असे कुणीतरी सांगताच पंख कापलेल्या पाखराप्रमाणे काही दिवस मी मनातल्या मनात उगीच चडफडत होतो.

त्या वेळी माझे ते चडफडणे पाहून दैव मनसोक्त हसले असेल!

कारण लवकरच मी दत्तक होऊन कोकणात गेलो, तो तिकडेच राहिलो. पण माझ्या मनातली ही विचित्र अतृप्त इच्छा माझ्याबरोबर कोकणातही गेली. मनातल्या मनातसुद्धा ती अनेक वर्षे अज्ञातवासात राहिली असावी. मात्र 'दोन ध्रुवा'चे कथानक मी गुंफू लागताच 'विद्याधरा'च्या रूपाने आपले अस्तित्व एकदम प्रकट करून तिने मला चकित करून सोडले.

दत्तक होऊन सावंतवाडीपासून सात मैलांवर असलेल्या नानेली या खेडेगावात जाऊन राहताच मध्यंतरी ज्याचा मला पूर्ण विसर पडला होता, असे बालपणातले प्रश्न पुन्हा माझ्या मनात चाळवाचाळव करू लागले. लंगोट्या नेसलेले शेतकरी, त्यांची मोडकीतोडकी घरे, फाटक्यातुटक्या सुडक्यांनी आपले लज्जारक्षण करणाऱ्या त्यांच्या कारभारणी, जोताला बैल नाहीत म्हणून सावकाराच्या दारात त्या दरिद्री जिवांनी केलेल्या दातांच्या कण्या, सवाईच्या बोलीने पेरण्याकरिता किंवा पोटाकरिता त्यांनी उसने घेतलेले भात, पांढरपेशाच्या घरात मांजरांची पिले जेवढे दूध उष्टावून टाकीत असतील तेवढ्यालासुद्धा महाग झालेली त्यांची चिल्लीपिल्ली, पदोपदी भेडसावणारी जप्तीची भीती– सांगलीला आणि पुण्याला ज्या वातावरणात मी वाढलो होतो त्यापेक्षा हे जग सर्वस्वी भिन्न होते. त्या उभ्या खेड्यात त्या वेळी गडकऱ्यांचे नावसुद्धा कोणी ऐकले नव्हते. बाहेरच्या जगाची जी काही माहिती भूमातेच्या या अभागी लेकरांना मिळायची ती मुंबईला गिरणीत काम करायला गेलेल्या आणि गणेश चतुर्थीच्या सुमारास गावी परत येणाऱ्या एखाद्या चाकरमान्याकडून!

घराच्या पडवीतल्या अंथरुणावर पडून बाहेरच्या काळोखाकडे पाहात माझे मन रोज रात्री या व असल्या असंख्य दृश्यांचा विचार करू लागले. मला वाटे– ही कष्ट करणारी माणसे किती हलाखीचे जीवन जगत आहेत. कदाचित पिढ्यान्पिढ्या हे असेच चालत आलेले असेल. पण काळाचे शिक्कामोर्तब असले म्हणून काही कुठलाही अन्याय न्याय ठरू शकत नाही. धड पोटभर अन्न नाही, धड अंगभर वस्त्र नाही, धड मुलाबाळांना उद्या चार घास सुखाने मिळतील अशी आशा नाही, कसलाही बौद्धिक आनंद नाही, कसलेही सुख नाही, सुखाची पुसट आशासुद्धा नाही, अशा स्थितीत पिढ्यान्पिढ्या घाण्याला जुंपलेल्या बैलांप्रमाणे राबत आलेल्या या माणसांनी, आपल्या निढळाच्या घामाने मातीत मोत्याचे दाणे पिकविणाऱ्या या कष्टकऱ्यांनी, किती दिवस राहायचे? अखंड दारिद्र्याची, अनंत अज्ञानाची, पशुतुल्य जीवनाची ही जबरदस्त शिक्षा त्यांना कुणी दिली? यांनी समाजाचा असा गुन्हा तरी कोणता केला आहे?

मध्यंतरी वाङ्मयानंदाच्या अनेक वर्षांत मी जिला जवळजवळ विसरून गेलो होतो ती धोंडू अशा वेळी एकदम माझ्यापुढे उभी राही आणि म्हणे, 'गरिबी नि श्रीमंती आपल्या हातात नसतात राजा!' एवढे बोलून ती निमूटपणे वर पाही. बालपणात देवावर माझी श्रद्धा होती, त्या वेळी तिचे हे उत्तर मी फारशी कुरकुर न करता मान्य केले होते. पण आता तिच्या त्या शब्दांनी माझे समाधान होईना. जगातले सुखदु:ख देव निर्माण करीत नाही, मनुष्य करतो, हे मला कळून चुकले होते.

अंथरुणावर पडल्या पडल्या मी मनात म्हणत असे– शाळा-कॉलेजातले जग हे एक गोड स्वप्न आहे. शहरातले जीवन हा एक सुंदर मायाबाजार आहे. पण आपल्या समाजाचे खरे जीवन, आपल्या देशातले खरे सुखदु:ख, तीस कोटी लोकांतल्या साडेएकोणतीस कोटी लोकांचे दैनंदिन आयुष्य आपल्याला पाहायचे असेल, तर ते खेड्यांतच पाहायला मिळेल. एक खेडे पाहून आपले मन इतके अस्वस्थ होऊन गेले. हिंदुस्थानात अशी सात लाख खेडी आहेत. त्या खेड्यात

अहोरात्र कष्ट करीत आयुष्य कंठणाऱ्यांचे दारिद्र्य कधी दूर होणार? त्या खेड्यांतल्या कोट्यवधी निरपराधी दलित जिवाचे दु:ख कोण आणि कसे हलके करू शकेल? गुलामगिरी वाढविणारे खेड्यातले भयंकर अज्ञान–

शिरोड्याच्या शाळेत मी शिक्षक म्हणून गेलो तो याच मन:स्थितीत. आपले घर सोडून वत्सला एके दिवशी संध्याकाळी जशी कामापुरात येते, तसाच दत्तक घराचे पाश तोडून आणि उच्च शिक्षण घेऊन मिळणारी कीर्ती, संपत्ती आणि सुख यांची आशा सोडून मीही एके दिवशी पंधरा मैल पायी चालत सावंतवाडीहून शिरोड्याला गेलो.

माझ्याविषयी मोठ्या अपेक्षा बाळगणाऱ्या माझ्या अनेक बालमित्रांच्या आणि माझ्या पूर्वीच्या हुशारीला शोभेल अशा रीतीने मी पुढचा शिक्षणक्रम पार पाडून नामवंत प्राध्यापक अथवा वकील होईन, अशा आशा करणाऱ्या आप्तेष्टांच्या दृष्टीने तो दिवस मोठा अशुभ ठरला असेल. पण माझ्या आयुष्यातला अत्यंत भाग्याचा दिवस कोणता असा जर कोणी मला प्रश्न केला, तर मोठ्या आनंदाने मी याच दिवसाकडे बोट दाखवीन. या दिवसाने मला एका नव्या जगात नेले. सांगलीला आणि पुण्याला विद्यार्थिदशेत जे जग मी पाहिले होते ते स्वत:च्या घरट्याच्या उबेतून आणि पुस्तकांच्या काचांतून! जगाच्या खऱ्याखुऱ्या उग्र स्वरूपाचे, जीवनातल्या कटू पण सत्य अशा कूटप्रश्नांचे मला पहिले नागडेउघडे दर्शन झाले ते शिरोड्यात. तिथे गेल्यावरसुद्धा पहिले काही दिवस शाळेच्या सेवेत आणि काव्यविनोदाच्या नादात हे प्रश्न सोडविण्याचा प्रयत्न मी फारसा केला नाही. पण मासळीने भरलेल्या मोठमोठ्या जड टोपल्या डोक्यावर घेऊन एका रात्रीत पंधरा मैलांचा रस्ता चालून जाणाऱ्या गाबतिणी, भयाण काळोख्या रात्री मच्छीमारीकरिता बेडरपणाने समुद्रात जाणारे गाबीत, नारळ पाडण्याकरिता किंवा माडी काढण्याकरिता डोलकाठीप्रमाणे हलणाऱ्या माडांवर उंच उंच चढणारे किरिस्ताव, तापलेल्या तव्याप्रमाणे ऊन भाजून टाकीत असताना कणाकणाने निर्माण होणारा मिठाचा तवंग गोळा करण्याकरिता

मिठागरात राबणारे कामकरी, मुसळधार पाऊस कोसळत असताना डोक्यावर इरले घेऊन तरवा लावणाऱ्या शेतकरणी आणि शिरोड्यातून चार मैलांवर असलेल्या मळेवाडीहून लाकडांचे जड भारे डोक्यावरून वाहून आणून बाजारात चार चार आण्यांना विकणाऱ्या मोळीवाल्या बाया, यांच्या जीवनाचा जसजसा मी विचार करू लागलो, तसतसे एक विचित्र सत्य माझ्या डोळ्यांपुढे उभे राहू लागले. माझ्या कानात ते सत्य कर्कश स्वराने आक्रोशून सांगू लागले– आपला समाज हा एका कुटुंबासारखा नाही. तो एखाद्या राज्यासारखा आहे. राजे लोक ज्याप्रमाणे स्वतःची जात वेगळी समजतात, ते कितीही मूर्ख असले तरी त्यांचे वैभव आणि चैनी जशा पिढ्यान्पिढ्या अखंड चालू शकतात, तसाच आपल्या सामाजिक जीवनाचा प्रकार झाला आहे. जगातले गोरे लोक काळ्या लोकांच्या जिवावर मजा मारतात आणि त्यांना गुलामगिरीत ठेवून आपले सुखाचे सिंहासन स्थिर करण्याकरिता धडपडत असतात, असे मी लहानपणापासून ऐकत आलो होतो. जगात एका मनुष्याने– मग तो गोरा असो, नाही तर काळा असो– दुसऱ्याला गुलामाप्रमाणे वागवावे ही कल्पना मला नेहमी तिरस्करणीय वाटत असे. पण आता माझ्या डोळ्यांनी, माझ्या समाजातले, अगदी माझ्या भोवतालचे जीवन मी पाहत होतो. हिंदुस्थानात या जीवनाची सात लाख प्रतिबिंबे कुणालाही केव्हाही पाहायला मिळतील, अशी परिस्थिती होती. माझी खात्री होऊन चुकली की, आपला समाज हा एकरूप नाही, एकजीव नाही. एका समाजाचे दोन विचित्र भाग आहेत हे! त्यातल्या एका भागाची चैन दुसऱ्या भागाच्या कष्टावर उभारली आहे. एकाची रंगपंचमी दुसऱ्याच्या रक्ताने साजरी होत आहे. एकाचे अलंकार दुसऱ्याने आयुष्यभर गाळलेल्या धर्मबिंदूतून घडविले जात आहेत. एकाचे स्वातंत्र्य दुसऱ्याच्या गुलामगिरीवर उभारलेले आहे. ही एका जगातली माणसे नाहीत. यांची जगे दोन आहेत, सर्वस्वी भिन्न आहेत. ती कितीही जवळजवळ वावरत असली, तरी त्यांच्यामध्ये दोन ध्रुवांचे अंतर आहे.

या विचित्र आणि विकृत विषमतेची परिपूर्ण जाणीव होताच मी बेचैन होऊन

गेलो. डोके किंवा पाठ दुखू लागली की ॲस्पिरिन घेऊन मनुष्य आपल्या शारीरिक वेदनांचा विसर पाडू शकतो. पण मानसिक वेदनांवर– सदसद्‌विवेक बुद्धीच्या टोचणीवर– इतके सुलभ औषध मिळत नाही. देव, दैव, कर्म, पूर्वजन्म इत्यादी जुनी औषधे माझ्या बाबतीत निरुपयोगी ठरली. उलट आग विझविण्याकरिता एखाद्याने पाणी म्हणून जे ओतावे ते तेल ठरून आग भडकत जावी, तशी माझी मानसिक स्थिती झाली. ज्या दिवशी एखादी सुंदर कल्पना सुचून मी काव्यनिर्मितीच्या आनंदात गुंग होऊन जावे, त्याच दिवशी या सामाजिक विषमतेचे, एका वर्गाने दुसऱ्या वर्गावर लादलेल्या या क्रूर गुलामगिरीचे असे एखादे भेसूर दृश्य माझ्या दृष्टीला पडे, की मला स्फुरू लागलेले कवितेचे चरण क्षणार्धात माझ्या मनातून पळ काढीत. एका दुःखद आठवणीतून दुसरी दुःखद आठवण निघावी, त्याप्रमाणे विषमतेच्या एका दृश्यातून पाहिलेली आणि वाचलेली अनेक मनं व्याकूळ करून सोडणारी दृश्ये माझ्या डोळ्यांपुढून आंधळ्याच्या माळेप्रमाणे जाऊ लागत. हा मुंबईच्या फुटपाथवर अगदी उघडा निजलेला पाटीवाला, हा माथेरानच्या चढावर धापा टाकीत चढणारा रिक्षावाला, महापूरात चार आण्याच्या आशेने नाव घालणारा हा नावाडी, रणरणणाऱ्या उन्हात पोटासाठी घणाचे घाव घालणारा हा घिसाडी, पिंजारलेले केस, मळके कपडे आणि तोंडात विडीचे थोटूक, अशा थाटात सकाळपासून संध्याकाळपर्यंत मोटारच्या बाजूला उभा राहून महिना पाच-सहा रुपयांची कमाई करणारा हा क्लीनर, पहिल्या आणि दुसऱ्या वर्गाचे उतारू आरामशीर गाद्यांवर, उबदार रग गुरफटून ज्याच्या डोळ्यांपुढून शांतपणाने झोपून जात आहेत, पण ज्याला पोटापायी डोळ्यांवर आलेली झोप दूर उडवून लावल्याशिवाय गती नाही असा हा म्हातारा पोर्टर, गुडघाभर चिखलात जीवजिवाणूंची भीती न बाळगता सर्व दिवस राबणारे हे शेतकरी, गिरणीच्या कोंदट आणि उष्ण वातावरणात यंत्राशेजारी यंत्राप्रमाणे उभे राहिलेले हे रातपाळीचे निस्तेज मजूर– ही रांग कधीच संपत नसे. या सर्वांच्याकडे पाहता पाहता माझे मन म्हणे, हीही माणसेच आहेत. गोड गोड कविता लिहिणारे कवी, सुंदर सुंदर चित्रे काढणारे चित्रकार, मधुर मधुर स्वरजाल निर्माण करणारे

गायक, यांच्यासारखीच ही माणसे आहेत. त्यांच्याइतकीच किंबहुना त्यांच्याहूनही अधिक उपयुक्त अशी समाजाची चाकरी ही माणसे करीत आहेत! पण त्या कलावंतांना– लेखकांना आणि गायकांना, कवींना आणि नटनटींना... समाज डोक्यावर घेऊन नाचतो आणि तोच समाज या साऱ्या माणसासारख्या माणसांना क्षणोक्षणी पायांखाली तुडवितो. कष्टाचे मोल कलेपेक्षा इतके कमी का असावे? हजार-पाचशे लोकांसमोर धीटपणाने तासभर बोलणाऱ्याच्या गळ्यात हार पडावे आणि तिसऱ्या किंवा चौथ्या मजल्याच्या एका टोकावर उभे राहून इमारतीला सौंदर्य आणण्याकरिता चार चार तास तिष्ठत राहणाऱ्या गवंड्याला मात्र, रोजच्या मजुरीपेक्षा अधिक काही का मिळू नये? असे का व्हावे?

कितीही आणि कसाही विचार केला तरी शेवटी मला एक गोष्ट मान्य करावीच लागे. आपले आजचे सामाजिक जीवन अत्यंत भयंकर अशा विषमतेवर उभारले आहे. कला, धर्म, संस्कृती हे या जीवनमंदिराचे सोन्याचे कळस असतील. पण या कळसाची पूजा करताना, त्यांच्या पायात गाडल्या गेलेल्या किंवा या मंदिराच्या भिंतीचा आधार असलेल्या दगडांकडे कुणाचेच लक्ष जात नाही. हिंदुधर्म मोठा उदार असे आजपर्यंत मानत आलो. भारतीय संस्कृती मोठी सात्त्विक अशी अजून आपली समजूत आहे. पण त्याच धर्मात आणि त्याच संस्कृतीत राक्षसी विषमतेचे हे विलक्षण विष पिढ्यान्‌पिढ्या पसरत आले आहे. धर्मसुद्धा सत्तेचा आणि संपत्तीचा पाठीराखा होतो हेच खरे! संस्कृतीची किंमत मिरासदारांच्या मालकीची एक जुनी पुराणी सुंदर वस्तू यापेक्षा खास अधिक नसावी. ती अधिक असती तर, आज खरीखुरी भारतीय संस्कृती जिवंत असती तर–

तर एका कबुतराला वाचविण्याकरिता आपले मांस कापून देणाऱ्या शिबीराजाचे गोडवे जे लोक गातात, ते अहोरात्र श्रम करून अर्धपोटी राहणाऱ्या आणि पशुतुल्य जीवन कंठणाऱ्या आपल्या बांधवांच्या दु:खाकडे पाठ फिरवून बसले असते काय? स्वप्नात दिलेल्या वचनासाठी राज्यदान करणाऱ्या हरिश्चंद्राचे कौतुक जो धर्म करतो, त्याला ज्ञान, सत्ता आणि संपत्ती यांना सर्वस्वी मुकलेल्या मुक्या बहुजन समाजावर

होणारा अघोर अन्याय मुळीच दिसत नसेल काय? मग त्या संस्कृतीने त्या धर्माने हा अन्याय वेशीवर का टांगला नाही?

स्वार्थ आंधळा असतो, तो धर्म आणि संस्कृती जाणत नाही, हेच याचे उत्तर असेल का?

मनात जोरजोराने उसळून त्याला प्रक्षुब्ध करून सोडणाऱ्या या प्रश्नांचा मी जसजसा विचार करू लागलो, तसतसा कला, धर्म आणि संस्कृती यांच्याकडे पाहण्याचा माझा दृष्टिकोन बदलला. यांतली प्रत्येक गोष्ट तत्त्वत: अमृतासारखी असूनही सामाजिक व्यवहारात अफुइतकीच घातक होऊ शकते, या साऱ्या गोष्टी समाजाच्या आत्म्याला बधिरता आणू शकतात, ती बधिरता आली की अन्याय करणारे तो लीलेने करतात. ज्यांच्यावर अन्याय होतो तेही तो मुकाट्याने सोसतात आणि समाजाचा गाडा रूढ चाकोरीतून खडबडत खडबडत शतकानुशतके मार्गक्रमण करीत राहतो, हे माझ्या लक्षात आले. स्त्रीजातीप्रमाणेच दलित वर्गावरही हजारो वर्षे अन्यायच होत आला आहे. मालक बनलेला वर्ग धर्माच्या आणि संस्कृतीच्या नावाखाली त्याची पद्धतशीर पिळवणूक करीत बसला आहे. त्याचे अज्ञान, त्याचे दारिद्र्य, त्याची अस्पृश्यता ही सारी या पिळवणुकीची दृश्य चिन्हे आहेत, ही जाणीव होताच माझे मन दु:खाने भरून गेले.

हे दु:ख सांगायची धडपड मी 'दोन ध्रुवा'त केली आहे. या कादंबरीत समाजवाद नाही किंवा गांधीवाद नाही. हे वाद लढविण्याइतकी विद्वत्ता, 'मी कॉलेजात होतो' असे शपथेवर सांगण्याइतकाच ज्याचा आणि उच्च शिक्षणाचा संबंध आला, त्या माझ्यासारख्या एका खेडेगावातल्या शिक्षकाच्या अंगी कुठून असणार? 'दोन ध्रुव' मी लिहिली त्यावेळी मार्क्सचे नाव मी ऐकले होते. गांधीजींच्या राजकारणाची आणि तत्त्वज्ञानाची इतरांच्याप्रमाणे मलाही थोडी माहिती झाली होती. पण ही कादंबरी मी लिहिली ती केवळ माझ्या आयुष्यात आणि त्यामुळे माझ्या विचारात जे फरक पडत गेले त्याचे चित्रण करायची इच्छा अगदी अनावर झाली म्हणून. कोकणातल्या एका खेड्याच्या पार्श्वभूमीवर मी हे चित्र रेखाटले. कारण

दुसरीकडचे कुठलेही खेडे मी कधीच पाहिले नव्हते. रमाकांत आणि वत्सला यांच्यातल्या कलहाचे स्वरूप मी निश्चित केले. ते महाराष्ट्रातल्या एखाद्या कथालेखकाचे आणि त्याच्या बायकोचे भांडण पाहून किंवा ऐकून नव्हे. कला आणि जीवन यांची जी स्वरूपे मला स्वत:ला सांगलीपासून शिरोड्यापर्यंत प्रतीत होत आली होती, त्यांनाच या भूमिकांच्या द्वारे मी साकार करण्याचा प्रयत्न केला. कलावंत म्हणविणारे लोक किती आत्मवंचक असतात, सौंदर्यपूजेसारख्या गोंडस दिसणाऱ्या भावनेचे सोंग पांघरून आपल्या वासनेचे चोचले पुरविण्याची प्रवृत्ती त्यांच्यात किती उद्दामपणाने वास करू शकते, एकीकडून समाजाचे दु:ख सांगण्याचा आव आणणारे कलावंत निरपेक्षतेने आपल्याकरिता मरणाऱ्याचे दु:खसुद्धा कसे जाणू शकत नाहीत, कलेच्या मूलत: उच्च आणि उदात्त असलेल्या क्षेत्रात या बाजारी युगात नकली कला, खोटे प्रेम, खोटी भावना, खोटा ध्येयवाद, इत्यादिकांचा सुळसुळाट कसा होत आहे, या गोष्टी 'दोन ध्रुव' लिहिण्यापूर्वी मला अपरिचित होत्या असे नाही. त्यानंतर त्या फारच जवळून पाहायला मिळाल्या. त्यांचे चित्रण आज ना उद्या मी करीनही. 'रमाकांत'च्या निर्मितीशी मात्र त्यांचा फारसा संबंध नाही, एवढेच मला म्हणायचे आहे.

कादंबरीलेखनाचे अमेरिकन काय किंवा दुसरे काय, कुठलेच तंत्र मला अद्यापि अवगत नाही. सजीव तंत्र हे अभ्यासापेक्षा अनुभवातूनच निर्माण होते आणि ते तसेच व्हावे– कारण ते लेखकाच्या वैयक्तिक विकासाला पोषक असते– अशी माझी समजूत आहे. त्यामुळे टीकाशास्त्राच्या सनातन नियमांच्या चौकटीत ही कांदबरी कितपत बसू शकेल, याविषयी मी साशंक आहे. 'टर्जीनिव्ह'ची एखाद-दुसरी कादंबरी वाचणाऱ्याला मात्र 'दोन ध्रुव' अधिक आवडण्याचा संभव आहे, असे मला अजून वाटते. कदाचित ही कलावंतांची आत्मवंचनाही असू शकेल.

'दोन ध्रुवा'त ज्या सामाजिक समस्येचा उपन्यास मी केला आहे, तिचे सर्वस्पर्शी चित्रण करण्याकरिता मी 'पांढरे ढग', 'वर्षाकाल', 'हिरवा चाफा', 'जगन्नाथाचा रथ', 'क्रौंचवध' आणि 'तिसरी भूक' या सहा कादंबऱ्यांचे आराखडे त्यावेळी आखले होते. त्यातल्या तीन गेल्या दहा वर्षांत लिहून झाल्या. त्याही योजलेल्या

क्रमाप्रमाणे लिहिल्या अथवा छापल्या गेल्या नाहीत. या सहा संकल्पित कादंबऱ्यांपैकी उरलेल्या तीन जेव्हा माझ्या हातून लिहून होतील तेव्हा माझ्या मनातली त्या वेळची सारी वादळे सुसंगत रीतीने मी प्रतिबिंबित करू शकलो किंवा नाही, हे वाचकांना सांगायचा धीर मला येईल. तोपर्यंत 'दोन ध्रुव'कडे एका हळव्या खेडवळ जिवाचा आर्त उद्‌गार– अचानक झडप घालून आपली पिले घारीने उचलून नेलेली पाहताच दुबळी कोंबडी जो आक्रोश करते तशा प्रकारचा हा वाङ्‌मयीन उद्‌गार– या दृष्टीनेच वाचकांनी पाहणे योग्य होईल.

कदाचित या उरलेल्या तीन कादंबऱ्या मला लिहाव्याही लागणार नाहीत. दरिद्रनारायणाचे दुःख सांगत सुटणारा आपल्याकडील लेखक लवकरच इतिहासजमा होण्याचा संभव आहे. नारायणात नेहमीच नरसिंह गुप्तरूपाने वास करीत असतो. दरिद्रनारायणातल्या या नरसिंहाने उद्या आपले स्वरूप अचानकपणे प्रगट केले तर–

हे स्वरूप पाहायला मिळून त्याचे चित्रण करण्याची शक्ती आणि भाग्य आपल्याला लाभेल की नाही, ही शंका माझ्या मनाला अनेकदा व्याकूळ करते. काळ हा कवी नाही, तो शास्त्रज्ञ आहे, हे आठवून माझे मन अधिकच अस्वस्थ होते. पण कवी नुसती भावनामय चमत्कृती निर्माण करीत असला, तर शास्त्रज्ञ बुद्धिनिष्ठ चमत्कार करून दाखवीत असतो, हे मी काही केल्या विसरू शकत नाही. येत्या दहा वर्षांत असा चमत्कार करून दाखविण्याची स्फूर्ती काळपुरुषाला होईल का?

पुणे

ता. १३/९/१९४४

वि. स. खांडेकर

ज्वालामुखीचा स्फोट

✹✹✹

''पोऱ्या, ए बॉय!'' रमाकांतच्या लिहिण्याच्या खोलीतून उच्चस्वरात हाक आली. लगेच घंटा खणखणू लागली. स्वयंपाकघरात किंचित ओलसर असलेल्या केसांचा अंबाडा बांधीत वत्सला बसली होती. ती हाक ऐकून स्टेशनवरच्या धांदलीची तिला आठवण झाली. अंबाडा कसाबसा बांधून ती कुतूहलाने दारात उभी राहिली.

पोऱ्या धावतच आला. त्याला चांगलाच ठसका लागला होता. या ठसक्याचे कारण म्हातारपण तर खास नव्हते! त्याचा उगम रमाकांतने फेकून दिलेल्या सिगारेटच्या थोटकात असण्याचा हजार हिश्श्यांनी संभव होता. पण ऋषीचे कूळ आणि ठसक्याचे मूळ शोधू नये हेच खरे. दीन-दुबळ्यांचा कैवार घेणाऱ्या एखाद्या कथालेखकाच्या कानावर त्या पोराचे खोकणे पडले असते, तर त्याने त्यावर एक हृदयस्पर्शी कथा लिहिली असती. 'थंडीचा कहर! गरिबाला गरम स्वेटर कुठून मिळणार? थंड फरशीवर बसून आणि थंडीत वावरून त्या पोराला थंडी होते, तो खोकू लागतो. खोकल्याच्या पुढची पायरी न्यूमोनिया! अरेरे! गरीब बिचारा पोरगा! या पोराला कुणी मारले?'

रमाकांत लोकप्रिय कथालेखक तर होताच; शिवाय, तो आता नाटककारही होणार होता. पण 'या पोराला कुणी मारले' हा प्रश्न त्या वेळी त्याला मुळीच सुचला नाही. उलट उशीर केल्याबद्दल, त्याच्या श्रीमुखात एक चांगलीच चपराक ठेवून द्यावी, असा विचार मात्र त्याच्या मनात येऊन गेला.

''छोकरा–''

''जी साब–''

''उद्या डॉक्टरकडे पाठवून देतो तुला!''

छोकरा भयभीत होऊन केविलवाण्या नजरेने रमाकांतकडे पाहू लागला.

“कमी ऐकायला येतं हल्ली तुला?”

“नाही साहेब.”

“मग काय दिवेलागणीच्या आधी झोप यायला लागली? त्यालाही औषध हवं की!”

“एक बाई जात होती गात साहेब–”

रमाकांतने हसून त्याच्याकडे पाहिले. क्षणभर त्याला स्वत:चा अभिमान वाटला. कुठल्या तरी संस्कृत पंडिताच्या घरच्या पोपट-मैनासुद्धा वेदान्ताची चर्चा करीत असत या गोष्टीची त्याला आठवण झाली. आपल्या घरच्या पोऱ्यालासुद्धा गाण्याचा इतका षोक आहे! पण उन्हाळ्यात वाऱ्यांच्या गार झुळकीमागून लगेच वाफारा द्यावा, त्याचप्रमाणे त्याच्या मनात दुसरा विचार आला. त्याने स्वयंपाकघराकडे तिरस्काराने पाहिले. दारात उभी असलेली वत्सला त्याला अर्धवट दिसत होती.

“कपंनी ठाऊक आहे ना रे तुला?” रमाकांतने विचारले.

“हो साहेब? मीच नाही का कपडे नेऊन देत तिथं!”

“वॉशिंग कंपनी नाही मूर्खा! नाटक कंपनी. मागच्या महिन्यात त्या बाई आल्या होत्या बघ आपल्याकडं. तू पोहोचवायला गेला होतास त्यांना–”

“हां हां, ती बिजली होय?”

“वर्णन पुरे कर तुझं. त्यांच्या बिऱ्हाडी जा आणि ही चिठ्ठी दे त्यांना. चल, पळ लवकर.”

पोऱ्या खोलीबाहेर येऊन जिना उतरू लागणार इतक्यात रमाकांत ओरडला, “अरे, आणि हे बघ! त्या कोपऱ्यावरच्या सलूनमध्ये सांगून जा. मी येतोय म्हणावं आता. विठ्या कुठं गेला असला तर बोलावून आणायला सांग त्याला.”

रमाकांतचे हे शेवटचे वाक्य वत्सलेने स्पष्ट ऐकले. विठ्याशिवाय कुणीही केस कापले तरी ते आपल्या नवऱ्याच्या मनाला येत नाहीत ही वर्षापूर्वीची गोष्ट तिला आठवली. पण आता संध्याकाळी केस कापून स्वारी जाणार कुठे? तिच्या काहीच लक्षात येईना.

इतक्यात रमाकांत आपल्या खोलीबाहेर पडला. त्याने दार ओढून घेतले. जिना उतरण्याकरिता तो वळणार इतक्यात त्याची आणि वत्सलेची दृष्टादृष्ट झाली. त्याच्या दृष्टीत तिरस्काराचा विषारी बाण होता. तो चटकन वत्सलेच्या वर्मी जाऊन बसला. आधीच भग्न झालेल्या तिच्या हृदयातून रक्त वाहू लागले. जिन्यावरून घाईने जाणाऱ्या रमाकांतच्या चपलांचा चटचट असा आवाज ऐकू येत होता. तो तिच्या हृदयाला भीतिप्रद वाटला. जणू काही तो तिचे हृदयच तुडवून जात होता.

कठड्यावर रेलून उदास दृष्टीने ती बाहेर पाहू लागली. सुरकुतलेल्या चेहऱ्याच्या म्हातारीप्रमाणे संध्याकाळ मुंबईत प्रवेश करीत होती. रस्त्यावर उलटसुलट चाललेली अगणित माणसे! त्या वृद्धेच्या हृदयातील अनंत आशाच होत्या त्या! वत्सलेने समोरच्या इमारतीच्या काचेच्या तावदानांकडे पाहिले. दोन तासांपूर्वी सूर्याच्या किरणात ती चमकत होती आणि आता प्राण निघून गेल्यानंतर जसे डोळे दिसतात तशी ती तिला भेसूर वाटली. त्या तावदानांकडे पाहता पाहता तिच्या मनात आले– माझ्या आशा आणि काचेची तावदाने सारखीच नाहीत का? ही तावदाने उद्या पुन्हा चमकू लागतील; पण माझ्या आशा? लग्नाच्या वेळी आपण केवढी मनोराज्ये केली. 'मी काही कुणाची स्वयंपाकीण होण्याकरिता जन्माला आलेले नाही.' हे आपल्या गर्विष्ठ मामीला आपण किती तोऱ्याने जाणविले. पण मनोराज्ये म्हणजे दवाचे थेंब! दवबिंदूंच्या माळा जगात कुणाला गळ्यात घालायला मिळाल्या आहेत? आपण मनाने हजारो मनोरे उभारले; पण ते ज्या जमिनीवर उभारले होते तिच्या अंतरंगाची आपल्याला काडीमात्रही कल्पना नव्हती. ती जमीन हादरेल, तिला भेगा पडतील, त्या भेगांतून उग्र गंधकाचा वास बाहेर येऊ लागेल.

वत्सलेच्या विचारांना रस्त्यावरील एका दृश्याने निराळेच वळण मिळाले. एक जोडपे मोगरीच्या माळा विकणाऱ्या पोराबरोबर सौदा करीत होते. नवऱ्याने माळ विकत घेतली आणि बायकोच्या हातात दिली. बायकोने हसत हसत ती अंबाड्यावर चढविली. जणू काही ती त्या दोघांच्या अंत:करणात फुललेल्या प्रीतिलतेच्या फुलांचीच माळ होती.

हा मधुर अनुभव आपल्याला का मिळू नये? लग्नापासून आतापर्यंत ते आपल्याला दूर दूर ठेवीत आले आहेत. पहिले दोन-तीन महिने इथे गेले. मधल्या वर्षात ते इथे आणि आपण पाचगणीला. त्यांना आपल्याकडे ओढून घेण्याची शक्ती आपल्या अंगी का असू नये? वाऱ्यावर उडणाऱ्या परासारखं त्याचं मन असेल! पण त्या परावरही पृथ्वीचे आकर्षण असतेच! नाही का?

मामंजी वारले. पाचगणीहून येऊन आपल्याला आठ दिवस झाले. पण ते आपल्याशी एक अक्षरही बोलले नाहीत. आजपर्यंत आपण त्यांच्यापासून लपवून ठेवले होते. संधीच मिळाली नव्हती सांगायला. पण आज– हो, गेले तीन दिवस बसून काढायचे जिवावर आले. पूर्वीच्या वाचनात पाचगणीच्या वाचनाची भर पडली. अगदी सहज लिहिली आपण ती गोष्ट. ती पाहिली तर त्यांना किती आनंद होईल. आपल्यासारख्या लेखकाला शोभणारी ही बायको आहे, असे वाटून ते आपल्यावरचा सारा राग सोडून देतील; आणि–

आशेने दोरी ताणून धरली की मनाचा पतंग उंच आकाशात भराऱ्या मारू

लागतो. वत्सलेचे तसेच झाले. स्वयंपाकघरात जाऊन तिने आपली ट्रंक उघडली, काही कागद बाहेर काढले आणि ती रमाकांतच्या लिहिण्याच्या खोलीकडे वळली. आत पाऊल टाकावे की नाही हा विचार एकदम तिच्या मनात आला. त्या खोलीच्या भिंती एकमेकींच्या कानात मागील गोष्टी कुजबुजत आहेत, असा तिला भास झाला त्या गोष्टी–

मुलीच्या आयुष्यातील पौर्णिमेची रात्र ती. पण आपल्या बाबतीत ती अमावास्या झाली. रमाकांतची पहिलीवहिली भेट! आपण अर्धवट लाजेने, अर्धवट भीतीने कोपऱ्यात उभे होतो. हातांच्या तळव्यात आपले तोंड धरून पतींनी ते विजेच्या दिव्याच्या प्रकाशाकडे वळविले. त्यांची नजर विलक्षण दिसू लागली. प्रथम करुण– नंतर क्रूर! आपले रूप त्यांना आवडले नाही हे उघड उघड दिसत होते. ते संतापाने उद्गारले, "कोळशाचा उपयोग स्वयंपाकघरात. महालात नाही!"

तो घाव असह्य होऊन आपण म्हटले, "कोकिळासुद्धा काळ्या असतात."

"पण त्यांचा गळा काही कावळ्यासारखा कर्कश नसतो!"

आपल्याला गोरा रंग नाही, गाता येत नाही. नवऱ्याला आवडेल असे काही एक आपल्यात नाही, ही जाणीव त्या क्षणाने आपल्या हृदयात खंजिराप्रमाणे खुपसली.

"लग्नात एक गोष्ट मला द्यायला विसरले तुझे मामा!" बंदूक झाडताना नेम धरतात तसे आपल्याकडे पाहत त्यांनी विचारले.

"कोणती?" आपण विचारले.

लग्नातल्या मानपानात काहीतरी चूक झाल्यामुळे स्वारीची तब्येत बिघडली असेल, अशी आशा आपल्या मनात उत्पन्न झाली.

"विषाची पुडी." त्यांनी हसत उत्तर दिले.

ते शब्द ऐकून आपले डोळे कसे सुन्न झाले.

"मी जगावं अशी इच्छा आहे ना?"

आपल्या तोंडून हुंदक्याखेरीज दुसरं काहीच बाहेर पडलं नाही.

"माझं ऐकशील एक?"

"हो."

त्यांच्या पायावर डोके टेकण्याकरिता आपण पुढे होऊन मान वाकविली. आपला स्पर्श टाळण्याकरिता ते मागे सरले.

"शपथ घे तर ही! पुन्हा माझ्या खोलीत पाऊल टाकू नकोस."

त्या दिवशी आपण कुडकुडत खोलीबाहेर निजलो. स्वारीच्या रागाचा पहिला भर ओसरल्यावर सारे काही सुरळीत होईल अशी आपली कल्पना. पण पुढे मामजींच्या आजारीपणामुळे आपल्याला पाचगणीला जावे लागले.

कुणीतरी ती शपथ मोडायला पाहिजे. आपणच ती मोडलेली काय वाईट? हे गोष्टीचे कागद त्यांच्या टेबलावर नेऊन ठेवावे. ते आपलेच कागद म्हणून रमाकांत वाचू लागतील आणि मग अशी मौज होईल– वठलेल्या झाडाला क्षणार्धात पालवी फुटेल.

हलक्या पावलांनी वत्सला खोलीत गेली. संधिप्रकाशात तिने टेबलाच्या वर लावलेल्या फोटोकडे पाहिले. पूर्वी तिथे तिच्या सासऱ्याचा फोटो होता. आता एका सुंदर स्त्रीचा– जवळ जाऊन तिने खालची इंग्रजी अक्षरे वाचली. 'चित्रपटतारका ग्रेटा गार्बो.' तिने खोलीत सगळीकडे नजर फिरविली. सासऱ्याचा फोटो तिला कुठेही आढळला नाही. जिकडे तिकडे सिनेमा नटींचे फोटो व सुंदर शृंगारिक चित्रे लावली होती. खुर्च्या, टेबले, कोच, फोटो फार काय टेबलावरची ती सुंदर हिरवी शाई, ते गुलाबी नोटपेपर, त्या खोलीतली प्रत्येक वस्तू, रमाकांतच्या सौंदर्यासक्तीची साक्ष देत होती. टेबलावरील सिगारेटची डबी तिने सहज उचलली, तिच्यावर ओठांनी गोष्टी करणारे एक जोडपे कारागिरीने कोरले होते. ते जोडपे पाहताच वत्सलेच्या हृदयात कसेसेच झाले. आपले लग्न होऊन वर्ष सव्वा वर्ष होऊन गेले. पण रमाकांतने एकदा तरी आपल्याला–

टेबलावरचे गुलाबी नोटपेपर तिने उचलले. जाई-जुईच्या फुलांप्रमाणे त्यांचा मंदमधुर सुगंध तिला मोहक वाटला. नकळत आशेने क्षणार्धात तिच्या डोळ्यांपुढे एक चित्र उभे केले. रमाकांतच्या खांद्यावर मान टाकून आपण त्याच्याकडे पाहत आहोत, जादूने भारल्याप्रमाणे त्याचे मस्तक हळूहळू खाली येत आहे, त्याच्या केसांचा मादक सुगंध अनुभवीत आपण डोळे मिटत आहोत–

कागद ठेवण्याकरिता तिने टेबलाचे निरीक्षण केले. एका नोटपेपरवर काहीतरी लिहिलेले दिसत होते. एकदा वाटले, असेल कुणाला तरी लिहिलेले पत्र. लगेच मनात आले– स्वारी संध्याकाळची केस कापून घ्यायला गेली आहे. तेव्हा आज कुठे नाटक, जलसा, मेजवानी, काहीतरी असलं पाहिजे. पत्र पाहिले म्हणून काय होते एवढे!

खिडकीपाशी जाऊन ती ते पत्र वाचू लागली. त्यातला खालचा काही भाग खोडून टाकला होता. यावरून त्या पत्राची दुसरी नक्कल रमाकांतने केली असावी. सलूनमध्ये जाण्याच्या घाईत तो हे रद्द केलेले पत्र फाडायला मात्र विसरला होता.

ते पत्र वाचता वाचता वत्सला थरथर कापू लागली–

प्रिय सुरंगा,

"आज पौर्णिमा. मागच्या वचनाची आठवण आहे ना? जुहूला मोटारने नऊ वाजता जाऊ या! फक्त दोघं! तू आणि मी. जगात एकट्या मनुष्याला

आत्महत्या करावीशी वाटते. पण दोन माणसं पृथ्वीवर स्वर्ग निर्माण करू शकतात, मात्र या दोघांत तिसरे कुणी आले की त्याचा खून करण्याची इच्छाही उत्पन्न होते. पुढल्या नाटकात नायक-नायिकेचा चांदण्यातला सीन घालणार आहे मी! त्यातल्या कल्पना आज सांगेन तुला. हो, एक भीती आहे मात्र हं. तुला पाहून चंद्र जर लाजेने ढगात दडून बसला, तर जुहूच्या वाळवंटात आपण दोघे अंधारात सापडू. पण तू थोडीच अंधाराला भिणार आहेस म्हणा! पावसात भिजत चारुदत्ताच्या घरी जाणारी वसंतसेना तू! तुझ्या त्या सीनवर तर सारी मुंबई झुलतेय आज! तेव्हा–

पुढील मजकुरात बरीच खाडाखोड होती. वरच्या ओळींवर फक्त काट मारली होती. त्यामुळे वत्सलेला सहज त्या वाचता आल्या. वाचन संपताच तिला वाटलं, अस्सं जावं आणि गॅलरीतून खाली उडी टाकावी. म्हणजे या लाजिरवाण्या जिण्याचा क्षणात अंत तरी होईल. पण तिने कठड्यावरून वाकून पाहायला आणि रमाकांत परत यायला एकच गाठ पडली. जिन्यावर पावले ऐकू येऊ लागली. चटकन जाऊन स्वयंपाकघरात लपावे असा विचार तिच्या मनात आला. लगेच वाटले, जन्मभर असे लपूनच राहायचे का? फुकटची स्वयंपाकीणच व्हायचे तर अन्नछत्रांत ते काम केलेले काय वाईट? काय वाटेल ते होवो, आयुष्याचा सोक्षमोक्ष आत्ताच्या आत्ता करून घ्यावा.

खोलीचे दार उघडे पाहून रमाकांतला आश्चर्य वाटले. आत येऊन विजेचे बटन दाबत त्याने विचारले,

''कोण आहे?''

''मी.''

''नाव नाही वाटतं?''

''टाकून दिलेली गोष्ट असणार कुठून घरात?''

वत्सलेच्या स्वरात तिच्या अंत:करणातील विषाद मूर्तिमंत उतरला होता.

याच वेळी दिव्याचा तीव्र प्रकाश रमाकांतच्या चेहऱ्यावर पडला. सलूनमध्ये त्याच्या केसाला चोपडलेल्या कसल्या तरी सेंटच्या उग्र भपकाऱ्याची वत्सलेला अगदी शिसारी आली. विजेच्या प्रकाशात चमकणारे त्या खोलीतले नाटकी सौंदर्यही तिला तितकेच उग्र वाटले.

''या खोलीत पाय ठेवायचा नाही म्हणून सांगितलं होतं ना?'' त्याने तिरसटपणाने विचारले.

''कबूल केलेलं सारं पाळलंच पाहिजे की काय?''

''अलबत्.''

''मग– मग देवाब्राह्मणांसमक्ष माझा हात हातात घेतला आणि त्याच

हातानं–’’ लटलट कापत सुरंगाला लिहिलेले ते पत्र वत्सलेने रमाकांतच्या अंगावर फेकले.

रमाकांत चपापला. पण क्षणभरच. लगेच कोचावर बसत तो म्हणाला, ‘‘काय करणार तू पत्र घेऊन?’’

‘खरंच काय करणार आपण?’ वत्सलेला प्रश्न पडला. पण प्रसंगावधान राखून ती म्हणाली, ‘‘मुलींच्या शाळेत नोकरी करताय आपण! असलं पत्र–’’

‘‘हवीय कुणाला ती नोकरी? बाबा होते तोपर्यंत त्यांच्या डोळ्यांत धूळ टाकायला ठीक होती ती, आता मी फक्त कलेची उपासना करणार.’’

‘‘कलेची की सुरंगाची?’’

‘‘दोघींचीही, सुरंगाच्या सहवासात किती सुंदर कल्पना सुचतात. पण तुझा चेहरा पाहिला की– वाफेचेदेखील बर्फ होईल क्षणात.’’

‘‘मग करून कशाला घेतलीत मला?’’

‘‘मी नाही तुझ्याशी लग्न केलं. माझ्या वडिलांनी–’’

‘‘कुक्कुबाळच होता की नाही तुम्ही?’’

रमाकांत तोंडाने शीळ घालू लागला. थोडा वेळ गेल्यावर तो वत्सलेला म्हणाला, ‘‘म्हणणं काय तुझं?’’

‘‘मला प्रेम हवंय तुमचं.’’

‘‘प्रेम भीक मागून मिळत नाही.’’

‘‘विकत तरी?’’

‘‘हो. पण कस्तुरीपेक्षाही महाग असतं ते.’’

‘‘असेना! तितकं मोल देईन मी.’’

‘‘मामाच्या घरी भाकऱ्या बडविण्यात जन्म गेला तुझा! आहे काय तुझ्यापाशी द्यायला? तोंडची वाफ?’’

‘‘तोंडची वाफ कशाला हवी? हृदयातलं रक्त देईन मी!’’

‘‘त्याला रक्त नाही आवडत! प्रेम म्हणजे वाघ नाही काही! त्याला सौंदर्य हवं.’’

सौंदर्य! समोरच्या आरशात आपल्या प्रतिबिंबाकडे रमाकांत पाहत आहे, हे वत्सलेच्या ध्यानात आले. त्या आरशाच्या दोन्ही बाजूंना दोन सुंदर नट्यांची मोहक चित्रे होती. त्या दोन चित्रांमधील स्वतःचे अगदी सामान्य चित्र पाहून तिने तोंड फिरविले.

रमाकांतने विकट हास्य केले. हास्याचे सूर कसले? करवतीचे दातेच होते. कर्र कर्र आवाज करीत आणि वत्सलेचे हृदय चिरीतच ते वातावरणात विलीन झाले.

"आज ह्या सुरंगाचा मत्सर वाटू लागला तुला. उद्या ती सुलोचना वरचेवर माझ्याकडे यायला लागली–"

वत्सलेच्या अश्रुपूर्ण डोळ्यांत द्वेषाची तीव्र छटा चमकली. जणू काही पर्जन्यवृष्टीत चमकून जाणारी पिवळी-तांबडी वीजच. तिने कर्कश स्वरात विचारले, "कुठली ही सुलोचना?"

"कुठली कुणास ठाऊक! तिची सारी चौकशी करायला मला थोडंच लग्न करायचंय तिच्याशी?"

"मग लग्नावाचून–"

उपहासाने हसून रमाकांत उद्गारला, "हं, दुसरं काय दिसणार आहे तुला? पण माझे मन किती खंबीर आहे ते तुला कशाला सांगायला पाहिजे? तू लग्नाची बायको! एक दिवस चेष्टेने तरी तुझ्या गालावर टिचकी मारली आहे का मी?"

"मी पडले कुब्जा पण त्या रंभाच्या पुढं–"

"उभ्या जन्मात एवढं काय ते खरं बोललीस. रंभा आहे नुसती सुलोचना. तू पाहशील तिला तर अगदी वेडी होऊन जाशील. ब्रह्मदेवानं स्फूर्तीनं घडविली आहे तिची मूर्ती!"

"कुठं भेटली ती आपणाला?"

"बकुल साप्ताहिकाच्या कचेरीत. माझ्या गोष्टीतली चित्रं तीच काढायला लागली आहे."

रमाकांतने मनगटावरल्या सोन्याच्या घड्याळाकडे पाहिले. आठ वाजायला आले होते. आरशासमोर उभा राहून चापून चोपून बसविलेल्या केसांवर तो टोपी ठेवू लागला.

वत्सला दारात जाऊन उभी राहिली. खालच्या ओठांवर दात घट्ट रोवून ती निग्रहाने म्हणाली, "मी नाही जाऊ देणार आपणाला!"

"तू कोण?"

"तुमची धर्मपत्नी."

"म्हणजे पायातली बेडी."

"बेडी घातलेल्या कैद्याला तुरुंगाबाहेर जाऊ देत नाहीत."

"तूच कबुली दिलीस आयती! घर म्हणजे तुरुंग! पण लक्षात ठेव, या तुरुंगात तुलाच जन्मभर राहावं लागेल."

"ते का म्हणून?"

"तू स्त्री आहेस म्हणून– मी– मी पुरुष आहे. माझं काय? एका क्षणात मी ही बेडी तोडीन–" कोट चढविता चढविता रमाकांतने बेडी तोडण्याचा जो अभिनय केला, तो पाहून वत्सलेच्या हृदयात धडकीच भरली.

''पण– पण– मी केलं काय असं?''

''तू काय केलं आहेस ते आरशाला विचार. तुझ्या साऱ्या पापांचा पाढा तो वाचील. सुरगांचे गाणे, सुलोचनेची चित्रकला– एक– एक तरी गुण आहे का तुझ्यात?''

'काय करू? देवा, काय करू मी?' स्फुंदत वत्सलेने उद्गार काढले.

रमाकांतने टेबलाच्या खणामधून एक वही बाहेर काढली, तिच्यातले एक पान उघडले आणि ती वत्सलेच्या हातात दिली.

वत्सला वाचू लागली–

'लग्न झाल्यानंतर लवकरच वत्सलेला जवळून पाहिले. मनाला मोठा धक्का बसला. ठरविताना बाबा म्हणाले होते, 'मुलगी सावळी आहे.' पोलिसखात्यात बाबांचा सबंध जन्म गेलेला. त्यामुळेच ती सावळी वाटली असावी त्यांना! तिचा वर्ण पाहून मला वाटले– कोकणातल्या मजुरांच्या बायका परळवर दिसतात, त्यात सहज खपून जाईल ही!

अशा बायकोबरोबर सारा जन्म घालवायचा? त्यापेक्षा जीव दिलेला काय वाईट? कला आणि सौंदर्य हे माझे जीवन. तिचा यांच्याशी उभा दावा दिसतो! नवरा-बायकोत दोन ध्रुवांचे अंतर!

दोन ध्रुव कधी एक होतील का?'

रमाकांतकडे पाहण्याकरिता वत्सलेने वर पाहिले, तो केव्हाच निघून गेला होता. हातातल्या वहीवरच्या चित्राकडे तिचे लक्ष गेले. आपला उघडा गळा, पाठीवरून रुळणारा पदर, तिरपी दृष्टी आणि सुंदर चेहरा ही दाखवून त्या चित्रातील तरुणी जणू काही तिला म्हणत होती, 'तुझ्यात नि माझ्यात दोन ध्रुवांचे अंतर आहे.'

आपल्यापेक्षा हे निर्जीव चित्र रमाकांतला अधिक आवडत असेल हा विचार तिच्या मनात आला. तिरस्काराने तिने चिकटविलेले चित्र ओढून काढले आणि त्याचे फाडून तुकडे केले. ते तुकडे खाली टाकण्याकरिता ती गॅलरीत आली–

विजेच्या झगमगाटाने शोभणारी समोरची टुमदार बंगली तिच्या दृष्टीला पडली. कमळांनी नटविलेल्या एखाद्या सुंदर मूर्तीसारखी ती दिसत होती. या थाटामाटाचं कारण तिच्या लक्षात आले. संध्याकाळी पोऱ्या म्हणत होता–

''समोरच्या बंगलीतल्या बाईकडे एक जहागिरदार येणार आहेत आज.''

वत्सलेने तुकडे खाली टाकून दिले. ते वाऱ्यावर तरंगत तरंगत खाली गेले. तिच्या मनात आले– रमाकांतने केलेले आपल्या अंतःकरणाचे तुकडे कुठे टाकायचे? असेच वाऱ्यावर?

समोरच्या बंगलीच्या भिंतीपाशी फुटपाथच्या बाजूला एक भिकारी आपली

पथारी पसरण्याच्या विचारात होता. बंगलीतून कुणीतरी वसकन् ओरडले, ''हाकलून द्या त्या भिकारड्याला.''

''रोज इथंच निजतो मी दादा!''

''अगदी वहिवाटीचा हक्क सांगतोय बेटा. द्या हाकलून. आज जहागिरदारसाहेब यायचेत! हे विद्रूप भूत हवं कशाला उगीच दाराशी?''

भिकाऱ्याचे उत्तर व नंतरचे भाषण वत्सलेला ऐकू आले होते असे नाही. पण मूकचित्रपटातला हावभाव पाहून कल्पना करावी त्याप्रमाणे तिच्या मनाला त्या संभाषणाची जाणीव झाली.

त्या नटून थटून बसलेल्या बंगलीकडे पाहत पाहत तो भिकारी चालू लागला.

तो ज्या दिशेने गेला तिकडे पाहता पाहता वत्सलेच्या पुढे विजेच्या प्रकाशाने जुळविलेली अक्षरे नाचू लागली– 'दोन ध्रुव.'

अनामंत्रित संमेलन

***

मोटार वायुवेगाने चालली होती. पण रमाकांतला तिच्या वेगाचे अथवा ती आपल्याशी स्पर्धा करीत आहे म्हणून तिच्या अंगाशी झोंबणाऱ्या थंडगार वाऱ्याचे कशाचेच भान नव्हते. घरट्यात एकमेकांच्या उबेत निजलेल्या पाखरांच्या पिलांना बाहेर थैमान घालणाऱ्या वादळाची दाद कुठे असते? सुरंगाच्या निकट व नि:स्तब्ध सहवासात त्याचे सौंदर्यासक्त मन असेच गुंग होऊन गेले होते. मधेच एखाद्या वळणावरून मोटार नर्तकीप्रमाणे डौलाने फिरे. विद्युद्दीपाच्या प्रकाशाची रेखा सुरंगाच्या सुंदर केसांवरून कुड्यांवर आणि कुड्यांवरून बांगड्यांवर नाचत नाचत नाहीशी होई. ते मोहक दृश्य दिसताच रमाकांतला लहानपणी पाहिलेल्या होड्यांतील दिव्यांच्या जलपृष्ठांवरील नाचाची आठवण होई. रात्री बंदरावर गेले की त्या होड्यांतील दिव्याची शोभा अवर्णनीय दिसे. समुद्राच्या काळ्यानिळ्या पाण्यावर लांबच लांब प्रकाशरेखा नर्तन करीत असलेली पाहून त्या वेळी त्याचे बालहृदय नाचत असे. आज सुरंगाही त्याला त्या सागर देवीसारखीच भासली. काळ्याभोर जलपृष्ठाप्रमाणे भासणारा तिचा सुंदर केशकलाप, खेळकर लहरीप्रमाणे वाऱ्याबरोबर नाचणारी तिच्या केसांची अग्रे, विहारनौकेसारखे अंबाड्यावर डुलणारे हलके फूल– सागरिकेत आणि तिच्यात काय फरक होता? किनाऱ्याच्या कानाशी लागून लागून सागरिकेने हसत-खेळत गोष्टी कराव्यात त्याप्रमाणे ती मधूनमधून त्याच्याशी लाडकेपणाने बोलत होती. वत्सलेशी दोन घटकांपूर्वी उडालेला खटका त्याला या सुखसागरातील खडकासारखा वाटला.

मोटार खटकन् एकदम थांबली. ड्रायव्हरने जोराने ब्रेक लावला.

"मरायचंय काय साला? डोळे फुटले?" ड्रायव्हर ओरडला.

रमाकांत, सुरंगा दोघेही बाहेर पाहू लागली. एक पाटीवाला हमाल झिंगत

झिंगत मोटारीच्या आड आला होता.

रमाकांत हसून उद्‌गारला, ''घरी पोराला दूध नसेल; पण हा खुशाल दारू पितोय!''

''मी– मी– दारू पितो. तू– तू– मो-टारीत ब-बसतोस.'' मोटार पुन्हा सुरू झाल्यामुळे रमाकांतला त्या दारुड्याचे शब्द अर्धवटच ऐकू आले.

मोटार ड्रायव्हरने शेरा मारला, ''साला वुइल् करून आला होता अगदी.''

रमाकांत हसून म्हणाला, ''वुइल् कसलं करणार हा? फुटक्या मडक्याचं की फाटक्या वाळकांचं?''

गरिबालाच गरिबाचा कैवार घ्यावासा वाटतो. रमाकांतच्या या प्रश्नाबद्दल नापसंती दर्शवीत ड्रायव्हर म्हणाला, ''गरिबाला देखील बायकापोरं असतात साहेब.''

''असतात खरी; पण बडवायला!'' रमाकांत उद्‌गारला. सुरंगाने अंग शहारल्यासारखे केल्याचा त्याला भास झाला. तो म्हणाला, ''फारच गार वार सुटलाय आज!''

सुखासुखी पराजय कबूल करण्याइतका ड्रायव्हर काही लेचापेचा नव्हता. मागे मान वळवून तो म्हणाला, ''साहेब, अडाणी माणसे बायकोला बडवितातच नुसती. पण पांढरपेशांत– परीटघडी कपडे नुसते बघून घ्यावेत त्यांचे; पण मने– डांबराहून काळी असतात.''

मागून दुसरी मोटार अधिक वेगाने येत होती. तिला बाजू देण्याकरिता ड्रायव्हरने चाक किंचित फिरविले. चाकाबरोबर त्याचे विचारही फिरले. तो म्हणाला, ''साहेब, हे दारुडे बायकांना बडवितात. पण त्यांना माया काही कमी नसते हं. सात-आठ वर्षांपूर्वीची गोष्ट! पण पुन:पुन्हा आठवते बघा!''

रमाकांतच्या अंगातील कथालेखकाचे रक्त गोष्ट ऐकण्याकरिताच उत्सुक झाले त्याने विचारले, ''मूळचा कुठला रे तू?''

''कोकणातला. वेंगुर्ल्याकडचा साहेब.''

''तिकडं काय करीत होतास?''

''सारवटीचा धंदा होता. पण या मोटारींनी पोटावर पाय दिला आमच्या. एक नाही चांगले चार पाय दिले साहेब.''

त्याच्या खेळकरपणाचे रमाकांतला कौतुक वाटले.

''आज सात वर्षे मोटार हाकतोय मी! पण सारवटीची गंमत नाही या मोटारीत! इथं काय? पेट्रोल घाला, पाणी ओता, हँडल फिरवा– कुणाच्या पाठीवर थाप मारायची नाही, कुणाची मान खाजवायची नाही की कुणाला पेंड चारायची नाही.''

मोटारीपेक्षा बैलगाडी श्रेष्ठ मानणाऱ्या त्या गावंढळ ड्रायव्हरचे रमाकांतला हसू आले. पण त्याने पाहिले– सुरंगा उजव्या तळहाताच्या खोबणीत हनुवटी टेकून ड्रायव्हरचे बोलणे उत्सुकतेने ऐकत होती. तिची ती बैठक इतकी मोहक होती की, ती डोळे भरून पाहायला मिळावी म्हणून रमाकांतने ड्रायव्हराचे रानटी मन खोडून टाकण्याचा मुळीच प्रयत्न केला नाही.

"सारवट ती सारवट साहेब! आमचा आंबोलीचा घाट रात्री चढाय-उतारायची परवानगी नाही मोटारला आणि असली तरी काय? ही भुतासारखी खर्रकन घाटातून जाणार! पण सारवटी होत्या तेव्हा? दानोलीहून रात्री नवाला गाड्या सुटायच्या. बैलांच्या गळ्यातले घुंगुर खळखळ वाजू लागले की अंगात कसे वारे घेई बघा! बिशाद नाही भुतांची आणि वाघांची! एकदा बेळगावाहून स्वाऱ्या भरून गेलो होतो मी वाडीला. पहाटे गाडीतला मुलगा आईला म्हणाला, "रात्रभर लेजीम कोण गं खेळत होतं?" आईने सांगितलं, "घाटातली भुतं."

"साहेब; असं गोड लागे म्हणता ते बैलांचं लेजीम! नाही तर मोटारीचं हे पोंऽ पोंऽ"

ड्रायव्हर अगदी रंगात आला होता. मनुष्य उमाळ्याने बोलत असला की तो हातवारे करू लागतो. कारण नसताना त्याने या वेळी शिंग वाजवून मोटारीचा स्वर कर्कश असतो ह्या आपल्या बोलण्याला पुष्टी दिली. रमाकांतलाही त्याच्या बोलण्यात पूर्वीपेक्षा अधिक मौज वाटू लागली.

"आज पुनव आहे ना साहेब? घाटात अशा दिवशी काय शोभा दिसते म्हणता जत्रेतदेखील नाही बघायला मिळायची तशी. मला अजून स्वप्नात दिसतं ते सारं. माथ्यावर चंद्रम आलाय्, नाण्याच्या पाण्यावर बैल विसावा घेताहेत, झाडे-झुडपे पाय पोटाशी घेऊन निजली आहेत आणि एक गाडीवाला कुठल्या तरी नाटकातले गाणे गोड गळ्यावर गात आहे–

'ये चंद्रम हा जरि, वरी
तरी सुंदरी
अवस ही उरी
तव नजरेविण ती दूर कोण गं करी.'

लावणीवजा गाण्याचे हे चरण ड्रायव्हरने जवळजवळ गाऊनच दाखविले. त्याचे ते वर्णन आणि गाणे ऐकता ऐकता रमाकांतला वाटले– काव्य काही नाजूक लिहिणाऱ्यांच्या आयुष्यातच असत नाही. ते राकट गाडीवानांच्या जीवनातसुद्धा उचंबळत असते.

ड्रायव्हरचे गाण्याचे सूर हवेत विरून गेले. रमाकांत व सुरंगा यांनी

एकमेकांकडे पाहिले. ते हवेतले सूरच परस्परांच्या डोळ्यांत गात आहेत असा त्यांना भास झाला. ड्रायव्हर स्तब्ध झाला. जणू काही घाटातल्या गोड आठवणींच्या गुंतीतच तो होता. पण त्याची गोष्ट ऐकायला उत्सुक झालेला रमाकांत त्याला स्वस्थ थोडाच बसू देतो! त्याने विचारले, ''मोटार काही आवडत नाही म्हणायची तुला?''

''तसं नाही साहेब! ही गाडी म्हणजे मुलगी आहे माझी! दुसऱ्या कुणाला हात लावू नाही देणार मी! रात असो बेरात असो, या गाडीला मागणी आली की ड्रायव्हर मीच!''

''पण बैलगाडीची मजा काही–''

''हां, तेवढं खरं आहे साहेब! मोटार सोडून विमान चालवा तुम्ही, पण बैलगाडीची मजा–''

''सारखे धक्के खायचे हेच ना?'' रमाकांतने हसत प्रश्न केला.

''बैलगाडीत जीव असतो साहेब! मोटार म्हणजे काय? यंत्र! नुसतं मढं!''

रमाकांतला हसू आले. टॉलस्टॉय आणि गांधी यांच्याप्रमाणे एका यःकश्चित ड्रायव्हरलाही यंत्राविषयी तिरस्कार वाटावा याचे त्याला आश्चर्य वाटले. दोन टोके जगात किती विचित्र रीतीने एक होतात.

रमाकांतने ड्रायव्हरला खिजविण्याकरिता प्रश्न केला, ''नुसता जीव घेऊन काय करायचाय? सुख नसलं तर–''

''छे: साहेब! जिवाची सर सुखाला नाही येणार! माझ्या घरकरणीला देवी आल्या– अगदी विद्रूप दिसू लागलं तिचं तोंड! पण मी गावच्या रामेश्वराला नवस केला, 'घरकरीण जगू दे. तुला दरवर्षी केळ्यांचा घड देईन.''

''उठली की ती आजारातनं?''

''जागतं दैवत आहे आमचा रामेश्वर! घरकरीण उठली आणि रामेश्वराच्या कृपेने दोन लेकरबाळंही झाली तिला. साहेब, अशी जागरणं करायची पाळी आली की मी लेकराबाळांची आठवण करतो आणि मग बरं वाटायला लागतं बघा एकदम.''

रमाकांतच्या डोळ्यांपुढे वत्सलेची दीनवाणी मूर्ती उभी राहिली, 'मला प्रेम हवंय तुमचं.' हे तिचे शब्द त्याच्या कानात घुमू लागले. क्षण– कदाचित अर्धा क्षणही असेल– त्याला वाटले, ड्रायव्हरला मोटार फिरवून घ्यायला सांगावे, घाईघाईने घरी जावे आणि वत्सलेला म्हणावे, 'माझं प्रेम हवंय ना तुला? हे घे तर ते.'

पण विचाराची क्षणिक लहर म्हणजे काजव्याची चमक! तिने अंधार उजळ करण्याऐवजी अधिक भयंकर भासण्याचा संभवच अधिक! परत जाण्याचा

विचार मनात आला न आला तोच रमाकांतने सुरंगाकडे पाहिले. चांदण्यात अर्धवट चमकणारे तिचे केस, फुललेल्या निशिगंधाप्रमाणे येणारा त्यांचा सुवास, ड्रायव्हरचे बोलणे ऐकण्याकरिता किंचित वक्र झाल्यामुळे अधिकच मनोहर दिसणारी तिची मान, अंगठीच्या निळ्या खड्याने उठून दिसणारा तिच्या हाताचा गौरवर्ण, सुलोचनेसारख्या चित्रकर्तीने मॉडेलकरता मुद्दाम मांडल्यासारखी दिसणारी मोहक बैठक, ही सारी त्या विचाराबद्दल आपल्याकडे पाहून उपहासाने हसत आहेत, असे त्याला वाटले.

ड्रायव्हरने मोटार थांबविली. रमाकांत व सुरंगा यांच्याबरोबर वाळवंटात बसण्याचा त्याचा बेत नव्हता. त्यांचे नाते त्याला ठाऊक नव्हते व ते माहीत करून घेण्याचे त्याला कारणही नव्हते. पण चांदण्याच्या रात्री जुहूला जाणाऱ्या दोन माणसांपासून– विशेषत: ती स्त्री-पुरुष असली तर– आपण दूर बसावे हे कळण्याइतके व्यवहारज्ञान त्याला होते. तो दूर जात आहे असे पाहून रमाकांत त्याला म्हणाला, ''अरे मघांची तुझी गोष्ट राहिलीच की! काय चांदणं पडलंय! अशा चांदण्यात गोष्टी करायच्या नाहीत तर मग–''

बोलता बोलता रमाकांत समुद्राकडे तोंड करून बसला. सुरंगा त्याच्यापासून थोड्या अंतरावर बसली. ड्रायव्हर थोडा दूरच होता. तो सांगू लागला– ''गोष्ट काही मोठी नाही साहेब. पण या दारुबाजांनादेखील माया असते मनात. आठ-नऊ वर्षे झाली असतील बघा. मी नुकताच पडलो होतो या धंद्यात! कोकणातले दोघे-तिघे एकाच खोलीत राहात होतो आम्ही. कुणाचा तरी एक सोबती आला एके दिवशी आमच्या खोलीत. विष खायला अगदी एक पै नव्हती त्याच्यापाशी. सारा पगार शर्यतीत घालवून बसला होता बेटा! मध्यान रात्र झाली. खोलीत कुणी तरी रडतंय असं वाटलं मला. मी झटकन दिवा लावला. बघतो तो पाहुणा अंथरुणावर बसून हुंदके देतोय. मी जवळ जाऊन त्याच्या पाठीवर हात ठेवला. त्याला भडभडून आलं अगदी. तो रडत रडत म्हणाला, 'माझी तुळशी स्वप्नात दिसली मला. चिंध्या झालेलं लुगडं नेसली होती ती. तिने म्हटले, शर्यतीत नि दारूत घालवता तुम्ही सारे पैसे, लाज राखायला धडुतेदेखील नाही मला. अश्शी मी जाते आणि कामापूरच्या तळ्यात जीव देते.' ''

रमाकांतला काही या गोष्टीचे विशेष वाटले नाही. पण ड्रायव्हरला त्याने विचारले ''पुढं काय केले त्यानं?''

''करणार काय? एक-दोन चोऱ्या केल्या मुंबईत– सापडला; थोडी शिक्षा झाली! पण काही सावध झाला नाही. शेवटी कोकणातल्या एका मोठ्या चोरीत मिळाला. सात वर्षांची सजा झाली त्याला.''

सुरंगाच्या डोळ्यांत पाणी आल्याचा रमाकांतला भास झाला. तो हसून म्हणाला,

"किती कोवळं गं तुझं मन?"

"इश्श! वाळूचा कण गेलाय डोळ्यात..."

"फुंकर घालू का मी?"

वारा अगदी पडला होता. अशा स्थितीत सुरंगाच्या डोळ्यात वाळूचा कण गेलेला पाहून ड्रायव्हरने तेथून पाय काढला. तो दूर गेला तरी सुरंगा डोळे पुसत होतीच.

"अन् कापतेय किती थरथर?" रमाकांत म्हणाला.

"वारंच सुटलंय तसं–"

"उद्या आजारी पडलीस तर–"

"तर काय?"

"मॅनेजर माझ्या बेचाळीस पिढ्यांना पाठवील की स्वर्गात!"

"खरंच! मघाशी तुमच्या बोलण्यात टॉनिक कसलं आलं होते?"

रमाकांत आठवू लागला... आपण कंपनीच्या बिऱ्हाडी गेलो.

मॅनेजर म्हणाले, "थंडीचे दिवस आहेत, कशाला जाताय जुहूला? सुरंगाची प्रकृती आहे नाजूक! आज जुहू झालं तर उद्या हॉस्पिटलच गाठावं लागेल तिला."

आपण उत्तर दिले, "डॉक्टरांचे बिल मी देईन मग तर झालं?"

"पण हे पाहा कवी, लोक काय म्हणतील?"

"आज काय म्हणताहेत?"

"काय म्हणताहेत?"

"माझ्याच तोंडून कशाला वदवता? सुरंगाला येणारी पत्रं– त्यात काय काय असतं ते–"

"लोकांचं काय? ते परांचे कावळे करतात."

तेच म्हणतो मी. पण परांची सुंदर गादी होते हे कुठं आहे त्यांना ठाऊक?"

आपल्या या कोटीने मॅनेजरचा निम्मा राग कमी झाला. ते हसत हसत म्हणाले, "ऑथर आहात तुम्ही. तुमच्यासारख्या कोट्या करता आल्या असत्या, तर नाटककारच झालो असतो मी."

पण विजेचा दिवा बटन दाबून चटकन मालवावा त्याप्रमाणे त्यांचे हसणे लोप पावले. आपल्याजवळ येऊन व स्वर थोडा खालावून ते म्हणाले, "सुरंगा हट्टच घेऊन बसलीय जाण्याचा. शिवाय तुमचाही विरस होईल. पण तुमच्याच हिताची गोष्ट सांगतो–"

एखाद्या खोल तळघरातून यावा तसा त्यांचा स्वर आपल्याला वाटला.

"हे पाहा कवी, असलं प्रेम–"

आपण रागाने उत्तर दिले, ''प्लेटॉनिक लव्ह आणि-''

इतक्यात केस हलक्या हाताने चाचपून पाहत सुरंगा आत आली. जाण्याची तयारी करूनच आली होती ती. तिला पाहताच आपले बोलणे मध्येच थांबले. मॅनेजरला माझे प्रेम प्लेटॉनिक आहे असे आपण सांगत होतो. ते शेवटचे वाक्य सुरंगाच्या कानावर पडले असावे. तुमच्या बोलण्यात टॉनिक कसले आले होते असे आता तिने विचारले. तिला बिचारीला प्लेटॉनिक हा शब्द कुठून कळणार?

वत्सला आणि सुरंगा यांच्यातील शिक्षणाचे हे अंतर रमाकांतला मनातल्या मनात जाणवल्यावाचून राहिले नाही. काही झाले तरी सुरंगा ही अशिक्षित नटी. सुंदर रूप आणि गोड गळा यामुळे तिचे नाटकातील काम चांगले होत असेल, पण तिचा सहवास आपल्याला स्फूर्तिदायक होईल का? तिच्या कंपनीने आपले नाटक बसवायला घेतल्यामुळे तिचा व आपला निकट संबंध आला. उभ्या आयुष्यात कलावंत तरुणींशी खेळीमेळीने वागण्याची संधीच मिळाली नव्हती आपल्याला. त्यामुळे आपले कलासक्त मन तिच्या नादात गुंग होऊन गेले असे तर झाले नसेल ना? बालपणापासून कथा-कादंबऱ्यांत, नाटका-सिनेमात आणि शाळा-कॉलेजात ज्या मधुर मूर्ती स्वप्नांप्रमाणे आपण पाहिल्या त्यांचे संमेलन सुरंगात होणे शक्य आहे काय, की...

रमाकांतने सुरंगाकडे पाहिले. त्याच्या सर्व सुंदर स्वप्नांची मूस ओतून निर्माण केलेली पुतळीच वाटली ती त्याला. तिला पाहून प्राचीन कवीने प्रशांत वेळी लक्ष्मीच समुद्रातून बाहेर येऊन बसली आहे, अशी कल्पना खास केली असती. समोरचा निळसर समुद्र आणि वरचा चांदण्याचा सागर यांचा शांततेच्या सागराशी संगम झाला आहे, असा भास होत होता. या तिन्ही सागरांचे मंथन करून कोणते अमृत निघेल असे जर कल्पकतेने रमाकांतला विचारले असते, तर त्याने सुरंगाकडे बोट दाखविले असते. समुद्रावरून येणाऱ्या गार वाऱ्याच्या लहरी शरीरात मधुर कंप उत्पन्न करीत होत्या. सुरंगाच्या लावण्य लहरीही रमाकांतच्या मनाला तशाच मोहक वाटल्या. एखादे सुंदर चित्र किंवा सृष्टीतील मधुर दृश्य टक लावून पाहावे त्याप्रमाणे तो तिच्याकडे पाहत होता. सुरंगा कसल्या तरी विचारात गढून गेली होती. त्यामुळे हे तिच्या लक्षात आले नाही. थोड्या वेळाने रमाकांत म्हणाला, ''सुरंगा, तुझं वय काय गं?''

सुरंगाने दचकून पाहिले. तिला त्याच्या या प्रश्नाचा रोखच कळेना. ती मंद स्वराने उत्तरली, ''गावातल्या जत्रेदिवशीचा जन्म माझा. या कार्तिकात चोवीस सरून पंचविसावं-''

''छट्! चोरतेहेस तू-''

सुरंगाच्या भुवया किंचित बाकदार झाल्या. जणू काही आपल्यावर खोटा

आरोप केल्याबद्दल रमाकांतला शासन करण्याकरिता ती सव्यसाचित्वाने धनुष्यच सज्ज करीत होती. आकाशात इंद्रधनुष्य पडल्यानंतर कधी कधी दुसऱ्या बाजूला त्याचे प्रतिबिंब तितकेच सुंदर दिसते. त्या शोभेची रमाकांतला यावेळी आठवण झाली.

"वय चोरतेहेस तू खास."

"बरं, मी पाऊणशे वर्षांची म्हातारी आजीबाई आहे. मग तर झालं?" सुरंगा किंचित फणकाऱ्याने म्हणाली.

रमाकांत खो खो हसत उत्तरला, "चोरी काय एकाच प्रकारची असते वाटतं!"

"मला नाही बाई समजत तुमची असली बोलणी. नाटकात बरी असतात ती! पुढं काय उत्तर द्यायचं ते पाठ तरी केलेलं असतं!"

सुरंगाचा हा टोमणा रमाकांतला मार्मिक वाटला. तो म्हणाला, "तुला पंचविसावं वर्ष लागलंय? मॅनेजर हसतील हे ऐकून. ते म्हणत होते– अगदी लहान मुलासारखा सुरंगाने हट्ट धरलाय जुहूला जाण्याचा!"

सुरंगा एकदम गंभीर झाली. थोडा वेळ समुद्राकडे तिने निरखून पाहिले आणि एकदम रमाकांतला म्हटले, "खरं सांगू?"

"हो, अगदी साक्षीला उभे राहिल्यासारखं सांग. म्हण, ईश्वरसाक्ष खरं सांगेन, खोटं बोलणार नाही–"

सुरंगाला खुलविण्याकरिता रमाकांत हे बोलून गेला. पण त्याचा परिणाम झाला भलताच. डाव्या हाताची मूठ घट्ट धरून उजव्या हाताच्या बोटाने तिच्याशी चाळवाचाळव करीत ती स्तब्ध बसली. रमाकांतच्या मनात आले– ईश्वरसाक्ष खरे सांगायचे! सुरंगाचे गेल्या पंचवीस वर्षांचे खरेखुरे आयुष्य ती सांगू लागली तर– तर ते आपल्याला ऐकवेल तरी का?

पण सुरंगाच्या हाताच्या गोड चाळ्यामुळे हा विचार रमाकांतला फार वेळ अस्वस्थ करू शकला नाही.

"उघडत नाही वाटतं ती मूठ?" तो थट्टेने म्हणाला.

"कशाला उघडा? म्हणच आहे ना? झाकली मूठ सव्वा लाखाची, उघडली की फुकाची."

लग्नात वत्सलेच्या नात्याच्या एका म्हाताऱ्या बाईने, लपविलेली सुपारी शोधून काढण्याचा खेळ वधूवरांनी खेळावा असे सुचविले होते. त्या वेळी ती सूचना त्या बाईइतकीच रमाकांतला जुनीपुराणी वाटली. पण सुरंगाच्या झाकलेल्या मुठीकडे पाहता पाहता त्याचे मन म्हणू लागले– आपले लग्नातले जुने खेळ वेडेपणाचे नाहीत अगदी! चांदण्यात कोवळ्या सोनकेळ्यांच्या नाजूक फणीप्रमाणे दिसणारी ती मूठ– सुरंगा त्याला डौलदार केळीसारखीच भासली क्षणभर.

केळीच्या विस्तीर्ण पातळ पानाप्रमाणे वाऱ्यावर फडफडणारा तिचा पदर, सडपातळ पण रसरशीत अशी तिची अंगकाठी–

सुरंगा हसत-खेळत असती तर तिची मूठ उघडण्याचा मोह त्याला कदाचित अनिवारही झाला असता. मोटारीत बसेपर्यंत सुरंगावर आपण 'प्लेटॉनिक लव्ह' करीत आहोत असे त्याला खरोखरच वाटत होते. पण अंगाला अंग लावून केलेला मोटारीतला प्रवास, समुद्रावरील शांत एकांत आणि शरद ऋतुतले मधुर चांदणे– चांदणे कसले– चंद्राच्या सुरईतून पृथ्वीवर ओतले जाणारे ते उन्मादक मद्य– या सर्वांच्या संगमाने उत्पन्न झालेल्या गोड धुंदीत या वेळी त्याचे मन पोहू लागले होते. पण एरवी फुलपाखराप्रमाणे खेळणाऱ्या सुरंगाला आजच गंभीरपणाचे झटके का येत आहेत हे त्याला कळेना. बराच वेळ ती स्तब्ध बसलेली पाहून तो म्हणाला, "एक चुकलंच आज."

"काय?" उजव्या हाताच्या अंगठ्याजवळच्या बोटाने वाळूत रेघोट्या काढीत सुरंगाने विचारले.

"ती सुलोचना पाहिजे होती बरोबर."

"कोण ही सुलोचना?"

"माझ्या गोष्टीत चित्र काढणार आहे म्हणून सांगितलं नव्हतं का तुला त्या दिवशी?"

"ती मनुष्य नाही वाटतं?"

रमाकांतला वाटले, बायका विलक्षण मत्सरी असतात! सुरंगा लगेच म्हणाली, "भाग्यवान दिसते बिचारी! नाही तर तिचा खून झाला असता इथं आज!"

"तो कसा?"

"दोघांत तिसरं आलं की त्याचा खून करावासा वाटतो ना? माझ्या पदरचं नाही हं हे मी सांगत! एका प्रसिद्ध लेखकाचं वाक्य आहे हे." शेवटचं वाक्य उच्चारताना तोंड पदराने अर्धवट झाकून सुरंगा मनापासून हसली. ढग पांगून जाऊन चांदणे पडावे तसे ते हसणे रमाकांतला वाटले. तो म्हणाला, "माझं काहीच काम नव्हतं इथं आज."

"मग एवढा हट्ट धरून मी आले ते कुणाकरिता?"

"सुलोचनेकरिता."

"तिचं तोंडदेखील नाही पाहिलं मी अजून!"

"आल्यापासून चित्रासारखी बसली आहेत नुसती. मला काय त्याचा उपयोग? सुलोचनेला मॉडेल तरी मिळालं असतं चांगलं–"

"अगबाई! कुणी येताहेत वाटतं इकडं!" बसल्या जागेवरून उठत सुरंगा उद्‌गारली.

तिला खिजविण्याच्या दृष्टीनं रमाकांत म्हणाला, “सुलोचनाच येत असेल तुझं चित्र काढायला.”

जवळजवळ येणारी ती माणसे हळूहळू स्पष्ट दिसू लागली. एक तरुण पुरुष व एक स्त्री. आपल्यासारखेच रसिक जगात आहेत हे पाहून रमाकांतला आनंद झालाच. पण त्या माणसांपैकी तरुणी दुसरी कोणी नसून सुलोचना आहे, हे दिसताच तर त्या आनंदाला पारावारच उरला नाही. लेखक भविष्यवादी असतात या तत्त्वाचा तो आयुष्यात पहिल्यांदाच अनुभव घेत होता. त्याला पाहून सुलोचनाही आश्चर्याने थक्क झाली. ती हसत हसत पुढे येऊन म्हणाली, “रमाकांत, अगदी शंभर वर्ष आयुष्य आहे तुम्हाला. मी आताच सांगत होते विद्याधरांना.”

“तुमचीच आठवण काढीत होतो मी आता. अगदी पुरी शंभर वर्षं–”

“केवढा भयंकर शाप देताय हा मला!”

“शाप?”

“शाप नव्हे तर काय? शंभर वर्षं आयुष्य! रमाकांत, मी चित्रकार आहे हे अगदी विसरलात तुम्ही!”

सर्वच उत्सुकतेने सुलोचनेकडे पाहू लागली. हातरुमालाने खालील जागा झाडल्यासारखी करून वाळूत बसत ती म्हणाली, “नको गं बाई मार्कंडेयाचं आयुष्य मला. केसाचा कापूस झालेली आजीबाई कध्धी कध्धी नाही व्हायची मी!”

रमाकांतने या वाक्याचे हसून स्वागत केले. सुरंगा कुतूहलाने सुलोचनेकडे पाहात होती. विद्याधर मात्र पेंगत होता की समोर समुद्राकडे पाहत होता हे कुणालाच नक्की सांगता आले नसते.

सुलोचना ओळख करून देऊ लागली, “हे विद्याधर! काजी फोडण्याचे यंत्र शोधून काढण्याची जाहिरात दिली होती ना आमच्या दादांनी–”

“हो.” रमाकांत विद्याधरकडे निरखून पाहत म्हणाला.

“हे मोठे यंत्रशास्त्रज्ञ आहेत ! ती जाहिरात वाचून हे आले. लवकरच कोकणात आमच्या कारखान्यात जाणार आहेत हे!”

“यांचं अभिनंदन करण्याचा सुप्रसंग लवकरच–”

“यांचंच का? माझंदेखील?”

“तुम्ही कसलं यंत्र तयार करणार आहात? चित्र काढण्याचं की–”

“यंत्र नाही. लक्ष्मीचं चित्र काढणार आहे मी एक सुंदर! आमच्या काजूच्या कारखान्याजवळ दादांचं ऑफीस आहे ना? त्यात ठेवणार आहे मी ते.”

“पण इतक्या रात्री येऊ कसं दिलं तुम्हाला आमच्या मावशींनी?”

रमाकांतचा हा प्रश्न वरकरणी साधा होता. पण सुलोचना व विद्याधर यांना चांदण्यात फिरायला आलेली पाहिल्यापासून ही गोष्ट त्यांच्या मनात डाचत होती. सुरंगासारखी नटी आणि आपणासारखा नाटककार! आज दोन महिने दिवसातले आठ-दहा तास आपण एकत्र घालवीत आहो! पण या फिरण्याच्या बेताला त्या गव्हाणीतल्या कुत्र्याने किती अडथळा केला? सुलोचना तर जुनाट मतांच्या मावशीच्या घरी राहणारी. बापाच्या जाहिरातीच्या निमित्ताने ओळख झालेल्या तरुणाबरोबर अपरात्री हिच्या मावशीने हिला जाण्याची परवानी दिली तरी कशी की या दोघांचे– रमाकांतच्या मनाला कळेल न कळेल असा मत्सराचा झटका बसला.

सुलोचना हसत हसत सांगू लागली, "ती किनई गंमतच झाली मोठी. आमची मावशी मला अपरात्री फिरायला जाऊ देणार आणि ते पुन्हा–"

ती विद्याधरकडे पाहून मिस्किलपणाने हसली. त्यानेही मंदस्मित केले. रमाकांतला वाटले– आहे, गृहस्थ जिवंत आहे!

विद्याधर रुक्षपणाने म्हणाला, "त्या यंत्राच्या निमित्ताने चार दिवसांपूर्वी ओळख झाली आमची. मी सहज विचारलं यांना, 'विमानात बसलाय का कधी?' नाही म्हणाल्या ह्या. माझा एक पारशी स्नेही आहे इथे जुहूला. परवा त्याला भेटायला आलो आणि–"

सुलोचना मधेच म्हणाली, "विमानातून जुहूचा देखावा किती सुंदर दिसतो असं हे म्हणायला लागले,' मी म्हटले, 'याच्यापेक्षाही सुंदर देखावा दाखवीन मी.' म्हणून तर आणलं यांना इथं आता! तुमच्या त्या गोष्टीतलं चित्र काढायचं होतं–"

"मावशींनी येऊ कसं दिलं पण? परवा मृच्छकटिकातलं या सुरंगाचं काम पाहायला तुम्हाला बोलावलं तेव्हा तर–"

"याच का त्या सुरंगाबाई?"

सुरंगा व सुलोचना या दोघींनी एकमेकींकडे निरखून पाहिले. वीज विजेला भेटावी तसं झालं.

"नाटकालासुद्धा न जाऊ देणाऱ्या तुमच्या मावशी–"

"पण मावशीला शह द्यायला मोहरं मिळालं आज!"

"कुठलं?"

"बाप्पा! माझे मामा."

"रत्नागिरीला तुरुंगात होते ते?"

"हो, तुरुंगातून सुटले ते मला भेटायलाच आले. थोडेसे आजारीही आहेत. त्यांना केलं पुढं–"

“ह्या सत्याग्रही लोकांना चांदणं आवडतं?”

रमाकांतने सर्वांना हसविण्याकरिता हा प्रश्न केला. पण सुलोचना लगेच उसळून म्हणाली, “आमचे बाप्पा काही अरसिक नाहीत हं अगदी! त्यांनी लग्न केलं नाही; पण लहान मुलं किती आवडतात त्यांना. ते लेख लिहीत नाहीत कधी. पण वाचतात किती! अन् अगदी मोठमोठ्या लोकांशी ओळखी आहेत त्यांच्या! पूर्वी साबरमती आश्रमात होते ते! गांधींच्या गोष्टी किती गमतीने सांगतात म्हणता ते?”

“बाप्पा कुठे गेले मग?” रमाकांतने विचारले.

“आमच्याबरोबर घराबाहेर पडले. पण इकडे थंडीत येणे जिवावर आले त्यांच्या! एरवी त्यांना समुद्र अन् चांदणं फार फार आवडतं– कुठल्या तरी सिनेमाला जातो म्हणून गेले–”

“तुमच्यावर फार प्रेम दिसतंय त्यांचं.”

“आई गेली तेव्हा अगदी लहान होते मी. त्यामुळे त्यांचाच लळा लागलाय मला. आज सकाळी म्हणत होते, ‘सुलुताई, तुझा हात फार चांगला दिसतोय. आता असं चित्रं काढ की सारं हिंदुस्थान त्यांना डोक्यावर घेऊन नाचेल.’ सकाळपासून ते लक्ष्मीचं चित्र सारखं घोळतंय माझ्या डोक्यात.”

विद्याधरने दुजोरा दिला, “खरंच, मोठे विलक्षण आहेत तुमचे मामा!”

थोडा वेळ सर्व स्तब्ध बसली. पण सुलोचनेला ते कसेसेच वाटले. ती म्हणाली, “भांडण का झालंय आपलं सर्वांचं? समुद्रावर नाचणारं चांदणं किती सुंदर दिसतंय नाही? पण या वेळी काही चित्र काढता येत नाही त्याचं!”

“आणि मला काही गोष्ट लिहिता येत नाही त्याच्यावर!” रमाकांतने तिच्या सुरात आपला सूर मिळविला.

“समुद्राकडं पाहिलं की मला वाटतं–” विद्याधर म्हणाला.

“काय वाटतं?” रमाकांतने उत्साहाने विचारले.

“लाटांच्या रूपाने किती शक्ती फुकट जातेय ही? हिचा उपयोग करणारं यंत्र जर शोधून काढता आलं–”

या प्राण्याने जन्माला आल्यापासून काव्याची एखादी ओळ वाचली आहे की नाही, याचीच रमाकांतला शंका आली. हा मनुष्य इतका घुमा का हे कोडे आता त्याला उलगडले. तो मनात म्हणाला, ‘उगीच तोंडाची वाफ दवडण्यात अर्थ काय? फुकट बडबडणाऱ्या लोकांच्या तोंडच्या वाफेचा जर साठा करता येईल, तर तिच्या जोरावर किती तरी कारखाने चालतील, असेच या विद्याधरचे मत असावे.’

“सुरंगाबाईंनी नुसतं श्रोत्यांचंच काम चालविलं आहे. गाण्याशिवाय तोंड

उघडायचेच नाही असा पणबिण आहे की काय त्यांचा?''

रमाकांत म्हणाला, ''खरचं! सुरंगा, म्हण ना एखादं पद.''

रमाकांतने परोपरीने आग्रह केला. पण सुरंगा काही केल्या गाणे म्हणायला तयार होईना. आजच तिच्या अंगात हे भूत कुठून शिरले ते रमाकांतला कळेना..

''माझं मनच नाही जाग्यावर.'' असे सुरंगाने सांगताच तो रागारागाने म्हणाला, ''चला, सुलोचनाबाई, हिचं मन जाग्यावर जाऊ द्या आपलं!''

''कुठली जागा?''

''कंपनीचं बिऱ्हाड. तिथं कशी भाटासारखी बोलते ही! पण इथं–''

सुरंगाने किंचित करुण दृष्टीने रमाकांतकडे पाहिले. आपण निर्दोषी आहोत हे काही केल्या सिद्ध करता येऊ नये, अशा वेळी निरपराधी आरोपीच्या दृष्टीत जो हताशपणा येतो तो तिच्या डोळ्यांत तरंगू लागला. पण रमाकांतचे तिच्याकडे लक्षच नव्हते.

''अगबाई! खूप उशीर झाला की! बाप्पा वाट पाहत उभे राहिले असतील कोपऱ्यावर!'' उठून पातळातले वाळूचे कण झटकीत सुलोचना उद्गारली. मोटारीजवळ आल्यानंतर रमाकांत आपल्या ड्रायव्हरला म्हणाला, ''सुरंगाबाईंना बिऱ्हाडी पोचव आधी, अन् हे पाहा, हे साहेब... यांनाही पोचव त्यांच्या बिऱ्हाडी–''

''म्हणजे? तुम्ही नाही का येत या मोटारीने?'' सुरंगाने विचारले.

''मी सुलोचनाताईंबरोबर जातो.''

सुरंगाने रुष्ट मुद्रेने रमाकांतकडे पाहिले. विद्याधरही आपल्या या नवीन सुधारणेबद्दल गरम होईल अशी त्याची कल्पना होती. पण ती सर्वस्वी चुकली. सुरंगाच्या मोटारीत चढत चढत तो म्हणाला, ''ही मोटार काय अन् ती मोटार काय, दोन्ही यंत्रेच!''

सुलोचनेला रमाकांतने केलेल्या या अदलाबदलीची थोडीशी चीड आली. पण विद्याधर सुरंगाच्या मोटारीत जाऊन बसल्यामुळे तिला काहीच करता येईना.

ती मृदुस्वराने म्हणाली, ''Excuse हं विद्याधर!''

"Nevere mind" हा विद्याधरचा उद्‌गार मोटारीत लुप्त होऊन गेला.

आपल्या मोटारीत बसता बसता सुलोचनाने विचारले, ''बरं दिसलं का हे?''

''दिसतं तसं नसतं.''

''पण विद्याधर काय म्हणतील?''

''यंत्राला भावना असतात हे आजच ऐकतोय मी!''

''अन् ह्या सुरंगाला काय वाटेल?''

"हे काही नवीन नाही तिला. सामाजिक नाटकांत–"

"म्हणजे हे सारं नाटकच वाटतं?"

"हो, पण गोड नाटक आहे."

विद्याधरच्या रुक्ष सहवासात जुहूवरील पौर्णिमा सुलोचनेला अमावास्येइतकीच भयाण वाटत होती. केवळ तिच्या आग्रहासाठी तो तिच्याबरोबर गेला होता इतकेच. त्यामुळे रमाकांतने केलेली अदलाबदल सुलोचनेलाही सुखकारकच झाली.

रमाकांतच्या कोटीवर प्रतिकोटी करण्याकरिता ती म्हणाली, "गोड नाटकात शेवटी लग्न होतं हे ठाऊक आहे ना?"

"नाही कोण म्हणतो?"

"अन् मी तर लग्नच करणार नाही मुळी! आज सकाळीच मावशीनं काढली होती गोष्ट! तेव्हा मी उत्तर दिलं, 'बाप्पाची भाची आहे बरं मी मावशी!' "

"पण बाप्पा देशासाठी तुरुंगात जातात ना?"

"मी चित्र काढून देशाची सेवा करीन."

रमाकांतला तिच्या धिटाईच्या उत्तराचे कौतुक वाटले. वत्सला-सुरंगा-सुलोचना तिघीही त्याच्या डोळ्यांपुढे उभ्या राहिल्या. त्याला वाटले आपल्या सौंदर्यदृष्टीला वत्सला नकोशी झाली ते बरोबर आहे. सुरंगाशी गेले दोन महिने निकट संबंध आल्यामुळे आपल्या मनात तिच्याविषयी प्रेम उत्पन्न झाल्याचा भास झाला खरा; पण सुरंगा कलावंत असली तरी सुसंस्कृत नाही. सरावाने ती पांढरपेशांसारखी बोलते. नाटकाच्या धंद्यामुळे नटणेमुरडणेही तिला चांगलेच साधते. पण तिचे शिक्षण बेताचेच! कुठल्या रांगड्या कुरवाड्याच्या खोपटात तिचे बालपण गेले असेल कुणाला ठाऊक! ह्या तुलनेत रमाकांत गुंग झाला. पण सुलोचना त्याला स्वस्थ थोडीच बसू देते! ती म्हणाली, "गोड नाटकाचं कथानक जुळत नाही वाटतं?"

"जुळतंय की, पण जरा निराळ्या रीतीनं."

"ते कसं?"

"मी या मोटारीत का बसलो, आहे का ठाऊक?"

"मनकवडी नाही मी काही."

"तुमच्या बाप्पांना बघणार आहे मी."

"आता?"

"हो, आता बघण्यातच तर गंमत आहे. चांदण्या रात्री समुद्रावर जाण्याची भाचीची हौस पुरविण्याकरिता आजारी असून घराबाहेर पडणारा मामा–"

मोटारीच्या शिंगाच्या जोराच्या आवाजात रमाकांतचे पुढले शब्द सुलोचनेला ऐकू आले नाहीत. पण तिला रमाकांतच्या कल्पक उत्तराची मौज वाटली. शिवाय तिचे अंतर्मन प्रसन्न स्वराने स्वत:शीच म्हणाले, 'आहेतच माझे बाप्पा तसे!'

सुरंगाच्या मोटारच्या ड्रायव्हरला मात्र पदोपदी आश्चर्य वाटत होते. मागच्या बाजूला माणसे आहेत हे त्याला ठाऊक नसते तर आपण रिकामीच गाडी घेऊन जात आहोत असे त्याला वाटले असते. त्याने मागे वळून पाहिले. सुरंगा चंद्राकडे शून्य दृष्टीने पाहात होती. तिच्या हाताचा पोलक्याच्या खिशाशी कसला तरी चाळा चालला होता. सुरंगाच्या बिऱ्हाडापाशी येऊन ड्रायव्हरने मोटार थाबंविली तेव्हा कुठे ती भानावर आली. उदास मुद्रेने आकाशात आपल्याबरोबर धावणाऱ्या चंद्राला ती काय विचारात होती ते तिचे तिलाच ठाऊक! ड्रायव्हरने मोटारचे दार उघडले. सुरंगा लगबगीने उतरली आणि मोटार विद्याधरच्या खोलीकडे जाण्याकरता निघाली. आता तरी आतल्या साहेबांना वाचा फुटेल असे ड्रायव्हरला वाटले. त्याने सुरुवात केली, "जुहूला फार लोक जातात साहेब चांदण्यात. पण मला नाही आवडत जुहू."

अन्नछत्रात जेवून मिरपूड मागणाऱ्या या ड्रायव्हरचे विद्याधरला आश्चर्य वाटले. त्याने विचारले, "का रे नाही आवडत?"

"आमच्या कोकणातली गंमत आहे की काय जुहूला साहेब?"

"काय काय आहे रे तुझ्या कोकणात?"

"आंबे, फणस, काजू– डोंगरावर काजींची अशी ओळ लागलेली असते म्हणता! क्वीन्स रोडवरच्या संध्याकाळच्या मोटारीसुद्धा काही नाहीत त्याच्यापुढं"

"पण साप फार असतात म्हणे कोकणात–"

"होय साहेब, देवच आहेत तसे तिकडे! रामेश्वर, ब्रह्मेश्वर, पाताळेश्वर, वेताळ– अन् जिवाणू तरी किती तऱ्हातऱ्हांची. म्युजममध्ये नाही बघायला मिळायची. मुसळाएवढा घणस, तर करंगळीएवढी सर्पटोळी. फुरशी तर–"

"अन् भुतं–"

"भुतं असली तरी देवापुढं काय चालतं त्यांचं साहेब? माझ्या मुलाला सटवीनं झपाटनं होतं. कामापूरच्या कमळेश्वरीला नवस केला. बरा झाला मुलगा. शिमग्यातल्या पौर्णिमेला केवढी जत्रा होते तिथं. पाच वर्षांनी रेडा देतात देवीला!"

"थांब, इथंच थांब." विद्याधर एकदम ओरडला.

मोटारीचे दार धाडकन उघडून तो बाहेर पडला. ड्रायव्हरचा रामराम स्वीकारून तो रस्ता ओलांडून गेला न गेला तोच ड्रायव्हर टाळी वाजवून ओरडला, ''साहेब, पत्र राहिलंय हे तुमचं.''

''माझं?''

''हे बघा साहेब.''

ड्रायव्हर धावतच त्याच्याकडे गेला. विद्याधर पत्र आपले नव्हे म्हणून सांगणार होता, पण इतक्यात त्याला आपल्या शेजारी शून्य वृत्तीने बसलेल्या सुरंगाची आठवण झाली. रमाकांतने केलेल्या अदलाबदलीचे मनात घुसून बसलेले कूसही ते पत्र पाहताच सलू लागले. आठवल्यासारखे करून तो एकदम म्हणाला, ''अरे, हो, बरं केलंस. फार महत्त्वाचं होतं हे पत्र.''

ड्रायव्हर निघून जाताच विद्याधरने ते पत्र उघडून पाहिले. चांदण्यात अक्षरे किंचित सारवल्यासारखी दिसत होती. त्याने आरंभ पाहिला–

प्रिय रमाकांत,

खालच्या सहीकडे त्याने नजर वळविली–

तुमची आवडती मैत्रीण,
सुरंगा.

अग्निरस

✴✴✴

रमाकांतच्या त्या त्रुटीत आत्मवृत्ताची पाने वत्सलेने किती तरी वेळ चाळली. मृत मनुष्याचे दर्शन घेताना भीती तर वाटते; पण उत्सुकता मात्र नाहीशी होत नाही. त्या आत्मवृत्तातील आपल्या मृत संसाराकडे पाहताना तिचीही अशीच स्थिती झाली. समोर धरलेल्या दिव्याकडे टक लावून पाहत नागाने स्वस्थ राहावे त्याप्रमाणे त्या वहीकडे कितीतरी वेळ ती पाहत राहिली. रस्त्यातल्या लोकांच्या गर्दीस आलेली भरती केव्हाच ओसरून गेली होती. समुद्राला भरती येऊन गेली तरी तिने भिजविलेला वाळवंटाचा भाग जसा स्पष्ट दिसतो त्याप्रमाणे त्या गर्दीची चिन्हे रस्त्यावर दिसत होती. जिकडे तिकडे विजेच्या दिव्यांचा चकचकाट होता, पण वत्सलेच्या हृदयातला अंधार अणुमात्र उजळण्याचेसुद्धा त्यांच्यात सामर्थ्य नव्हते. समोरच्या बंगल्यातूनच गाण्याचे मंजुळ सूर ऐकू येत होते. पण निराशा तिच्या भग्न हृदयवीणेवर मृत्युगीतच वाजवीत होती. मधूनच तिला वाटे– रमाकांत आपल्याला लाथाडून त्या सुरंगाबरोबर चांदण्यात फिरायला गेला हा नुसता स्वप्नातला भास आहे. या स्वप्नातून जागे होण्याकरिता ती धडपडू लागली. पण तिच्या मांडीवर पडलेली रमाकांतची ती वही पानापानावर ओरडून सांगत होती– 'या स्वप्नातून जागं होण्याचा एकच मार्ग आहे. मृत्यू!'

जखम झालेल्या भागावरून हात फिरवून तो काही बरा होत नाही. पण तो फिरविण्याचा मोह अनावर होतो. रमाकांतचे आत्मवृत्त वत्सला उघडी आणि एखादे पान वाचून पुन्हा विचारमग्न होई. एका पानावर लिहिले होते–

'वत्सलेशी लग्न करण्याचे मी कबूल करायला नको होते. पण बाबांची भीती! सबइन्स्पेक्टर असताना एका आरोपीला त्यांनी मरेपर्यंत मारलेले मी लहानपणी पाहिले. तो आरडाओरडा ऐकून मी धावतच आत गेलो. त्या मनुष्याच्या वेदना आणि

बाबांचा उग्र चेहरा याची मला एवढी दहशत बसली, की पुढे बाबांच्यापाशी एखादी वस्तू मागायची तरी आईला मध्यस्थ करावे लागे. बाबांना वाटे 'केवढा आज्ञाधारक आपला मुलगा!' या आज्ञाधारकपणामुळेच माझ्या लग्नाचा खेळखंडोबा झाला! मी नाही म्हटले असते तर त्यांनी इस्टेटीवरचा माझा सारा हक्क नाहीसा करून टाकला असता. मग कलेची उपासना करायला लागणारे स्वास्थ्य मला कुठून मिळणार होते? या साऱ्या गोष्टीत वत्सलेचा विनाकारण बळी पडला असे एखादे वेळी वाटते. पण मी त्याला काय करू? मासळीचे सांबारे हवे तर जाळ्यातील माशांची तडफड पाहून द्रवता कामा नये. वत्सलेसारख्या कुरूप, काळ्या पोरीबरोबर संसार करायला मी काय कोकणातल्या काजूच्या कारखान्यात काम करणारा एखादा मजूर आहे! माणसाचे मन फुलपाखरासारखे असते. मध नसलेल्या फुलावरून उडून दुसरीकडे गेले, तर तो त्या नीरस फुलाचाच दोष नाही का?'

तीन-चार पानांनंतरचे एक पान ती वाचू लागली, 'आई वारल्यानंतर बाबांनी मला बोर्डिंगमध्ये ठेवले. अगदी तुरुंगातल्या कैद्याप्रमाणे शिस्त होती तिथे. पण कितीही कडक शिस्त असली तरी तुरुंगातली कैदी हवी ती वस्तू मिळवितातच की नाही? मी अभ्यासाच्या पुस्तकाच्या आड कादंबऱ्या घालून त्या वाचीत असे. सुपरिंटेंडेंटनी एकदा आम्हाला नाटकाला जायला बंदी केली. भय्या वश करून घेऊन आम्ही त्यांच्या हातावर कशा तुरी दिल्या आणि दुसऱ्या दिवसापासून त्या नाटकातील पदे जोरजोराने म्हणून सारे बोर्डिंग डोक्यावर घेतले हे सारे आठवले, की अजून हसू कोसळते.

मनुष्य म्हणजे काय कापसासारखा निर्जीव कच्चा माल आहे, की त्याचा वाटेल त्या तऱ्हेचा पक्का माल करता येईल? बापाला मुलगा आपल्यासारखा व्हावा असे वाटते. पण तो होत नाही म्हणून शिक्षा करायची तर ब्रह्मदेवाला करा. बिचाऱ्या मुलाला का? बाबांच्या शेरभर रक्तांत पाऊण शेर तरी पोलिसी रक्त असेल. इतके असून माझ्या रक्तात त्याचा थेंबसुद्धा उरला नाही, याला जबाबदार कोण? 'चौर्य'खेरीज कोणत्याच कलेशी पोलिसखात्याचा संबंध येत नाही, पण सुंदर चित्र, सुंदर गाणे, सुंदर चेहरा यांच्याविषयी मला अगदी लहानपणापासून आकर्षण वाटत आले. बोर्डिंगमध्ये वर्गातल्या पहिल्या नंबराशी माझी कुठे मैत्री होती? ती स्वारी शेंडीला गाठ मारून आपल्या अष्टावक्री तोंडाने घोकंपट्टी करण्यात गुंग असे. त्याच्यासारख्या रानवटापासून दोन हात दूरच असे मी. माझा दोस्त तो मनोहर. एका नायकिणीचा मुलगा होता. किती नाजूक अन् सुंदर दिसे. केसांचा मधोमध भांग पाडून आला म्हणजे मी म्हणेदेखील त्याला, 'मन्या, थोडक्यात चुकलं! बाईच्याच जन्माला यायचास तू!' तो कुठल्याशा नाटक मंडळीत गेला म्हणे. पुढे आवाजाचे मडके झाले आणि– कुठे आहे कोणाला ठाऊक तो आता!'

पुढले एक पान वत्सलेने उघडले.

'मी जर ईश्वर असतो तर रात्र नेहमी पौर्णिमेचीच ठेवली असती. दोन गुलाबी गालांमध्ये सुंदर दंतपक्ती शोभावी, त्याप्रमाणे संध्या व उषा यांच्या दरम्यान फक्त नक्षत्रे तेवढी माझ्या सृष्टीत दिलेली असती! माझ्या सृष्टीत फणसाच्या आत रसाळ गरे तर राहिलेच असते; पण त्याचे सुसरीसारखे अंग मी हरिणासारखे केले असते. सध्याची सृष्टी निर्माण करणारा ब्रह्मदेव भोळ्याभाबड्या आईप्रमाणे आहे. आपल्या सुंदर बाळाला दृष्ट लागू नये म्हणून ती जशी गालबोट लावते, तशी त्याने प्रत्येक वस्तू सदोष करून ठेवली आहे. सरस्वती ही आपल्या अर्धवट ब्रह्मदेवाची कन्या आहे, असे म्हणणारे वेडेच म्हणायचे.'

वत्सला खिन्न मनाने हाताला येईल ते पान वाचून पाहत होती.

'जीवनाचा हेतू काय? सौंदर्यलाभ. काळ्याकुट्ट मेघांनी भरलेले आकाश मला पाहवत नाही. पण या काळ्याकुट्ट तबल्यावर आणि डग्ग्यावर सृष्टीसुंदरीचे विजेचे हात नाचू लागले की माझे मन मुग्ध होऊन जाते. पावसाचे दृश्य मनोवेधक तर खरेच. पण सूर्याचे स्वागत करण्याकरता आकाश इंद्रधनुष्याचे तोरण उभारते. तो देखावा मला अधिक मोहक वाटतो.

लहानपणापासून माझी सौंदर्यासक्ती वाढत आली. वेष असो नाही तर केस असोत, गबाळेपणाचा मला अगदी तिटकारा येतो. मला जर कुणी सर्वाधिकार दिले, तर जगातून कुरूप माणसे आणि बेढब वस्तू मी एका क्षणात नाहीशा करून टाकीन.

कॉलेजमध्ये मी मुलींच्या बाकापाशी मुद्दाम बसत असे. त्या वेळी वात्रट पोरे माझी थट्टा करीत. पण आता लोकप्रिय झालेल्या माझ्या गोष्टींचा त्या बसण्याशी संबंध आहे, असे सांगितले तर ते कुणाला खरेसुद्धा वाटणार नाही. सुंदर तरुणी म्हणजे सर्व कलांचा मनोहर संगमच नाही का? तिची अंगकांती, ओठ, गाल, केशकलाप म्हणजे चित्रकलेच्या प्रदर्शनातील निरनिराळे विभागच. तिचे लाडके बोलणे, मंजुळ गुणगुणणे, मधुर गाणे ह्यांत गायनकला मूर्तिमंत दिसते. सुंदर स्त्रीचे साधे चालणे हासुद्धा नृत्यकलेचा पाठच असतो.

कलावंतांची सौंदर्यसृष्टी जो जो अधिक तो तो सुंदर रूपाचे त्याच्यावर होणारे आकर्षणही मोठे. लहानपणी मी शेजारी राहणाऱ्या एका लहान मुलीचा खेळात मुका घेतला म्हणून बाबांनी मला खूप चोपले होते. मी काहीतरी वाईट गोष्ट केली असे त्या वेळी मलासुद्धा वाटले. पण आता वाटते– माझ्या रक्तातल्या कलासक्तीचाच तो परिणाम होता. मला पक्के आठवते, आमच्या घरी चंद्री नावाची एक सुंदर मोलकरीण असे. तिच्याबरोबर इकडेतिकडे लुडबुड करताना मला किती आनंद होई. पुढे ती मेली का कुठे गेली. दुसरी मोलकरीण आली. माझी कामे पूर्वीसारखीच होऊ लागली. पण चंद्री नाही म्हणून एक-दोनदा मी मुसमुसून रडलोदेखील! बाबांच्याकडे

सुट्टीत राहायला गेलो आणि बाजारातली भाजी आणायची असली, तर अगदी कुरूप दिसणाऱ्या बाईकडील चांगली भाजी विकत घ्यायचे जिवावर येई माझ्या.

शाळेत आणि कॉलेजात ही सौंदर्यासक्ती वाचनाने अधिकच वाढली. नाटके आणि सिनेमा पाहून तर काळ्या आणि कुरूप माणसांविषयी मला तिटकाराच वाटू लागला. एल.एल.बी.त मी दोन-तीनदा नापास झाल्यावर बाबा नोकरी शोधू लागले. पण मुलांच्या शाळेतली अधिक पगाराची नोकरी सोडून मुलींच्या शाळेत कमी पगारावर मी नोकरी पत्करली. माझ्या स्वार्थत्यागाचे आणि स्त्रीशिक्षणाविषयीच्या कळकळीचे त्या वेळी वर्तमानपत्रांत केवढे कौतुक झाले. या रटाळ संपादकांची अक्कल तितकीच चालायची. मुलांच्या शाळेपेक्षा मुलींच्या शाळेत माझ्या विशुद्ध सौंदर्यसृष्टीचे पोषण अधिक होईल, एवढ्याच हेतूने मी हे काम पत्करले. माझा तर्क खोटा तरी कुठे होता? याच अवधीत कथालेखक म्हणून मी लोकप्रिय झालो. या कथांतील तरुणींच्या सुंदर, रेखीव व ठसकेबाज वर्णनाची स्फूर्ती मला मुलांच्या शाळेत झाली असती का? मुलींचा वर्ग म्हणजे सुंदर फुलबाग. मुलांचा वर्ग ती कितीही चांगली असली तरी– फळबाग!

पाचवीतली ती उषा खरे! ती सहावीत गेली तेव्हा माझा तास नसताना मी मुद्दाम नाही का एक तास त्या वर्गावर मागून घेतला. बाकीच्या मुलींपेक्षा ती मला अधिक आवडत होती हे इतरांना कळणेसुद्धा शक्य नाही. हीच खरी विशुद्ध सौंदर्यदृष्टी! या नाटक बसविण्याच्या निमित्ताने मी शाळेतून रजा घेतली. त्यातच बाबांच्या मृत्यूची भर पडली. कलेची उपासना करायची तर शाळेच्या अकरा ते पाच फिरणाऱ्या चक्रात सापडून उपयोगी नाही, पण मुलींच्या वर्गात बसून मिळणारा पवित्र सौंदर्याचा आनंद गमावू नये, असे एक वेळ मनात येते. वर्गात काहीतरी टिपून घेण्याकरिता मुलींनी माना वाकविल्या की त्यांच्या अंबाड्याभोवती वेलीच्या वलयाप्रमाणे खेळणारे चुकार केस, एखादी सुंदर कोटी केली की त्यांच्या चेहऱ्यावर सुरू होणारा लाजेचा नाच–

पण सौंदर्याच्या या संकुचित क्षेत्रात पडण्याची आता मला काय जरुरी आहे? माझ्या सौंदर्यदृष्टीचे पोषण अल्लड मुलींपेक्षाही कलाचतुर तरुणींच्या सहवासातच अधिक होणार नाही का? गेल्या दोन महिन्यात सुरंगाशी किती निकट संबंध आला माझा. गोष्टीतल्या चित्राच्या निमित्ताने त्या सुलोचनेचीही ओळख झाली. त्यांच्याशी ओळख झाल्यामुळे वत्सलेचा कुरूपपणा आणि कलाहीनता आता अगदी असह्य झाली आहेत मला.’

क्रमाने लिहिलेली ही दोन-तीन पाने वाचून वत्सलेच्या डोळ्यांत पाणी उभे राहिले. त्यातील एक-दोन थेंब त्या पानांवर पडलेदेखील. पण इतक्यात कसला तरी विचार करून तिने दात घट्ट रोवले आणि वहीचे लिहिलेले शेवटचे पान उघडले.

'लग्नानंतर दोन-तीन महिन्यात क्षयाने आजारी पडून बाबांनी उपकारच केले मोठे माझ्यावर. त्यांना हवेकरता आणि वत्सलेला त्यांच्या शुश्रूषेकरिता पाचगणीला ठेवून मी मुंबईत वर्षभर सुखाने राहू लागलो. पण आता बाबा वारले. आठ दिवसांपूर्वी ही पीडा घरात राहायला आली. मामीकडे जायला ती तयारच नाही मुळी! हिच्या संगतीत दिवस काढायचे– काय आहे असे तिच्यात? लग्नाच्या वेळी बाबा म्हणाले होते, 'मुलगी मोठ्या हळव्या मनाची आहे.' एक कुत्र्याचे पोर मेले म्हणून एक दिवस ही सारखी रडत होती अशी थाप मारली बाबांना तिच्या मामाने! लग्न जमविण्याकरिता खोटे बोलायलासुद्धा कमी केले नसेल त्याने. आमचे बाबा काय? पेन्शनबरोबर पोलिसखात्याशी संबंध तुटलेला. तेवढ्यावरच खूष झाले. पण कुत्र्या-मांजरांकरिता रडत बसणाऱ्या बायकोचा आपल्या कलाप्रेमी मुलाला काडीइतकाही उपयोग नाही, हे काही त्यांच्या लक्षात आले नाही. येणार तरी कुठून म्हणा? पोलिसखात्यात सारा जन्म गेला त्यांचा. शेणव्याच्या घरात कुडाळदेशकराची मुलगी करून घेण्याची ही सुधारणा उगीच नाही सुचली बाबांना. माझ्या लहानपणाची गोष्ट. कोकणात बदली झाली होती बाबांची. कुठले तरी पोलिसी अवदान गळ्यात अडकून बसले त्यांच्या. प्राण जातो की राहतो अशी स्थिती झाली म्हणे! त्या वेळी वत्सलेच्या बापाने सुटका केली त्यांची! पाप बापाचे आणि प्रायश्चित मुलीला! खासा न्याय!

पण ह्या अंधेरनगरीतील न्यायापुढे मी मान वाकविणार नाही. वत्सला हा एक मानवी जीव आहे– तिच्याबद्दल मला थोडे वाईट वाटते. पण राजाला कुणी कोळसा नजर केला म्हणून तो मुकुटात घालण्याइतका तो काही वेडा नसतो! जगात सामान्य आणि असामान्य यात दोन ध्रुवांचे अंतर नेहमी राहणारच. ब्राह्मणांत जन्माला आली आणि बाबांची कृतज्ञता जागी झाली म्हणून दहा जणींसारखी दिसणारी ही काळीसावळी मुलगी माझी बायको झाली. खालच्या जातीत तिचा जन्म झाला असता, तर कोकणातल्या कुठल्या तरी खेड्यात, डोक्यावर माशांची पाटी घेऊन बाजाराकडे धावत जाणे, नाही तर मोलाने भांडी घासणे आणि काजी फोडणेच हिच्या नशिबी आले असते. फाटके लक्तर नेसवून दहा कुरवाड्यांच्या बायकांत उभी केली, तर ब्रह्मदेवालादेखील ब्राह्मणाची वाटायची नाही ही आणि ही माझी– सौंदर्याची सुंदर चित्रे रेखाटणाऱ्या कलावंत, कथालेखक म्हणून महाराष्ट्राला मोहिनी घालणाऱ्या रमाकांतची– बायको!

परवाच्या वकुलातल्या 'भाव तसा देव' या माझ्या गोष्टीवर लोक नुसते खूष आहेत. बाप प्रियकराशी लग्न लावून देत नाही म्हणून मध्यरात्री घर सोडून निघून जाणारी सुंदर नायिका– कुंकू पुसून देवळाच्या आवारात विधवा म्हणून तिने राहणे– तिथल्या पुजाऱ्याची तिच्यावर असलेली पापी नजर– त्याच्या शब्दावर विश्वास ठेवून

देवाला गाऱ्हाणे घालण्याकरिता भर मध्यरात्री तिने देवळात जाणे– आणि बैराग्याच्या वेषाने फिरणाऱ्या व मूर्तीआड लपून बसलेल्या नायकाने तिची किंकाळी ऐकून तिला पुजाऱ्याच्या हातातून सोडवणे– सारेच प्रसंग किती रम्य आहेत. ही गोष्ट लिहिताना पदोपदी सुरंगाची मूर्ती डोळ्यांपुढे उभी करून मी नायिकेचे चित्र रेखाटीत होतो. वत्सला माझ्या प्रतिभेचे असे पोषण करील? छे! नावच नको त्याचे!

आजपर्यंत बाबांच्या भिडेखातर गप्प बसलो. पण आता तिला स्पष्ट सांगितलेच पाहिजे. तिचा मार्ग निराळा, माझा मार्ग निराळा. एक उत्तर ध्रुव आणि दुसरा दक्षिण ध्रुव! सौंदर्य आणि कला हे माझे जीवन! तिचे जीवन– माझी बायको म्हणून ती झुळझुळीत पातळे नेसेल, इंग्रजी सातवीपर्यंत गेली असल्यामुळे फार तर एखादी कादंबरी वाचू शकेल! तेसुद्धा अशक्यच म्हणा. 'भाव तसा देव' ही गोष्ट असलेला अंक जेवता जेवता मी वाचीत होतो. तिथेच राहिला तो. पण तिने त्या गोष्टीबद्दल चकारशब्द तरी काढला का? नाही तर सुरंगा! संध्याकाळी तालमीच्या वेळी गोष्टीतल्या नायिकेच्या तोंडची दोन वाक्ये मधेच घुसडून तिने केवढा हशा पिकविला. तशी ती सुलोचना! देवळातल्या त्या प्रसंगांचे लगेच दुसरे दिवशी चित्र काढून आणून दाखविले मला. यापुढं माझ्या गोष्टीत चित्रं काढायचं ठरविलेच तिनं. जन्माची जोडीदारीण अशी असली तर गंमत! नाही तर–

जगात जाती दोनच! शरीराने राबणाऱ्या अरसिक, कलाहीन आणि बुद्धिमंद लोकांची एक आणि बुद्धीवर जगणाऱ्या रसिक, कलासंपन्न, प्रतिभावान लोकांची दुसरी. इतर सर्व जाती एक वेळ मोडतील. पण या दोन जातीतले विलक्षण अंतर कधीही नाहीसे होणार नाही. वत्सला एका जातीची, मी दुसऱ्या जातीचा. वडील माणसांच्या हट्टाने भटांनी पुटपुटलेल्या मंत्रांनी आणि जगाने फेकलेल्या अक्षतांनी का इतकी भिन्न प्रकृतीची माणसे एकरूप होणार आहेत?

वत्सलेला हे सारे तोंडी सांगता येणार नाही म्हणून मनातले विचार कागदावर उतरू लागलो. ही वही वत्सलेच्या अंगावर एकदा फेकली की सुटलो. एवढा भरभक्कम लेखी पुरावा पाहिल्यावर तिची मनोदेवतादेखील मला दोषी ठरविणार नाही. मी जन्मत: या फुलावरून त्या फुलावर उडत जाणारे फुलपाखरू आहे. दिव्यावर झेप घालून जळून जाणाऱ्या पतंगाचा जन्म निसर्गाने तिला दिला आहे! हा दोष कुणाचा? माझा खास नाही.'

वत्सलेने ती वही दूर फेकून दिली. पण तेवढ्यामुळे तिने तिच्या अंत:करणात पेटविलेली आग थोडीच दूर होणार होती? तिच्या डोळ्यांतून अश्रू वाहू लागले. पण त्यांनी ती आग विझविण्याऐवजी अधिकच भडकली. अश्रू पुसणारे दुसरे कुणी असले तरच रडण्यात आनंद असतो. फाशीच्या फळीवर उभ्या असलेल्या आरोपीच्या दृष्टीने तिने सगळीकडे नजर फिरविली. रमाकांतच्या खोलीत चित्रपटतारका चमकत

होत्या. चित्रातल्या नायक-नायिका चुंबनासाठी उत्सुक झाल्या होत्या. तिला वाटले, एक हातोडी घ्यावी आणि एकामागून एक सारे फोटो फोडून टाकावेत.

तिच्या डोक्यात वादळ थैमान घालीत होते. रमाकांतचा मार्ग जुहूचा. आपला त्याच्यापेक्षा निराळा. म्हणजे कुठला? महालक्ष्मीचा? उद्या महालक्ष्मीवर पाण्यात बुडालेल्या बाईचे एक प्रेत सापडावे एवढ्याचकरिता का आपण जन्माला आलो? रमाकांत फुलपाखरू! आपण पंतग! फुलपाखराचे रंग छान दिसतात. पण पतंगही आपल्या परीने सुंदर दिसत नाही का? कुठे तरी वाऱ्यावर एखादा दिवा भडकण्याच्या बेतात आहे. तो भडकला तर एक घर नव्हे, सारे गाव जळून खाक होईल. पतंग त्या दिव्यावर झडप घालून तो विझवून टाकतो. तो जळून गेला तरी त्याने संबंध गावाला जीवदान दिले असे होत नाही का? रंगेल फुलपाखराने नुसते नाचावे आणि बागडावे, पण हे जीवदान देण्याचे काम– नकाशात सबंध पृथ्वी दिसते त्याप्रमाणे, तिच्या स्मृतिपटलावर तिच्या मागील आयुष्याचे चित्र व्याकूळ झालेल्या हृदयाने रेखाटून दाखविले. आपण जन्मत: अभागी! आई लहानपणीच देवाघरी गेली. वडील परोपकार करता करता नोकरी गमावून बसले. पोटासाठी ते कोकणातून मुंबईला आले आणि तिथे इन्फ्लुएंझाच्या रोग्यांची शुश्रूषा करता करता त्याच साथीला बळी पडले. बालपणाची पाच सहा वर्षेच काय ती रम्य कोकणात आणि त्याहूनही रम्य अशा वडिलांच्या सहवासात आपण घालविली. तिथून मामांच्या घरी सांगलीला घालविलेली चौदा वर्षे! पुरा वनवासच म्हणायचा! सुरूप मामेबहिणीचा तोरा, मामींचा दुस्वास, बायकोच्या मुठीत राहणाऱ्या डॉक्टर मामांनी आपल्या गळ्यात बांधलेला स्वयंपाक, मुलांच्या शाळेत पहिला नंबर असूनही मॅट्रिकच्या वर्गात आजारीपणामुळे आपणाला सोडावी लागलेली शाळा– दैव आपल्या दु:खाचे देऊळच बांधत होते. त्याच्यावर रमाकांतच्या रूपाने कळस चढला. खरंच त्या देवळाला शोभण्यासारखा कळस आहे हा!

याच वेळी समोरच्या बंगलीतील जलशाची समाप्ती होऊन जहागिरदारांची स्वारी मोटारीत बसण्याकरिता बाहेर आली. बंगलीची मालकीणही नट्टापट्टा करून त्यांच्याबरोबर ठुमकत ठुमकत चालत होती. कला आणि सौंदर्य हातात हात घालून समोरच्या बंगलीत नाचत होती. पण वत्सलेला त्याची शिसारी आली. तिने तोंड फिरविले. कुरवाड्याच्या ज्या काळ्यासावळ्या बायकांची रमाकांतने निंदा केली होती त्या या बाईपेक्षा शतपटीने बऱ्या असे तिला वाटले. तिच्या मनात आले, पोराबाळांकरिता आणि कुटुंबाकरिता उन्हाळ्यात राबून काळ्या पडलेल्या त्या बायकांत जीवनाचे जे सौंदर्य आहे, ते पैसे मोजणाऱ्या वाटेल त्या नरपशूबरोबर चांदण्यात मौजा करण्याकरिता जाणाऱ्या या वेश्येच्या आयुष्यात आहे काय? खचित नाही. प्रेमाचे दान होऊ शकेल. पण खरेदी-विक्री– छे! पोटच्या गोळ्यांच्या खरेदी-विक्रीइतकीच अमंगळ

होईल.

तिचे हात रमाकांतच्या टेबलावरील वर्तमानपत्राशी चाळा करीत होते. सहज एक वर्तमानपत्र उचलून ती पाहू लागली. आठ-दहा दिवसांपूर्वीच्या बकुलचा अंक होता तो! तिच्या दृष्टीला एक जाहिरात पडली.

'पाहिजे–'

मास्तरणीची जाहिरात असेल कदाचित. पण आपण कुठे मॅट्रिक पास झालो आहोत!

'आमच्या कामापूरच्या काजूच्या कारखान्यात सध्या पाचशे मजूर काम करीत आहेत. पण आफ्रिकेत काजू व मजुरी ही दोन्ही स्वस्त असल्यामुळे तिकडचा माल अमेरिकेत व इंग्लंडमध्ये जास्त खपू लागला आहे. प्रयत्न केले नाहीत तर थोड्याच दिवसात परदेशाचा पैसा स्वदेशात आणणारा हा धंदा नामशेष होईल. तो टिकविण्याचा एक उपाय आहे. तो म्हणजे काजू फोडण्याचे यंत्र तयार करणे हा होय. हाताने फोडलेल्या काजूइतका चांगला माल यंत्राने निघू लागला, तर आफ्रिकेतील कारखान्याशी टक्कर मारूनही कोकणातला हा धंदा जगू शकेल. यंत्र यशस्वी रीतीने तयार करणाऱ्याला पाच हजार रुपयांचे बक्षीस आम्ही देऊ. पण या द्रव्यप्राप्तीपेक्षा शोधक या नात्याने मिळणारी कीर्ती अधिक महत्त्वाची आहे. अमेरिकेत अशा प्रकारचे यंत्र तयार करण्याची खटपट सुरू आहे असे म्हणतात. पण अद्यापि तिला यश आलेले नाही. या बाबतीत प्रयत्न करून पाहू इच्छिणाऱ्या यंत्रशास्त्रज्ञांची जरूर तितके दिवस बडदास्त ठेवण्याला कारखाना तयार आहे. कोकणाची माहिती पुष्कळांना नसते. तरी इकडे येण्याची इच्छा असणाऱ्या गृहस्थांनी मुंबईत माझी मुलगी सुलोचना हिला खालील पत्त्यावर भेटावे–'

पत्ता न वाचता वत्सलेने ती जाहिरात एकदा, दोनदा, तीनदा वाचली. तिसऱ्यांदा वाचून होताच ती एकदम उठली. मघाशी दूर फेकून दिलेली रमाकांतची वही तिने उचलली आणि रस्त्यावरून काही वाजत जाऊ लागले की लहान मूल जेवढ्या त्वरेने ते पाहण्याकरिता धावत जाते, तेवढ्या लगबगीने जिन्याच्या पायऱ्या उतरून ती खाली गेली. दारापाशी घोरत पडलेल्या पोऱ्याने अर्धवट डोळे उघडून पाहिले व तो कुशीवर वळला. रमाकांत परत आल्यामुळे बाईंनी दार उघडले आहे असे त्याला वाटले.

मावशीच्या घराच्या अलीकडच्या कोपऱ्यावरच बाप्पा उभे होते. त्यांना पाहताच सुलोचनेने मोटार चटकन् थांबविली. 'मी चालतच जाईन घरी'' असे रमाकांत म्हणाल्यामुळे मोटार निघून गेली.

मोटारमधून उतरता उतरताच बाप्पांचे छायाचित्र रमाकांतच्या मनाने क्षणार्धात घेतले. स्वारी इतकी हडकुळी होती की बोलून सोय नाही. प्रसंगी वंदनाला झेंडा नसला तर यांच्या डोक्याला तिरंगी फडके बांधून झेंडावंदन केले तरी चालण्याजोगे होते. वर्ण काळसरच, गालांच्या हाडांप्रमाणे पुढचे दोन दातही वर आलेले. खादीचा पंचा गुडघ्याच्या खाली एक-दोन अंगळे असेल नसेल, केस डोक्याबरोबर कापलेले एखाद्या उघड्याबोडक्या डोंगराप्रमाणे डोके दिसत होते त्यामुळे. अंगावरची खादीची चादर मात्र त्यांनी खांद्यापाशी दोन्ही हातांनी घट्ट धरली होती.

त्यांनी लपेटून घेतलेल्या त्या चादरीकडे पाहताच रमाकांतला वाटले. 'काय वेडसर गृहस्थ आहे, चांगला स्वेटरबिटर घालायचे सोडून–' पण लगेच सुलोचनेने सांगितलेला बाप्पांचा इतिहास त्याला आठवला. टिळकांना राजद्रोहाची शिक्षा झाली त्यावेळी सरकारी कॉलेजात प्रोफेसर होऊन सहाच महिने झाले होते त्यांना. दिली स्वारीने एकदम सरकारी नोकरी सोडून! पहिल्यापहिल्यांदा मुली सांगून येत त्या वेळी ते फार गंमतीने वधूपित्याचे चिकाटीने हल्ले परतून लावीत असत. वयाने लहान मुलगी असली म्हणजे ते म्हणत, 'मोठी मुलगी हवीय मला.' मोठ्या मुली त्या वेळी मिळतही नसत फारशा. त्यातून त्यांच्या बारदेशकर जातीत तर दुर्मीळच होत्या. पण त्यातल्या त्यात एखादी मोठी मुलगी सांगून आली की, 'लहान मुलगी हवीय् मला,' असा मंत्र बाप्पांनी उच्चारलाच म्हणून समजावे. ही टोलवाटोलवी फार दिवस चालेना. तेव्हा त्यांनी दुसराच उपाय शोधून काढला शेवटी. 'माझं लग्न झालंय!' म्हणून ते लोकांना सांगू लागले.

''बायको कुठं आहे!'' कुणीतरी धीटपणाने विचारी.

''इंग्लंडमध्ये!''

''येणार केव्हा?''

''पाहू या, तुम्ही आणाल तेव्हाच येणार!''

''जाऊन किती दिवस झाले?''

''शंभर वर्षं तरी होत आली.''

''म्हणजे?''

''माझ्या बायकोचं नाव सांगू का? स्वतंत्रता!''

लग्नाप्रमाणे आहारादी सर्वच गोष्टींत ते विलक्षण निग्रही होते. कच्च्या डाळ-तांदळावर महिनोन्महिना राहण्याचाही प्रयत्न केला होता त्यांनी. १९३० च्या कायदेभंगाच्या चळवळीत ते तुरुंगात गेले. गेल्याबरोबर स्वारीने भंगीकाम मागितले! स्वारी सुटली. पुन्हा कायदेभंग– तुरुंग आणि भंगीकाम!

या साऱ्या गोष्टी आठवून आणि ती मूर्ती पाहून रमाकांत क्षणभर थिजलाच. त्याने नमस्कार केला. बाप्पांनी 'वंदे मातरम्'' म्हणून त्याचा स्वीकार केला.

रमाकांतकडे बोट दाखवीत सुलोचना म्हणाली, ''बाप्पा, हे ते प्रख्यात कथालेखक रमाकांत.''

''अस्सं. महाराष्ट्राचे भावी गॉर्की! सुलू, तुझ्यापाशी जादू दिसतेय काहीतरी. विद्याधर, रमाकांत, तू– पण देशाचे सारे आधारस्तंभ असे एकत्र आल्यावर वरचं मंदिर नीट उभं राहील का?''

'आमचे बाप्पा काही अरसिक नाहीत हं. बघा कसं गंमतीनं बोलतात ते,'' अशा दृष्टीने सुलोचनेने रमाकांतकडे पाहिले.

''चित्रपट बरा होता का आजचा?'' रमाकांतने विचारले.

''चांगला होता पण इथून तिथून सारा करुणरस!''

करुणरसाचा चांगला चित्रपट! रमाकांतला एक परदेशी चित्रपट आठवला. मागच्याच आठवड्यात सुरंगाला त्याने तो पाहायला नेले होते. त्याचे कथानक झर्रकन त्याच्या डोळ्यांपुढून गेले. एका कुमारिकेला मूल होते. ते एका निपुत्रिक गृहस्थाच्या दाराशी ती नेऊन ठेवते. मुलाचे सुख नेहमी दृष्टीला पडावे म्हणून ती त्याच घरी स्वयंपाकीण म्हणून राहते. पुढे तो मुलगा आजारी पडतो, भलभलते खायला मागतो. पण प्रेमामुळे ती त्याचे अविचारी लाड पुरवीत नाही. बरा झाल्यावर तो मुलगा तिच्यावर चोरीचा आळ घालून तिला पोलिसाच्या ताब्यात देतो. पोलीस पकडून नेत असताना 'माय डियर' एवढेच शब्द उच्चारून तिने करुण दृष्टीने फिरविलेली मान– त्या वेळी सुरंगाच्या गालांवरून ओघळलेले अश्रुबिंदू आठवून रमाकांत चटकन म्हणाला, ''ती आई टिपं काढते अगदी लोकांच्या डोळ्यांतनं–''

''आईच काय? सारीच माणसं!''

रमाकांतला वाटले– भंगीकाम करीत बसणाऱ्या या देशभक्ताला सिनेमातलं काय कळणार कपाळ? लगेच त्याच्या मनात आले– बाप्पांसारखा मनुष्य परदेशी चित्रपटाला जाणार नाही. त्यांनी कुठला तरी देशी चित्रपटच पाहिला असावा. त्याने बाप्पांना प्रश्न केला, ''चित्रपट देशी होता वाटतं?''

''अगदी अस्सल देशी. असला चित्रपट परदेशात होत असेल की नाही याची शंकाच आहे.''

रमाकांत मनात म्हणाला, 'जन्मात पहिल्यांदाच चित्रपट पाहात असेल स्वारी!'

काहीतरी बोलायचे म्हणून त्याने विचारले, ''कितीशी लांब होती फिल्म?''

''चांगली दोन अडीच मैल!''

सुलोचना गोंधळून बाप्पांच्याकडे पाहू लागली. रमाकांतची खात्री झाली. तुरुंगात दोन-तीन वर्षे काढल्यामुळे स्वारीचा स्क्रू ढिला झाला आहे.

बाप्पा हसत हसत म्हणाले, ''तुम्हाला पाह्यचीय् का ती फिल्म?''

''आता बाराला बंद होतो सिनेमा.''

"हा सिनेमा नाही तसा. हा दहा-अकराला सुरू होतो. पहाटे-सहाला खेळ खलास. हे बघा त्यातलं एक चित्र.''

जागच्या जागी थबकून बाप्पांनी दाखविलेल्या दिशेकडे रमाकांत व सुलोचना पाहू लागली. फुटपाथवर हातापायांची जुडी करून एक मनुष्य निजला होता. रमाकांतच्या डोक्यात एकदम प्रकाश पडला. हा गृहस्थ सिनेमाला न जाता दोन-अडीच मैलांत फुटपाथवर किती लोक कुडकुडत निजले आहेत, हे पाहून आला असावा.

बाप्पा पुढे म्हणाले, "सिनेमात अगदी चढ प्रसंग असतो ना? तोही पाहायला मिळाला मला.''

दोघेही उत्सुकतेने त्यांच्याकडे पाहू लागली.

"एका टुमदार बंगलीतून एक श्रीमंत गृहस्थ परत जात होता. त्याला पोचवायला बाहेर बाई आली होती एक! वेश्याच असावी ती! थोड्याच वेळात त्या बंगलीच्या समोरच्या इमारतीतून एक बाई खाली आली. भर मध्यभागी ही बाई काय करते आहे तेच मला कळेना. विधवा होती की छळाला कंटाळून जीव द्यायला निघाली होती– किती वेळ रस्त्यात उभी राहून ती त्या इमारतीकडे पाहत होती. प्रेताला अग्नी द्यायच्या वेळी मनुष्य त्याच्याकडे पाहत जसा उभा राहत असेल तशी ती–''

"कुठं गेली ती पुढं?'' किंचित कंपित स्वराने रमाकांतने प्रश्न केला.

"पुन्हा ती वर गेली. म्हणून मी परत आलो. नाही तर आज मावशी काढणार होती सुलूचं कांडात!''

"बराय येतो'' म्हणून रमाकांत एकदम जायला निघाला. त्याच्या या तुटकपणाने सुलोचनेला आश्चर्य वाटल्यावाचून राहिले नाही.

मुंबईतले शून्य रस्ते पौर्णिमेच्या चांदण्यात न्हाऊन निघत होते. पण ते दृश्य पाहून रमाकांतला सुवासिनीच्या प्रेताला स्नान घालतात त्याची आठवण झाली.

एक स्त्री व दोन हृदये

***

एक, दोन, तीन... सावळ्याने बारा ठोके ऐकले. तो या कुशीवरून त्या कुशीवर वळला, तुरुंगात आल्यापासून बारापर्यंत डोळ्याला डोळा लागला नाही, अशी ही त्याची पहिलीच रात्र! या गोष्टीचे त्याचे त्यालाच आश्चर्य वाटत होते. 'क' वर्गातल्या कोंडवाड्यात सुखाने झोप यायला मनुष्य स्थितप्रज्ञच पाहिजे. सावळ्या तसा होता यात शंका नाही. पण आज त्याच्या विरक्त वृत्तीला मोठाच धक्का बसला होता. 'उद्या सकाळी तू सुटणार' हे जेलरचे शब्द त्याच्या कानात घुमत होते.

सावळ्याने डोळे उघडून पाहिले. आज पौर्णिमा हे त्याला ठाऊक होते. त्याच्यावरचा शिपाई संध्याकाळी कुठल्याशा पौणिमेच्या जत्रेच्या गोष्टी बोलत होता. चांदण्याशी कवींचा व चोरांचाच काय तो संबंध असावयाचा. सावळ्या कवी नव्हता हे उघड आहे. नाही तर तुरुंगातल्या सात वर्षांत दोन चार महाकाव्ये लिहून मराठी वाङ्मयातील ही मोठी उणीव त्याने दूर केली असती. तो चोर होता खरा; पण मनात चांदणे असण्यासारखी त्याची स्थिती होती कुठं? गुन्हा शाबीत होऊन आज सात वर्षे तो खडी फोडीत होता.

पण असे असूनही संध्याकाळी त्या शिपायाच्या तोंडून 'पौर्णिमेची जत्रा' हे शब्द ऐकल्यापासून तो अगदी बेचैन झाला होता. त्याला दहा वर्षांपूर्वीची शिमग्यातली पौर्णिमा डोळ्यांपुढे दिसत होती. मार्गेसरात तुळशीने आपल्याला माळ घातली, 'बामणात नाही असली बाइल मिळायची', असं सारं गाव आपल्या लग्नाच्या वेळी म्हणालं. आपली तुळशी होतीच तशी सुंदर. होतीच का? अजूनसुद्धा असेल! असं काय मोठं वय झालंय तिचं? फार तर पंचवीस वर्षांची होईल ती!

तुळशीची आई असती तर तिने तिला भाविणीच्या धंद्यातच घातली असती.

आपल्या जातीत अजून सर्रास लग्ने होतायत कुठं? अन् गळा तर किती गोड तुळशीचा! जात्यावर दळताना ती ओव्या म्हणायला लागली की दारावरून जाणारा वाटसरू जागच्या जागी थबकायचा! घर कसलं ते? मातीच्या भिंती आणि वर चुडतांचं छप्पर! सारा संसार एका खोलीत. एकदा त्या मडक्या-हंड्याच्या अडगळीत नाग येऊन लपला होता. बरं तर बरं! नाही तर डसायचाच तो आपल्याला. तुळशी तिकडे दळण दळीत गात होती आणि इकडे नागोबाची स्वारी मडकीतून फडा वर काढून डुलत होती. हलतंय काय मडकीत म्हणून आपण पाहायला गेलो तो– अरे बापरे! आठवणीने अजून शहारे येतात अंगावर.

सावळ्याचे मन नागाला सोडून पुन्हा चांदण्याशी खेळू लागले. पौर्णिमेची कामापूरची जत्रा त्याला आठवली. रेडा बळी द्यायचा होता त्या वर्षी देवीला! त्या दिवशी कामापूरला जाताना तुळशीने आपल्या भरदार अंबाड्याभोवती माळलेली सुरंगी अबोलीचे वळेसर त्याला दिसू लागले. अत्तराला लाजविणारा तो सुरंगीच्या फुलांचा वास त्या काळोख्या कोठडीत दरवळत आहे, असा त्याला भास झाला. त्या जत्रेला भांडी खूप विकायला येत. तुळशीने एक कळशी, पितळेचा बामणी घाटाचा तांब्या आणि दोन-तीन भांडी घेण्याचा हट्ट धरला. पाच रुपये होते आपल्या खिशात. जुगाराकडे जायचे असल्यामुळे आपण भांडी घेत नाही म्हणून सांगितले. ती रडरड रडली आणि देवळात नाटकाला जाऊन बसली. आपण जुगाराला जाऊन बसलो. पाचाचे पाचशे झाले त्या रात्री! मार्गेसरात लग्न झालेले! तुळशीच्या पायगुणाने हे पैसे मिळाले म्हणून तिने सांगितलेली सारी भांडी आपण विकत घेतली. भांडी बघताच ती अशी हसली– एवढी भित्री, पण त्या आनंदात महार रेड्याला मारू लागले ते पहायलादेखील ती आली.

पण ते हसे तिच्या तोंडावर आपण कुठे राहू दिले? त्या दिवशी भांडी मिळाली म्हणून तिला आनंद झाला. पण त्या दिवसाने जुगारीची पुरी चट आपल्याला लावली. कामापूरचा तो काजू कारखानदार दादा– आपल्या गावातील त्या जमिनीची चार महिने कसवट केली, तर पोटापुरते भात मिळताना मारामार होई अन् त्या एका रात्रीत पाचशे रुपये मिळाले. डोळे अगदी फिरून गेले आपले! तुळशी दिसेनाशी झाली. जुगार, दारू, चोऱ्या... त्या दादाचा खंड थकला तरी त्याची दाद आपण केली नाही. तुळशी मोलमजुरी करून कसेतरी आपले पोट भरत होती. आपण पांढरपेशे व्हायला गेलो. त्यांच्यातले सावकारांचे मुलगे नायकिणी ठेवतात, म्हणून आपण ते ढंग करायला लागलो. 'बामणसुद्धा दारू पितात' म्हणून सांगून आपण दारूबाज झालो. कर्ज वाढले, चैन चालेनाशी झाली, तशी मुंबई गाठली. चांगले वागून तुळशीला घरी चार पैसे पाठवायचे असा मनातला बेत. पण देवाला कुठे माणसाच्या बेताची पर्वा असते? एके दिवशी रात्री तुळशीची आठवण काढून आपण

रडलोसुद्धा होतो. पण सारे कुठच्या कुठे गेले. मुंबईच्या त्या चांडाळचौकडीची गाठ पडली. चोऱ्या पचवायला, चैन सुरू झाली. शेवटी कामापूरच्या काजू कारखानदाराच्या घरावर दरवडा घालायचे ठरले. तो बेत फसला. मुंबईचे साथीदार सहीसलामत सुटले. पण आपल्या कपाळी सात वर्षांची सक्तमजुरी आली. उद्या आपण तुरुंगातून बाहेर पडणार! पण आता हे काळे तोंड तुळशीला दाखवायचे कसे?

ते पाहायला तुळशी या जगात तरी असेल का? तुरुंगात आल्यावर सहा महिन्यांनी आपण तिला पत्र पाठविले. मालक मिळत नाही म्हणून ते परत आले. ती मुंबईला पोट भरण्यासाठी गेली असेल. पण गिरणीतले काबाडकष्टाचे काम तिच्या हातून होईल का? गिरणीमालकाची बायको शोभेल अशा तुळशीने गिरणीत मजुरीचे काम करायचे? छे! पातेऱ्याचे जळवण होते, फुले कुणी जाळतात का?

कुठे असेल आता तुळशी? काय करीत असेल ती? गावात तर खास नाही. मुंबईला जाऊन–

डोक्यात कुऱ्हाड बसावी तसे या विचाराने सावळ्याला झाले. तुळशी शेवटी आपल्या जातीवर गेली की काय? रूप आहे, गळा आहे, आई तर तोच धंदा करीत होती. आई मेली म्हणून तिचे लग्न झाले, नाही तर आज ती मुंबईत हिऱ्यामोत्यांचे दागिने घालून एखाद्या शेटबरोबर मोटारीतून मिरवत राहिली असती! तुळशी अशी वाईट चालीची निघाली तर तो दोष कुणाचा? तिचा? कुणीतरी त्याच्या कानात म्हणत होते– 'तुझा– सारा दोष तुझा आहे!'

शरीराप्रमाणे त्याचे मनही तळमळू लागले. आपला दोष? हो, सारा दोष आपलाच! लहानपणापासूनच्या साऱ्या गोष्टी त्याला आठवल्या. मराठी शाळेत आपल्या वर्गात श्रीरंग म्हणून एक सावकाराचा मुलगा होता. त्याचा तो झकपक पोशाख, भांग काढलेले केस, अत्तराचा घमघमाट– तो पाहून आपण असे व्हावे असे आपल्याला वाटू लागले. श्री शाळेत उशिरा आला तरी त्याला मार मिळत नसे. अभ्यासात कच्चा असला तरी तो दरवर्षी वरच्या इयत्तेत जाई. मराठी सातवीत असताना एके दिवशी तो एका भाविणीच्या घरी जाऊन आला होता. दुसऱ्या दिवशी त्याने सांगितलेली तिथली गंमत– आपल्यालाही त्याच्यासारखेच करावे असे वाटू लागले.

मोलमजुरी करून आई आपल्याला शाळेत पाठवीत होती. आपले वागणे पाहून ती म्हणाली, ''सावळ्या, असे करू नये आपण!''

''अन् तो श्री करतो ते?''

''श्रीची गोष्ट निराळी! तुझी निराळी!''

''ती का?''

"तो श्रीमंत आहे! त्यानं काही केलं तरी पचतं."

श्री श्रीमंत, आपण गरीब! म्हणून दोघांत एवढे अंतर! आपण श्रीमंत व्हायचे ठरविलं. पण मराठी सातवी नापास झालेला मुलगा श्रीमंत कसा होणार? शेवटी खंडाने शेती करायचीच पाळी आली आपल्यावर. ती इमानाने केली असती तर, तर पोटभर खायला मिळालेच असते का? कुणास ठाऊक! पण तुळशी तरी आपल्याला मिळाली असती!

डोक्यातील विचारांचा डोंब असह्य होऊन सावळ्या जागच्या जागी उठून बसला. त्याच्या हालचालीने त्याच्या शेजारच्या कैद्याची झोपमोड झाली. तो चवताळून म्हणाला, 'नीज की रे गप्प! काम चुकविलं होतंस वाटतं आज?' त्याच्या या त्रासिक उद्‌गाराबरोबर सावळ्याला दोन-तीन महिन्यांपूर्वीच्या अशाच गोष्टीची आठवण झाली. तुरुंग पाहायला कलेक्टर का कोणतातरी साहेब आला होता, त्याच्याबरोबर लालबुंद चेहऱ्याचा, सोनेरी केसांचा आणि लुकलुकणाऱ्या डोळ्यांचा एक गोरा गोरापान मुलगा होता. तुळशीची कधी झाली नव्हती एवढी आठवण त्या मुलाला पाहून झाली. आपण सरळ राहिलो असतो तर त्या मुलाएवढा– अगदी त्याच्याइतका गोरा गोरापान मुलगा आज आपल्यालाही झाला असता. आपली तुळशी काय कमी सुंदर आहे? पण आपणच कर्मनष्ठ! त्या मुलामुळे तुळशीची आठवण होऊन रात्री आपल्याला झोप येईना. आपण या कुशीवरून त्या कुशीवर होऊ लागलो. आपली चुळबूळ पाहून शेजारी निजलेले ते बाप्पा जागे झाले. त्यांनी हळूच आपल्या खांद्यावर हात ठेवला आणि विचारले, "काय होतंय सावळ्या तुला?"

"काही नाही. कारभारणीची आठवण झाली बाप्पा..."

"खरं आहे बाबा! मी कसा सुखी आहे बघ. लग्न केलं नाही मुळी."

बाप्पांच्या असल्या थट्टेने आपले उदास मन नेहमीच आनंदित होई. खरंच कुठे असतील आता बाप्पा? जिथे गरीब लोकांचे काही काम असेल तिथेच स्वारी असणार! केवढा देवमाणूस. बाकीचे सत्याग्रही 'क' वर्गात म्हणून 'ब' वर्ग सोडून ते 'क' वर्गात आले. मला भात अधिक आवडतो म्हणून माझी भाकरी घेऊन भात द्यायलासुद्धा कमी करीत नव्हते ते. सख्खा भाऊसुद्धा इतके प्रेम करणार नाही. जाताना ते सांगूनसुद्धा गेलेत, "सावळ्या, आता सुटशील तेव्हा पुनर्जन्म झाला असे मान. काम करून पोटाला नाही मिळालं तर माझ्याकडे ये. पण चोरी करू नकोस."

बाप्पांच्या आठवणीने सावळ्याचे मन थोडेसे स्थिर झाले. उद्या आपली सुटका होणार म्हणून त्याच्या एका मनाला आनंद होत होता, तर दुसऱ्या मनाला लहान तुरुंगातून निघून आपण मोठ्या तुरुंगात जाऊन पडत आहोत, या कल्पनेने भीती

वाटत होती. चोर म्हणून शिक्का, छाप बसलेल्या मनुष्याला आपल्या दारात कुणी उभे करील का? दोन माणसे तरी खास करतील.

एक बाप्पा आणि दुसरी तुळशी.

उद्या सकाळी आपला पुनर्जन्म होणार हेच खरे!

रात्रभर सावळ्या आपल्या पुनर्जन्माची स्वप्ने पाहत होता. बाप्पा– तुळशी– तुळशीला झालेला गोरागोमटा मुलगा– या पुनर्जन्मात जिकडे तिकडे आनंदीआनंद नाचत होता.

पण पुनर्जन्म मागल्या जन्माप्रमाणे मिळतो हे हिंदुधर्मशास्त्र त्याला ठाऊक असते तर–

काळाचा एक क्षण किती तरी लहान वाटतो. पण क्षुद्र जंतूकडे सूक्ष्मदर्शक यंत्रातून पाहिले म्हणजे त्याच्या शरीरातील गुंतागुंतीची जशी कल्पना येते त्याप्रमाणे काळाच्या एका क्षणाकडे भावनेच्या दृष्टीने पाहिले तर त्यात ब्रह्मांड दिसू लागते. समुद्रातल्या एका जलबिंदूत चमक व खारटपणा यांचे जसे मिश्रण झालेले असते, त्याचप्रमाणे अनंत काळाच्या एका क्षणात जगातली सुखदु:खे समरसतेने नांदत असतात. राजवाड्यात परांच्या गादीवर तळमळणारा राजा, फुटपाथवर मुटकुळे करून घोरणारा भिकारी; व्यसनी नवऱ्याची वाट पाहात बसणाऱ्या बायकोच्या डोळ्यांतील अश्रू, त्या नवऱ्याबरोबर रंगविलासात निमग्न झालेल्या वेश्येच्या पेल्यातील दारू; पोटासाठी चोरी करायला निघालेल्या मनुष्याच्या छातीतील धडपड, चोराच्या भीतीने दचकून जागे होणाऱ्या ऐतखाऊ धनिकाची तळमळ; स्वप्नात मृत पतीच्या खांद्यावर मान ठेवायला मिळाल्यामुळे तरुण विधवेच्या निद्रित मुखावर उमटणारा आनंद, जवळच निजलेली प्रिय पत्नी स्वप्नात मृत झालेली पाहून तरुण पतीच्या मुद्रेवर आलेली अवकळा;... जगातील परस्परविरोधी भावनांचे आणि सुखदु:खाचे रासायनिक मिश्रणच मध्यरात्रीच्या एका क्षणात होते. तिकडे तुरुंगात सावळ्याला तुळशी कुठे असेल या कल्पनेने झोप येत नव्हती. इकडे रेशमी अभ्रे घातलेल्या उशीवर डोके ठेवून निजलेल्या रमाकांतच्या डोक्यातही एकाच प्रश्नाने हलकल्लोळ उडविला होता.

'वत्सला कुठे गेली?'

आपण अंगावर टाकलेली संबंध वही तिने वाचली असावी. रागाच्या भरात ती जीव तर नाही ना देणार? दिला तर– उद्याच्या वर्तमानपत्रात छापून येईल.

'प्रख्यात कथालेखक रमाकांत यांच्या पत्नीची आत्महत्या!'

लोक किती तर्कवितर्क करतील. वाङ्मयातले हितशत्रू सुरंगाच्या व आपल्या ओळखीवर भलभलते अर्थ बसवून या प्रसंगावर गोष्टी अन् कादंबऱ्या खरडतील.

खुद्द सुरंगाला काय वाटेल आणि सुलोचना... दोन दिवसांपूर्वीच ती म्हणाली नव्हती का, 'तुमच्या पत्नी आल्या म्हणजे मुद्दाम सांगा हं मला.' सुरंगाला तर आपल्याला बायको असल्याचा पत्तासुद्धा लागू दिला नाही आपण. छे! ही वत्सला आपली पूर्वजन्मीची दावेदारीण आहे खास! तर्काचा वारा बदलला. विचारचक्र दुसऱ्या दिशेने फिरू लागले.

सांगलीला मामांकडे तर गेली नसेल ना ती निघून? जाईना. जन्मभर तिथेच राहील तर बरे होईल. वाटेल ती पोटगी देईन. पण डोळ्यांसमोर नको ती पीडा! मी काय गोदीतला हमाल आहे की कचेरीतला कारकून आहे? शरीरसुखापलीकडे लग्नाची कल्पना नसलेला पशुतुल्य मनुष्य असल्या बायकोबरोबर सुखाने संसार करील कदाचित! पण शरीर? कलावंताला शरीराची काय किंमत! कला आणि सौंदर्य यांचा शरीरापेक्षा बुद्धीशी आणि हृदयाशीच अधिक संबंध नाही का?

पण ती मामाकडे बहुधा गेली नसेल. लग्न झाल्यापासून एकदादेखील फिरकली नाही ती तिकडे. बाबांच्या आजाराची सबब आयतीच मिळाली होती म्हणा तिला. पण मामांच्या घराकडे तिचा ओढा नाही हेच खरे. दुसरे कुणी जवळचे आप्तेष्ट नाहीत, मैत्रिणी नाहीत. मग ही कुठे गेली?

तिने जीव दिला आणि त्याचा कुणालाच पत्ता लागला नाही तर? समुद्रात बुडणाऱ्यांची प्रेते किनाऱ्याकडे लगेच येतात असे थोडेच आहे. आयती माशांना मेजवानी मिळेल. काय वाईट झाले?

हा राक्षसी विचार मनात येताच रमाकांत अंथरुणावरून उठला. कलेची नृत्यभूमी असलेल्या आपल्या हृदयात या अमंगळ कल्पनेने तांडव मांडावे, याचे त्याला आश्चर्य वाटले. कल्पवृक्षाला कधी कवंडळे लागतात का? सौंदर्याच्या नंदनवनात रममाण होणारी आपली बुद्धी. स्मशानाला शोभणाऱ्या या भेसूर विचाराला तिने थारा तरी कसा दिला.

रमाकांत घरभर हिंडून आला. स्वयंपाकघराच्या खोलीत वत्सलेची ट्रंक तशीच होती. दुपारी दांडीवर वाळत घातलेले लुगडे जसेच्या तसे होते. वत्सला त्या दिवशी न्हाली असल्यामुळे केस विंचरण्याकरिता संध्याकाळी वेणीफणीची पेटी समोर घेऊन ती बसली होती. त्या पेटीच्या आतला आरसा तिरकस उभा करून ठेवला होता तो तसाच होता. रमाकांत मटकन त्याच्यापुढे खाली बसला. आरशातील आपला चेहरा पाहताच त्याची त्यालाच भीती वाटली. जणू काही आरशातून डोकावून कुणीतरी म्हणत होते– 'तूच खुनी आहेस. तूच वत्सलेचा खून केलास.'

आता मात्र रमाकांतला भीती वाटू लागली. त्याने टेबलाजवळ येऊन कागदपत्र चाळले. ती वही तेवढी तिथे नव्हती. 'बकुल'चा एक जुना अंक अर्धवट उघडलेल्या स्थितीत तिथे पडला होता. त्याने तो उचलून पाहिला. ठळक अक्षरांत पहिल्यांदाच

एक बातमी होती. आगगाडीच्या रुळांवर पडून एका बाईने जीव दिला. प्रेताचा अगदी लोळागोळा झाला असल्यामुळे ते कुणाचे आहे, हे ओळखणे शक्य नव्हते.

रमाकांतची खात्री झाली. ही बातमी वाचून वत्सलाही जीव देण्याकरिताच गेली असावी. ती वही जीव द्यायच्या जागेपाशी ठेवण्याचा बेत असावा तिचा. वर माझे नाव! आत लिहिलेल्या आयुष्यातल्या खऱ्याखुऱ्या गोष्टी. मरता मरता सूड घेऊन जाणार ती. कॉरोनरच्या कोर्टात ती वही जाणार आणि वर्तमानपत्रे तिच्या आधारावर माझ्या आयुष्याला काळा रंग फासणार. कुठल्या कुमुहूर्तावर ती तिच्या अंगावर फेकण्याची बुद्धी झाली आपल्याला?

वर्तमानपत्राची घडी करून ठेवता ठेवता त्यांच्यातली 'पाहिजे' ही काजू कारखान्याची जाहिरात रमाकांतच्या दृष्टीला पडली. त्याला वाटले– ब्रह्मदेवाचे माथे फिरले असावे. विद्याधरसारख्या त्या रानडुकराला वत्सला चांगली बायको शोभली असती पण आता सुलोचनेचा आणि त्याचा निकट संबंध येणार. काजी फोडण्याचे यंत्र त्याला तयार करता आले, तर पाच हजारच काय, सारा कारखानाच लाटून बसेल की तो! घरजावई होणार बेटा. त्याच्यापेक्षा सुलोचनेत आणि आपल्यात कितीतरी साम्य आहे. पण–

वत्सलेने जीव दिला तर सुलोचना आपल्याला मिळायला काय हरकत आहे? पण ती वही मात्र कुणाच्या हाती लागता कामा नये.

'सुंदर चित्र' म्हणून एक गोष्ट त्याला लवकरच लिहायची होती. तिच्यातील समुद्रावरील चांदण्यातील प्रसंग सुलोचनेला चित्राकरता त्याने सांगितलाही होता. त्या गोष्टीचे चिंतन करीत झोपी जावे म्हणून तो अंथरुणावर येऊन पडला. पण त्यांच्या अंतःकरणाची तगमग होत होती. कितीतरी वेळ तो या कुशीवरून त्या कुशीवर झाला. पण पाय खाली-वर करून त्याच्यात सलणारा काटा थोडाच निघतो.

डोके जड वाटत होते, अंग आळसावले होते, पण काही केल्या निद्रादेवी प्रसन्न होईना. तो गॅलरीत येऊन उभा राहिला. भव्य रस्ता, समोरची टुमदार बंगली सर्व काही जिथल्या तिथे होते. मध्यरात्र नुकतीच उलटून गेली असल्यामुळे रस्त्यात जवळजवळ रहदारी नव्हतीच. चांदण्यात इमारती दिवसापेक्षा अधिक सुंदर दिसतात. पण रमाकांतला त्या भयाण वाटल्या. जणू काही वर फुले पसरलेली प्रेतेच. माणसांनी रस्ता फुलून गेल्यावर त्या चित्राला ह्याच इमारतीमुळे उठाव मिळतो, हे आता त्याच्या लक्षात आले. कला आणि सौंदर्य यांच्यापेक्षा जीवनाची– नुसत्या साध्या जीवनाची– किंमत अधिक आहे का?

या प्रश्नाचे उत्तर विचारण्याकरिताच की काय त्याने वर चंद्राकडे पाहिले. शाळेत असताना नाईलाजाने पाठ केलेल्या गीतेच्या श्लोकातील एक ओळ त्याला

आठवली– 'पुष्णामि चौषधीः सर्वाः सोमो भूत्या रसात्मकः।'

'एका रात्रीत म्हातारा झालो की काय?' या ओळीमागोमाग त्याच्या मनात विचार आला.

चंद्राकडे पाहून तो शापसंभ्रमातले आपले आवडते पद गुणगुणू लागला–

'सज्ज करुनि चाप मदन येत मागुनी
मार्ग दावि इंदु मला तम निवारुनी
जरि चंचल पद चुकते
प्रीति तया सावरिते
अग्रभागि मन पळते
करुनि दूर शंकेते
उत्कंठा नेत पुढे धीर देउनी ॥'

दुसऱ्या दिवशी सकाळी दहा वाजता सात वर्षांपूर्वीचा पोषाख चढवून सावळ्याने तुरुंगाचा शेवटचा निरोप घेतला. कपडे करताना कोटाच्या खिशातल्या एका हातरुमालाला त्याचा हात लागला. हातरुमालाला कसला? हृदयात झोपी गेलेल्या मधुर स्मृतीला. त्या हातरुमालाला तुळशीने स्वतः तुरप घातली होती. शिवण्याटिपण्याची, गाण्यावाजवण्याची, किती किती हौस होती तिला. पण आपण तिच्या साऱ्या हौसेचा चोळामोळा केला. तिच्या आईचा सारा पैसा क्षयासारख्या दुखण्यात गेला. मामा अगदीच गरीब! नाही तर चांगल्या श्रीमंताच्या घरातसुद्धा पडली असती ती.

तुरुंगाबाहेर पडल्यावर सावळ्याने मागे वळून पाहिले. जणू काही तो त्याला शेवटचा रामराम करीत होता. तुरुंगात असताना कैद्यांच्या गोष्टी त्याच्या कानावर नित्य पडत असत. एकदा कैदी झाला की तो जन्माचा कैदी हे सूत्र तर त्याला पाठच झाले होते. पण बाहेर येऊन तुरुंगाकडे पाहताना त्याला वाटले– 'या नरकात पुन्हा काही येणार नाही आपण. बाहेरच्या जगात तुळशी आहे, बाप्पा आहेत. त्यांना सोडून या खातेऱ्यात लोळायला जाण्याइतका मूर्ख का आहे मी?' हा विचार त्याच्या मनात आला त्याचवेळी बेड्यांचा कर्णकटू खळखळ असा आवाज त्याला ऐकू आला. आत कैदी इकडून तिकडे जात होते.

अंधारातून बाहेर येणाऱ्या मनुष्याला एकदम आकाशाकडे पाहवत नाही. रस्त्याने चालताना सावळ्याचीही तशीच स्थिती झाली. पहिली बोट गाठून गावी जायचे आणि तिने तुळशीची चौकशी करायची, हे तर त्याने केव्हाच ठरविले होते. बोट संध्याकाळी येणार तोपर्यंत सारा दिवस कसा काढायचा? आपल्याला कुणी कैदी

म्हणून ओळखले तर? इकडून तिकडे फिरण्यात त्याने जवळजवळ दोन तास घालविले. पण तुरुंगात तरुणाप्रमाणे झपझप चालणारा काळ आता काठी टेकीत चालला आहे, असा अनुभव आला.

फिरता फिरता वाटेत एक चहाचे दुकान लागले. सात वर्षांनी चहा प्यायचा! बारा वाजायला आलेले! समुद्रमंथनाच्या वेळी देवदैत्यांनी ज्या आशाळभूत दृष्टीने अमृताकडे पाहिले असेल त्या दृष्टीने सावळ्या दुकानातील चहाच्या पेल्याकडे पाहू लागला. त्याला बाप्पांचे शब्द आठवले, 'चहा, दारू, आयतं सुटलंय् तुझं सारं! बाहेर गेल्यावर त्यांच्या नादाला लागू नकोस पुन्हा!' मोह आवरून तो दोन पावले पुढे गेला. इतक्यात दुकानातून बाहेर पडणाऱ्या मनुष्याचे उद्‌गार त्याला ऐकू आले.

"चहा प्यावा तर तो इथंच!"

चहाची गोष्ट निराळी आणि दारूची गोष्ट निराळी असा विचार करून तो आत गेला. त्याने इकडे तिकडे पाहिले. दुपारची वेळ असल्यामुळे हॉटेलात एकही गिऱ्हाईक नव्हते.

"काय पाहुणे, काय हवंय?" पंधरा-सोळा वर्षांच्या ॲक्टिंग मालकांनी प्रश्न केला.

"चहा, एक कप."

"नुसता चहाच?"

"हं."

"भजी, चिवडा, शंकरपाळी, बेसनाचे लाडू, चकल्या–" पोऱ्याने नामावळ वाचली. रत्नागिरी जिल्ह्याचा भूगोल घोकणाऱ्या मुलाला अगर घटकेत एकादष्णी करणाऱ्या भटजींनासुद्धा त्याच्या सुराचा हेवा वाटला असता.

"चिवडा दे दोन पैशाचा." सावळ्याने सांगितले. विक्रीच्या पहिल्या परीक्षेत पास झाल्याचा आनंद पोऱ्याच्याही तोंडावर झळकला.

चहा तयार होऊ लागला. सावळ्याने सहज हॉटेलचे निरीक्षण केले. समोरच कुठल्या तरी नाटक कंपनीची एक भली मोठी जाहिरात दिसत होती. फोटो छापला होता एका बाईचा! त्या फोटोकडे पाहून त्याला वाटले– ही तुळशी तर नव्हे ना? लगेच त्याला आपल्या वेड्या मनाचे हसू आले. आपली साधीभोळी तुळशी नाटक कंपनीत जाईल तरी कशी? नाटक म्हणजे काही सोपे काम नव्हे. हजारो लोकांसमोर उभे राहून बोलायचे? शिवाय गायला यायला पाहिजे. तुळशीचा गळा गोड होता. पण–

चहाच्या पेल्यातील वाफ तोंडावर आल्यामुळे त्याने मान हलविली. पण तो त्या जाहिरातीकडे पाहत होता हे त्या पोऱ्याच्या लक्षात आले होते. तो म्हणाला,

''जुनी जाहिरात आहे ती!''

सावळ्या चहा पिऊ लागला. खूप वर्षांनी घेतलेला तो चहा! पहिला घोट त्याला कडवटच लागला.

विडी ओढीत पोऱ्या म्हणाला, ''तुम्ही बघितलंय की नाही या कंपनीचं नाटक?''

''कुठून बघणार? खेड्यात राहणार मी?''

''सारी खेडी लोटत होती ना इथं! नुसती जत्रा भरली होती जत्रा!''

''गंधर्व मंडळी आली होती–''

''कसला घेऊन बसलाय तो गंधर्व! या कंपनीतल्या अप्सरेपुढं–''

''बायकांची कंपनी आहे?''

''छे! बायकोची!''

''म्हणजे?''

''एकच बाई आहे तिच्यात. पण अशी मारू आहे म्हणता–''

''नाव काय तिचं?'' सावळ्याने घोगऱ्या स्वराने विचारले.

''थंडी झालीय तुम्हाला पाव्हणे. चहा घ्या तो आधी.''

''पण नाव काय तिचं?''

''करायचंय काय तुम्हाला तिचं नाव? तुमच्याशी थोडीच लग्न करणार आहे ती? नावसुद्धा कसं झकास आहे बघा! मिस् सुरंगा.''

सावळ्याच्या त्रस्त मुद्रेवर समाधान दिसू लागले. त्याने चहाचे दोन-तीन घुटके घेतले. तो पोऱ्या त्या जाहिरातीकडे बोट दाखवून म्हणाला, ''त्या चित्रावरनं परीक्षा करू नका हं पाव्हणे. हे चित्र म्हणजे काय आपला धुळीचा चहा! तुम्हाला खरं वाटणार नाही. इथला एक सावकार महिना पाचशे रुपये देऊन तयार झाला होता तिला ठेवायला!''

''मग?'' गळा दाबला म्हणजे जसा चेहरा होतो तसा करीत सावळ्या म्हणाला. ''ती कसली राहतेय हो. बारा गावचे पाणी चाखलेली ती! अन् तो मॅनेजर काय सोडणार आहे होय तिला?'' हे शेवटचे वाक्य उच्चारताना तो पोऱ्या असा मिस्किलपणाने हसला की बोलून सोय नाही. सावळ्याला वाटलं कप उचलावा आणि त्याच्या डोक्यात मारावा. पण लगेच काहीतरी मनात येऊन तो म्हणाला, ''ही सुरंगा गातेबिते का?''

''अहो, गाते म्हणून काय विचारता? नुसती सारंगी– सारं थेटर डुलत राहतं नागासारखे. एक म्हटल्या एक नाटक नाही चुकविलं मी तिचं! त्या 'प्रणयतरंग' नाटकात 'इश्य' म्हणून ती प्रवेश करते तेव्हा काय टाळ्यांवर टाळ्या पडतात म्हणतात!''

सुरंगा गाते हे ऐकताच सावळ्याला हायसे वाटले. तो चहा पिऊ लागला. विषय बदलण्याकरिता पोऱ्याने विचारले, "कुठंसं आहे खेडं तुमचं पाहुणे?"

"खूप खाली वेंगुल्याजवळ कामापूर आहे ना–"

"ही सुरंगा तुमचीच की–"

"म्हणजे?"

"कामापूरकडच्या नायकिणीची मुलगी आहे म्हणे ती! पाव्हणे, पिकतं तिथं विकत नाही हेच खरं."

"गावाकडील काहीच खबरबात नाही मला. सात वर्षांनी जातोय मी तिकडे."

"होता कुठं मग?"

कैद्यांच्या हृदयावर डाग देणारा पहिला प्रश्न दत्त म्हणून सावळ्याच्या पुढे उभा राहिला. तो काहीच बोलला नाही.

"इथं काय कोर्टात काम होतं?"

"हं."

"झाला का निकाल?"

सावळ्या स्तब्धच राहिला.

"निकाल विरुद्ध झालासा दिसतो!" पोऱ्या पुटपुटला.

सावळ्या पुन:पुन्हा त्या जाहिरातीकडे पाहत होता. पोऱ्या म्हणाला, "सुरंगा पाहायचीय तुम्हाला? थांबा माझ्यापाशी प्रणयतरंग नाटक आहे की." आतल्या खोलीत जाऊन एका पेटीतून त्याने एक नाटक आणले व त्यातला आरंभीचा फोटो उघडून सावळ्याच्या हातात दिला. प्रियकराची वाट पाहत असलेल्या नायिकेचा फोटो होता तो! सावळ्या त्याच्याकडे टक लावून पाहू लागला. पाहता पाहता त्याच्या कपाळाला आठ्या पडल्या, ओठ आवळले गेले. "मोठे आंबटशोकीच दिसता की पाव्हणे! गुलजार चेहरा बघून पोटात दुखायला लागलं वाटतं तुमच्या! हा फोटो पाहून काय करतात लोक आहे का ठाऊक?"

त्या पोऱ्याने वाकून पुस्तकातील फोटोचं चटकन चुंबन घेतले.

सावळ्याने काडकन् त्याच्या मुस्कटात मारली.

याचवेळी रमाकांत जेवणानंतरच्या अस्वस्थ झोपेत सुरंगाविषयीची स्वप्ने पाहत होता. त्याचे नाटक बसत आले होते. त्यातल्या सुरंगाच्या मधुर अभिनयाच्या अनेक मूर्ती त्याच्या स्वप्नमय चित्रपटात भराभर चमकून जात होत्या. 'असा नाही हात धरायचा, हा असा' म्हणून एके दिवशी त्याने तिचा हात धरून तिला योग्य अभिनय शिकविला होता. ते दृश्य त्याच्या डोळ्यांपुढे उभे राहिले.

इतक्यात "साहेब" अशा हाका त्याच्या कांनावर आल्या.

"काय रे?" त्याने डोळे उघडून विचारले.

त्याचा 'बॉय' दारात उभा राहून त्याला हाका मारीत होता.

"बाई आल्याहेत!"

वत्सला गावभर भटकून शेवटी परत आली असावी, असे रमाकांतला वाटले. त्याने काहीच उत्तर दिले नाही.

"काय सांगू त्यांना!"

"घरातून जायला काही मी सांगितलं नव्हतं!"

"घरातल्या बाई नाहीत!"

"मग कुठल्या? कंपनीतल्या?" सुरंगा आली असेल या कल्पनेने रमाकांतने आनंदित होऊन विचारले.

"दुसऱ्याच आहेत?"

"दुसऱ्या?"

रमाकांत विचारात पडला. त्रासिकपणाने तो उठला व बाहेर आला. पाहतो तो सुलोचना आपल्या टेबलापाशी बसली आहे? रखरखीत दिवसाचे रम्य संध्याकालात रूपांतर झाले. तो म्हणाला, "बरा आहे की हा गनिमा कावा?"

"म्हणजे? मी तुमची वैरीण आहे की काय?"

हा प्रश्न विचारताना सुलोचनेच्या भुवया किंचित उंचावल्या होत्या. उन्हातून आल्यामुळे लाल झालेले गाल, सुंदर गोल चेहऱ्यावर, भुरूभुरू उडणारे केस, मध्येच चमकणारे एक-दोन धर्मबिंदू– रमाकांतला वाटले, मूर्तिमंत संध्यादेवताच आपल्याकडे अवतरली आहे. मावळते सूर्यबिंब, रंगून गेलेले मेघ, अंधाराच्या विरळ छटा, संध्यातारका, या साऱ्यांचे मनोहर संमेलनच तो पाहत होता.

"इतक्या उन्हातनं का मी आले ओळखा पाहू."

रमाकांतला वत्सलेची आठवण झाली. तिचे प्रेत पोलिसांना सापडले की काय?

काहीतरी बोलायचे म्हणून तो म्हणाला, "उन्ह फुकट घालवायचं नव्हतं मनात! चित्रकारांना काय, चांदण्याचा उपयोग आहे तसा उन्हाचाही आहे."

"अन् लेखकांनाही नाही वाटतं? मी बोलवायला आले आहे तुम्हाला मुद्दाम!"

"बाप्पांनी बोलावलंय की काय?"

"अं हं! दादा आले सकाळी!"

"कुठून? कामापुराहून?"

"हो? ते आले तेव्हा चित्र काढीत बसले होते. मी तुमच्या गोष्टीतलं. त्यांनी सारी चौकशी केली तुमची. तुम्हाला भेटलं पाहिजे असं ते म्हणाले."

"मला?" रमाकांतने आश्चर्याने विचारले. काजूकारखानदार व कथालेखक

यांच्यात जमीन-अस्मानाचे अंतर आहे, अशी त्याची कल्पना होती. आकाश, अलंकारिक अर्थाने का होईना, कधीतरी कोसळतेच. पण जमीन आकाशाला भेटायला कधीतरी जाईल का?

"हो तुम्हाला!" सुलोचना हसत हसत म्हणाली, "बाबा कारखानदार असले तरी त्यांचं वाचन काही कमी नाही हं!"

"वाचायला वेळ मिळतो तरी केव्हा त्यांना?"

"अगदी लहानपणी आई गेली ना माझी? सहा महिने दादांचा अगदी डोळ्याला डोळा लागला नाही तेव्हा. त्यामुळे रात्री बारा वाजेपर्यंत वाचायची सवय झालीय त्यांना!"

रमाकांतने एकदम प्रश्न केला, "घरी सावत्र आई आहे की काय तुम्हाला?"

सुलोचनेचे डोळे चमकले. ती म्हणाली, "खरंच! आतापर्यंत सांगितलंच नव्हतं की मी तुम्हाला. तिशीच्या आत दादा विधुर झाले. पण त्यांनी दुसरं लग्न केलं नाही!"

रमाकांतच्या चेहऱ्यावर आश्चर्य उमटले. सरकारला शेकड्यांनी सारा भरणारा सावकार, हजारो रुपयांचा काजूचा व्यापार करणारा कारखानदार, तिशीच्या आत विधुर होऊनही दुसरे लग्न करीत नाही. महाराष्ट्रातील महाकवींचा सिद्धांत या गावंढळाच्या गावीही नसावा. बायको मेली म्हणून प्रेम मरते की काय? त्या प्रेमासाठी दुसरी बायको करणे प्राप्तच असते.

सुलोचना पुढे बोलू लागली, "एखादे वेळी माझ्या मनात येते– मी जन्माला आले नसते तर बरं झालं असतं."

"मग माझ्या गोष्टींकरिता सुंदर चित्रं कोण काढणार होतं?"

"इश्श! तसं नाही म्हणत मी. सावत्र आई मला जाच करील म्हणून दादांनी लग्नच केलं नाही पुन्हा!"

मुळीच लग्न न करणारे बाप्पा आणि मुलीकरिता दुसरं लग्न न करणारे दादा यांच्या जीवनाचे रहस्य तरी काय हा रमाकांतला प्रश्न पडला.

"दादांची इतकी माया आहे माझ्यावर! त्यामुळे त्यांच्या मनाविरुद्ध जायचं अगदी जिवावर येतं. मी मॅट्रिक झाले तेव्हाच बांधणार होते ते माझ्या गळ्यात मंगळसूत्र. पण बाप्पा म्हणाले, 'पोरीचा हात चांगला आहे. शिकू दे तिला चित्रकला.' हो, मी उन्हातून का आले ते सांगायचं राहिलंच की; दादा निजलेत आता, बोटीचं जागरण झालंय त्यांना. उठून तुम्हाला भेटायला येणार होते ते! तेव्हा म्हटलं गंमत करावी त्यांची! उठल्याबरोबर त्यांना सांगता आलं पाहिजे– 'दादा, तुमची सुलू म्हणजे कल्पलता आहे. कोण पाहिजे तुम्हाला? रमाकांत ना? हे घ्या रमाकांत.'"

हे बोलताना सुलोचना एखाद्या लतेप्रमाणे मनोहर रीतीने डुलत होती. आपण

तिच्याकडे टक लावून पाहत आहोत हे मनात येताच रमाकांत मनात किंचित वरमला. त्याने विचारले, ''पण चिठ्ठी पाठविली असती मला तरी चाललं असतं.''

''चिठ्ठीपेक्षा चपाटीच बरी!''

दोघेही खूप हसली. रमाकांत आरशापुढे उभा राहून ब्रशाने केस बसवू लागला. टेबलावरच्या कागदाशी चाळा करीत सुलोचनेने विचारले, ''नुसती चिठ्ठी का नाही पाठविली आहे का ठाऊक?''

रमाकांतने मागे वळून पाहिले. त्याचे सुंदर रीतीने कापलेले केस, त्यांच्यातील तो नाजूक भांग, चेहऱ्याची मोहक ठेवण, शरीराचा प्रमाणबद्ध बांधा– रमाकांत सुलोचनेच्या दृष्टीला या वेळी एखाद्या चित्रासारखा दिसला. ती चटकन म्हणाली, ''त्या सुंदर चित्रात घालायला नायक मिळाला हं मला!''

''कुठं काढलात शोधून?''

''इथंच!''

''मला तर नाही दिसत!''

''समोर पाहा की! म्हणजे आरशात दिसेल.''

रमाकांतच्या अंत:करणात एक गोड हुरहूर उत्पन्न झाली. त्याने उत्कंठित स्वराने विचारले, ''अन् नायिका–''

''तीही मिळाली.''

''कुठं?''

''जुहूच्या वाळवंटात.''

''केव्हा?''

''काल रात्री!''

रमाकांत संदिग्ध दृष्टीने तिच्याकडे पाहू लागला.

सुलोचनेने खुर्चीवरून उठता उठता म्हटले, ''तुमची ती सुरंगा!''

❖

बोलका प्याला

***

सुलोचनेच्या दादांना रमाकांतने रस्त्यात पाहिले असते, तर त्याने त्यांच्याकडे ढुंकूनही पाहिले असते की नाही याची शंकाच आहे. पंचा नेसविला तर भटजी, रुमाल बांधला तर कारकून आणि जाकीट घातले तर उपहारगृहाचा मॅनेजर शोभण्याइतकीच त्यांची मूर्ती त्याला सुंदर वाटली. त्यांचे वय पन्नाशीच्या आसपास असावे. गाल चांगले गुबगुबीत होते. नजर मांजराची. मात्र ओठांवरून गृहस्थ दृढनिश्चयी व आतल्या गाठीचा असावा अशी खात्री होई.

रमाकांत व सुलोचना घरी येण्यापूर्वीच दादा उठून काही कागदपत्र चाळीत बसले होते.

"बाप्पा, कुठं गेले दादा?" सुलोचनेने विचारले.

"परळवर आजारी आहे कुणीतरी!"

"कुणी नातेवाईक राहतात की काय तिकडं?" रमाकांतने विचारले.

"आमचे नाहीत कुणी! बाप्पांचे!" दादांनी उत्तर दिले.

"म्हणजे?"

"सारे मजूर हे नातेवाईकच की त्यांचे."

निघता निघता रमाकांतच्या 'भाव तसा देव' या कथेची गोष्ट निघाली. दादा म्हणाले, "गोष्ट चांगली आहे फार! पण एक काही बरोबर दिसलं नाही आपल्याला!"

"काय?" रमाकांतने विचारले.

"तो पुजारी त्या बाईवर पापी नजर ठेवतो. आजपर्यंत त्यानं असं केलं होतं का कधी?"

"नाही."

"मग हीच बाई पाहून त्याला अशी बुद्धी का झाली?"

"ती फार सुंदर होती की!"

"मग हा दोष कुणाचा? पुजाऱ्याचा की तिच्या सौंदर्याचा?"

रमाकांत विचारात पडला. सौंदर्याच्या कल्पनांचा एक पुतळा त्याच्या कल्पनेने निर्माण केला होता. त्या पुतळ्यावर दादांचे प्रश्न घाव घालीत आहेत, असे त्याला वाटले.

आपले प्रश्न रमाकांतला फारसे आवडले नाहीत हे दादांनी ताडले. काजीच्या भावाइतके काही वाङ्मयाकडे त्यांचे लक्ष नव्हते. पण रमाकांतवर आपली छाप बसविण्याकरिताच त्यांनी हे प्रश्न त्याला केले होते. तो स्तब्ध बसलेला पाहून ते लगेच म्हणाले, "आम्हाला काय कळतंय म्हणा यात!" आम्ही काजी भाजाव्यात आणि गर विकावेत."

दादा रमाकांतची गाठ एका महत्त्वाच्या कामाकरिता घेणार होते. आफ्रिकेतील नवीन काजू कारखान्यामुळे परदेशी जाणाऱ्या मालाचा उठाव पूर्वीइतका होत नव्हता हे तर खरेच. पण तिकडील काजूगर इकडे येऊन आपला व्यापार सपशेल बसतो की काय अशी भीती त्यांना अलीकडे वाटू लागली होती. तिकडील कंपनीने आपल्या मालाच्या प्रसाराकरिता विपुल फोटो घातलेले एक माहितीचे पुस्तक काढले होते. ते हातात पडताच आपणही एक स्वदेशी धंदा म्हणून आपल्या कारखान्याची जाहिरात केली पाहिजे, हे दादांच्या ध्यानात आले. मुंबईच्या एखाद्या चांगल्या लेखकाकडून हे छोटे पुस्तक लिहून घ्यायचे व काजी फोडण्याचे यंत्र शोधून काढण्याकरिता येणाऱ्या मनुष्याला बरोबर घेऊन यायचे अशा दुहेरी हेतूने ते मुंबईला आले होते. सकाळी विद्याधरची सर्व हकिकत ऐकून त्यांना आनंद झाला. पुस्तक लिहिण्याचे काम अंगावर घ्यायचे प्रथम रमाकांतच्या मनात नव्हते. पण सुलोचनेच्या डोळ्यांतील जादूने त्याच्या नकाराचा होकार केला.

दादांनी विद्याधरला घेऊन दुसऱ्या दिवशीच परत जायचे ठरविले. रमाकांतप्रमाणे सुलोचनेलाही ते कसेसेच वाटले. ती लडिवाळपणाने म्हणाली, "हे काय हो दादा? तुमची नेहमीचीच लग्नघाई आहे ही!"

एरवी नुसते वाळवंट असलेला ओढासुद्धा पावसाळ्यात दुथडी भरून जातो. आनंदाच्या क्षणी मनुष्याचे रुक्ष मनही तसेच बदलते. आपल्या तुळतुळीत डोक्यावरून हात फिरवीत दादा म्हणाले, "ऐकलं का रमाकांत? सुलूताई मला म्हणते– लगीनघाई झालीय तुम्हाला. झालीय खरी. पण कुणाच्या लग्नाची हे आहे ना ठाऊक सुलूताई?"

"इश्य! काहीतरीच तुमचं दादा!" म्हणून मान वेळावीत सुलोचना खिडकीच्या कठड्यावर रेलून बाहेर पाहू लागली.

"इश्य करायला काय झालं? श्रावणात तेविसावं सरून चोविसावं वर्ष लागलं.

चित्रकलेच्या परीक्षाही पडल्या पदरात. आता फक्त एक राहिलंय–''

''जुन्या माणसांना तेवढं एक काय ते दिसतं!'' सुलोचना म्हणाली.

''अन् नव्यांना तेही दिसत नाही.''

''ते का?''

''प्रेम आंधळं असतं म्हणून. विचार हवं तर या रमाकांतना! त्यांच्या गोष्टीत नुकतंच वाचलं मी हे!''

बाप-लेकींचा हा संवाद रमाकांत कौतुकाने ऐकत होता. दादांनी त्याची साक्ष काढली तरी तो काहीच बोलला नाही.

''पण मला लग्नच करायचं नाही.'' सुलोचना अभिमानाने त्या दोघांकडे पाहत उद्गारली.

''ते का?''

''कलेला कुमारिका राहणंच आवडतं.'' रमाकांत सहज बोलून गेला.

खोलीत येत बाप्पा म्हणाले, ''पहिल्यापहिल्यांदा बरं वाटतं ते. पण मग कंटाळा येतो तिला एकटेपणाचा.''

''कंटाळून काय करते कला?'' बाप्पांचे गमतीचे बोलणे सुलोचनेला नेहमीच आवडे म्हणून तिने प्रश्न केला.

''करणार काय? लग्न! कला काही खुळी नाही माझ्यासारखी!''

''नवऱ्याचं नाव काय तिच्या?''

''जीवन!'' बाप्पा कपाळावरून निथळणारा घाम पुशीत म्हणाले.

''बाप्पा, दादा उद्याच जाणार म्हणताहेत.''

''मग तुझं काय म्हणणं?''

''दोन दिवस तरी मुंबई पाहावी त्यांनी.''

''काय काय आहे पाहण्यासारखं मुंबईत?''

''नाटकं आहेत, सिनेमा आहे, चित्रकलेचं प्रदर्शन आहे–''

''काही अर्थ नाही त्यात. मी आत्ताच पाहून आलो की सारं!''

''कुठं? परळवर?''

''हो. तिथल्या मजुरांचं आयुष्य म्हणजे नाटकच आहे एक! इथून तिथून दुःखानं भरलेलं. पण ते पाहायला प्रेक्षक आहेत कुठे?''

'हरिदासाची कथा मूळ पदावर' असे मुद्रेने दाखवीत सुलोचना हसली.

''सिनेमाही छान आहे तिथं! गिरण्यांतल्या अंधारात पोटासाठी धावपळ करणाऱ्या मजुरांची चित्रं कशी छान उठून दिसतात.'' रमाकांतने 'गृहस्थ वेडा आहे झालं,' अशा दृष्टीने बाप्पांच्याकडे पाहिले.

''अन् चित्रांचे प्रदर्शनही पाहण्याजोगे आहे मोठं. गिरण्यांची धुराडी, चाळीचे

उकिरडे, टीचभर खोलीतले संसार–''

'हा, हा, हा' करीत दादांनी आळस दिला व ते जाग्यावरून उठले. बाप्पांचे हे रडगाणे नेहमीचेच आहे हा अभिप्राय त्यांच्या चेहऱ्यावर स्पष्टपणे उमटलेला रमाकांतला दिसला.

दुसऱ्या दिवशी जाण्याचा बेत काही दादा रद्द करीनात. तेव्हा रमाकांतने आजच्या आज उरकता येईल असा एक छोटा कार्यक्रम आखला. प्रथम कंपनीच्या बिऱ्हाडी जाऊन रमाकांतच्या नाटकाची थोडीशी तालीम पाहावी, मग मोटारीतून महालक्ष्मीवर फिरायला जावे आणि नंतर रात्री चांगलासा चित्रपट बघावा, असे सर्वानुमते ठरले.

मोटार कंपनीच्या बिऱ्हाडापुढे उभी राहताच रमाकांत झटकन खाली उतरला. आत जाऊन मॅनेजरांच्या कानात त्याने काहीतरी सांगितले. त्याबरोबर ते बाहेर आले आणि त्यांनी मोठ्या अदबीने दादांचे व सुलोचनेचे स्वागत केले. नाटक कंपनीचा कारखाना आपल्या धंदेवाईक दृष्टीने पाहत पाहत दादा तालमीच्या खोलीत आले व लोडाला टेकून बसले.

''सुरंगा उठली नाही वाटतं अजून?'' रमाकांतने विचारले.

''कालचं जागरण–'' मॅनेजरनी चाचरत उत्तर दिले.

''नाटक मंडळीतले लोक जागरणाला भितात की काय? शंकराला विष काय करतं?'' रमाकांत म्हणाला.

हसत हसत मॅनेजरसाहेब सुरंगाला बोलावण्याकरिता गेले.

दादांनी विचारले, ''कितीसं बसलं तुमचं नाटक?''

''दोन-तीन दिवसांत होईल रंगीत तालीम.''

''ही सुरंगा गोव्यातली असेल बहुधा!''

''अं हं. कोकणातलीच आहे कुठलीतरी! पाहिली नाहीत वाटतं अजून?''

''छे! बघणार कुठून? कामापूरला कशाला येतात तुमच्या कंपन्या? केव्हा मुंबईत आलो, तर वाघ मागे लागल्यासारखा येतो नि जातो!''

मॅनेजर एकटेच परत आलेले पाहून रमाकांतने विचारले, ''काय? उठली की नाही? दुपारच्या झोपेने सर्दी होईल म्हणावं!''

''जागीच आहे ती. पण डोकं फार दुखतंय तिचं! अगदी उठवत नाही म्हणते.''

दादा आणि सुलोचना त्यांना आपण मुद्दाम कंपनीत घेऊन आलो. अशा वेळी सुरंगा निजून राहिली, तर आपलं कंपनीत काहीच वजन नाही असं होईल, हा विचार रमाकांतच्या मनात आला. तो उठत उठत म्हणाला, ''मी जाऊन पाहतो.''

''बघा हवं तर. पण सकाळपासून पडूनच आहे ती!''

पाठमोऱ्या रमाकांतकडे पाहत पाहत मॅनेजर म्हणाले, ''ही गुणी माणसं म्हणजे अशी लहरी! दिवसा निजून राहतील आणि रात्री गात बसतील. आपल्या अंगात गुण आहे हे सुद्धा ठाऊक नसतं त्यांना! या सुरंगाचंच बघा की! सहा वर्षांपूर्वी बेळगावच्या मुक्कामात मिळाली ती मला!''

''मिळाली?''

''हो, नशिबानंच मिळाली म्हणायची! त्या मुक्कामापुरती एक म्हातारी मोलकरीण लावली होती आम्ही!''

म्हातारी हा शब्द अर्थसूचक रीतीने मॅनेजरांनी उच्चारला असा दादांना भास झाला. ''त्या म्हातारीला. दळणाबिळणात मदत करायला येई ही केव्हातरी. दळताना अशा गोड ओव्या म्हणे–''

''गायला केव्हा शिकली ही मग?''

''कंपनीत आल्यावर. म्हणून तर ती अजून चिकटून आहे इथं. नाही तर...''

तालमीच्या खोलीत ज्या सुरंगाविषयी हा संवाद चालला होता ती आपल्या खोलीत पलंगावर पडून राहिली होती. उन्हाचा त्रास होऊ नये म्हणून तिच्या खोलीच्या खिडक्या लावल्या होत्या. रमाकांतने लोटलेले दार उघडले त्याबरोबर कोलनवॉटरच्या मधुर परंतु किंचित उग्र गंधाने आपले अस्तित्व प्रकट केले. सुरंगाच्या मानी स्वभावाची वायुरूप मूर्तीच वाटली ती त्याला. तो एकदम दारात थबकला.

आपण आलो आहोत हे कळले असूनही सुरंगा उठून आली नाही. तिला आपली पर्वा नाही. मग आपण तरी तिला नसते महत्त्व का द्यावे? नटी आणि नाटककार हा काय तो तिचा व आपला संबंध. ती आपली कुणी नव्हे! आपणही तिचे कुणी नाही! आपण तिला कशाला बोलवायला आलो? जणू काही राजाची राणीच आहे ती! सुलोचनेला हे पाहून काय वाटले असेल?

आल्या पावली परत जावे असा विचार त्याच्या मनात आला. पण परत जाऊन काय सांगायचे? सुरंगा येत नाही म्हणून? त्याच्या अभिमानी मनाला ते कसेसेच वाटले. काय करावे या विचारात तो होता– इतक्यात पाठमोरी असलेली सुरंगा कुशीवर वळली. दारात थोडा वेळ उभे राहिल्यामुळे त्याला आता खोलीचा आतला भाग स्पष्ट दिसू लागला होता. तो आत आला आणि डोळे मिटलेल्या सुरंगाकडे निरखून पाहू लागला.

पलंगावरील सावरीच्या मऊ उशीचा भाग तिच्या मस्तकाच्या दाबामुळे एका बाजूला किंचित वर आला होता. उशीवरील गुलाबी अभ्रा, तिचा गोरा चेहरा आणि मधूनच हलणारे काळे केस यांचा त्रिवेणीसंगम त्याला बहारीचा वाटला. उमललेल्या कमळापेक्षा त्याची कळीच अधिक सुंदर दिसते. तिचे मिटलेले डोळे पाहून त्याच्या

मनात हीच कल्पना आली. त्याने तिच्या ओठांकडे पाहिले. त्यांचा नेहमीचा खेळकरपणा तिथे त्याला दिसला नाही. गळ्यापर्यंत तिने अंगावर घेतलेली रंगीत पातळ चादर किंचित खालीवर होत होती. अशा स्थितीत सुरंगाला त्याने कधीच पाहिले नव्हते. संध्याकाळसारख्या रम्य अंधूक प्रकाशात ती त्याला अत्यंत आकर्षक वाटली. किंचित पुढे होऊन त्याने हाक मारली, ''सुरंगा–''

सुरंगा स्तब्ध होती. 'नुकती कुठे झोप लागली असेल हिला,' असाही विचार त्याच्या मनात येऊन गेला.

अगदी पलंगापाशी जाऊन त्याने हाक मारली, ''सुरंगा–''

आपल्या स्वरातील फरक त्याचा त्यालासुद्धा जाणवला. सुरंगाच्या केसांतील गुलाबांचा मधुर गंध आपल्याला गोड गुंगी आणत आहे, असा त्याला भास झाला. आज दोन महिने आपले सुरंगावरील प्रेम प्लेटॉनिक आहे, केवळ कलात्मक आहे, असे तो आपल्या मनाला सांगत होता. पण गुलाबाच्या त्या उन्मादक गंधाने त्याच्या डोक्यातील प्लेटोचे तत्त्वज्ञान कुठल्या कुठे पिटाळून लावले. त्याने मागे वळून अर्धवट उघड्या दारापाशी कोणी आहे का पाहिले. लगेच मान वळवून तो किंचित वाकला. अननुभूत आनंद व भीती त्याच्या रोमरोमांत नाचू लागली. आता–

''एका स्त्रीची आत्महत्या!'' रस्त्यावर वर्तमानपत्रे विकणाऱ्या पोराची कर्कश आरोळी त्याच्या कानांवर पडली. दोरी म्हणून उचलायला जावे आणि तो साप निघावा म्हणजे मनुष्य जसा दचकतो त्याप्रमाणे तो एकदम मागे झाला. वत्सलेने आत्महत्या केली काय? त्याचे डोके गरगर फिरू लागले.

त्याने सुरंगाकडे पाहिले ती डोळे उघडून खट्याळपणे हसत होती.

''तू जागीच होतीस वाटतं?''

''छे! आता झाले.''

''त्या पोराच्या ओरडण्यानं?''

''अं हं. एका माणसाच्या भिण्यानं!''

रमाकांत मनातल्या मनात लाजला. पण त्याची समयसूचकता काही कमी नव्हती.

''तुझी झोपमोड होऊ नये म्हणून–''

''नाटककारच आहात तुम्ही.''

''अन् तू कुशल नटी आहेस.''

सुरंगा हसत हसत अंथरुणावर उठून बसली.

''कितीसं डोकं दुखतंय?'' रमाकांतने प्रश्न केला.

''खूप–''

''काय झालं इतकं दुखायला?''

"घावच बसला तसा!"

"केव्हा?"

"काल रात्री."

आता रमाकांतच्या लक्षात आले. आपण सुलोचनेच्या मोटारीत बसून गेलो त्याचे हे सारे उट्टे हे त्याने ओळखले.

"बाहेर चल जरा. ती सुलोचना आणि तिचे वडील आले आहेत."

"तिचे वडील येवोत नाही तर आजोबा येवोत!" मला थोडंच लग्न करायचंय त्यांच्याशी!"

"मला तरी काय करायचंय त्यांच्याशी?"

"त्यांचा जावई व्हायचं असेल मनातनं."

"घाव बरा करायचं कबूल करतो. मग तर झालं?" बाहेर मंडळी आपल्याकरिता तिष्ठत असतील, हे लक्षात येऊन रमाकांत म्हणाला.

"काल रात्री पत्र हरवलं एक माझं!"

"कुणाला लिहिलं होतंस?"

"तुम्हाला!"

"मग दिलं का नाहीस?"

"देण्याकरिता म्हणून तर जुहूला जाण्याचा हट्ट धरला."

"कुठं सांडलं ते?"

"वाळवंटात पडलं असेल."

"बरी झाली रात्रीच्या अबोल्याबद्दल शिक्षा!"

"पण कुणाच्या हातात ते पडलं तर?"

"वाऱ्याच्या हातात पडलं असेल तिथं! अन् पडलं तर पडलं. कुणाच्या खुनाचा बेत नव्हता ना आत?"

सुरंगा येत आहे असे सांगायला रमाकांत पुढे गेला. रस्त्यावरून ओरडत जाणाऱ्या पोऱ्याकडला एक अंक मॅनेजरांनी आधीच घेतला होता. रमाकांत येताच दादा म्हणाले, "ही पाहिलीत बातमी?"

रमाकांतच्या अंगावर काटा उभा राहिला. दादा वाचू लागले,

"दादरवर राहणाऱ्या सव्वीस वर्षे वयाच्या एका ब्राह्मण बाईने अंगावर रॉकेल तेल ओतून स्वत:ला जाळून घेतले. आत्महत्येचे नक्की कारण अद्यापही कळले नाही."

रमाकांतने समाधानाचा सुस्कारा सोडला. मॅनेजरसाहेब आत उठून गेले. सुरंगा तोंड धुऊन व पातळ बदलून बाहेर यायला निघाली होती. तिला ते म्हणाले, "मोठे श्रीमंत आहेत म्हणे हे पाहुणे!"

सुरंगा काहीच बोलली नाही. आतून आचारी ट्रेमध्ये चहाचे पाच पेले घेऊन आला. त्यातील एक सुरंगाच्या हातात देत मॅनेजर म्हणाले, ''हा तू दे पाहुण्यांना. सुरंगाने तीव्र दृष्टीने मॅनेजरांच्याकडे पाहिले. आचारी ट्रे घेऊन पुढे निघून गेला. सुरंगा म्हणाली, ''मला नाही आवडत असल्या गोष्टी!''

''चांदण्यात फिरणं आवडतं?''

सुरंगाच्या वर्मी घाव बसला.

सुरंगा सहा वर्षांपूर्वीच्या गोष्टी आठवतात का तुला? तू कंपनीत दळायला येत होतीस–''

सुरंगा मुकाट्याने पेला घेऊन चालू लागली. खाली पाहतच तिने खोलीत प्रवेश केला. समोरच्या लोडाला टेकून कुणीतरी प्रौढ गृहस्थ बसला आहे एवढे तिच्या खालच्या नजरेला दिसले. त्याच्या हातात पेला देण्याकरिता ती वाकली आणि तिने त्याच्या चेहऱ्याकडे पाहिले–

तिच्या हातातील कपबशी गळून खळकन् खाली पडली. जणू काही तो प्याला बोलकाच होता. दादांनी सुरंगाकडे क्षणभरच पाहिले. त्यांचा चेहरा अगदी उतरून गेला होता. सुरंगा थरथर कापतच आत गेली.

''हजार माणसांसमोर काम करताना भीती नाही वाटत हिला! पण आज–'' मॅनेजरनी सारवासारव केली.

''विलक्षण डोकं दुखतंय तिचं.'' रमाकांत म्हणाला.

चहापान आटोपून मंडळी कंपनीच्या बिऱ्हाडातून बाहेर पडली. पण दादांनी आपणाला बरे वाटत नाही असे म्हटल्यामुळे फिरण्याचा आणि सिनेमाचा कार्यक्रम रद्द झाला.

देव आणि भाव

***

रमाकांतच्या नाटकाची रंगीत तालीम इतकी चांगली झाली की, दुसऱ्या दिवशी दुपारी केव्हा एकदा नाटक सुरू होते आणि प्रेक्षकांच्या टाळ्यांचा कडकडाट आपल्या कानांवर पडतो, असे त्याला होऊन गेले होते. नाटकाचा पहिला प्रयोग झाला की, दादांना हवे असलेले छोटे पुस्तक लिहिण्याकरिता कामापूरला काजूचा कारखाना पाहायला जायचे होते. कामापूरला दुसरे काही पाहण्यासारखे नसले तरी दादांनी वडिलांच्या स्मरणार्थ बांधलेली भव्य दीपमाळ आणि देवळाच्या जवळ असलेले सुंदर तळे या दोन गोष्टी आहेत, असे सुलोचनेने त्याला सांगितले होते. सुलोचनेच्या सहवासात दीपमाळेवरील अगर तळ्यावरील संध्याकाळ किती सुखावह होईल याची कल्पनाचित्रे मधूनमधून तो रेखाटी. नाटकाच्या धांदलीत आणि आनंदाच्या भरात त्याला वत्सलेची फारशी आठवणही होत नसे. रात्री अंथरुणावर पडल्यावर मात्र त्याच्या मनात एकदम विचार येई– वत्सलेचं काय झालं असावं? ती आपल्या मामांच्याकडे केली की तिने जीव दिला? तिची चौकशी आपण करायला नको का? पण नक्षत्रांप्रमाणे हे विचारही सकाळी कुठल्या कुठे नाहीसे होत.

पहिला प्रयोग एक अक्षरही न गाळता करायचे ठरले होते. त्यामुळे नाटक दुपारी साडेतीन वाजता सुरू होणार होते. रमाकांत दोन वाजताच थेटरात आला. सुरंगा रंगत होती. तिला तो म्हणाला, "माझं नशीब तुझ्या हातात आहे हं सुरंगा!"

'आणि माझं?' हा प्रश्न अगदी सुरंगाच्या ओठाशी आला होता. पण तो करण्याचा धीर तिला झाला नाही. अर्धवट रंगविलेला आपला चेहरा आरशात पाहत तिने विचारले, "माझा हातगुण चांगला ठरला तर काय बक्षीस द्याल मला?"

"तू मागशील ते."

"बघा हं! घाईनं वचन देऊ नका! नाही तर–"

ती घाईघाईने रंगू लागली. त्या रंगाकडे पाहता पाहता रमाकांतचे मन भ्रमू लागले. सुरंगा सुरूप आहे, गोरी आहे, पण स्टेजवर यायच्या आधी तिलासुद्धा रंगावे लागते. जवळून ही रंगलेली माणसं कशी भस्म फासल्यासारखी दिसतात. पण लांबून? प्रेक्षकांना हेच रंग चांगले दिसत नाहीत का? जग ही एक रंगभूमी आहे. या रंगभूमीवर कामे करणारे कसले रंग लावतात? कला आणि सौंदर्य यांच्या कल्पना हेच का ते रंग?

सुलोचना आल्याची वर्दी एक नोकर घेऊन आला. तिचे स्वागत करण्याकरिता रमाकांत रंगपटातून बाहेर गेला. त्याने सुलोचनेकडे पाहिले. आत नायिकेच्या कामाकरिता रंगणाऱ्या सुरंगापेक्षा तीच त्याला अधिक सुंदर वाटली. वाऱ्यामुळे किंचित अव्यवस्थित झालेले तिचे केस, रंगपटातील सुरंगाच्या चापून चोपून बसविलेल्या केसांपेक्षा अधिक आकर्षक दिसत होते. सुलोचनेच्या स्वागतार्थ रमाकांत विनोदाने काहीतरी बोलणार इतक्यात हातातील वर्तमानपत्राचा अंक त्याच्या हातात देत ती म्हणाली, ''हा पाहिलात का अंक?''

''टीका आलीय की काय नाटकावर?''

''अंऽ हं! गोष्ट आहे!''

''वर्तमानपत्रातल्या भिकार गोष्टी वाचायला वेळ आहे कुणाला?''

''विद्याधरांना!''

''म्हणजे?''

''ही गोष्ट काही मी नाही काढली शोधून. हा विद्याधरांनी अंक पाठविला मुद्दाम!''

''कुठून?''

''कामापुराहून.''

''बरीच रसिक दिसतेय स्वारी! काजूच्या कारखान्यात काम करणाऱ्या कुरवाडणीची गोष्ट असेल बहुधा''

''अंऽहं! तुमची-आमचीच आहे. तुमची 'भाव तसा देव' त्यांना वाचायला दिली होती मी इथं!''

''मग तिचा काय संबंध?''

''तिच्या अगदी उलट आहे ही! देव तसा भाव म्हणते ही बाई!''

''बाईची गोष्ट आहे की काय? बुरख्यातली बाई असेल बहुधा.'' अंक उघडीत रमाकांत म्हणाला. त्याने गोष्टीच्या मथळ्याखाली पाहिले. 'लेखिका : कृष्णा.'

''वाचून तर पहा. अगदी वाईट नाही काही गोष्ट!''

सुलोचना नाटकातील पहिल्या प्रवेशाची रंगव्यवस्था चालली होती ती पाहू लागली. रमाकांत खुर्चीवर बसून मनातल्या मनात वाचू लागला.

गोष्टीची नायिका शांता ही लग्नापूर्वी पतीला देव मानीत असते. पण लग्नानंतर तिला इतके कटू अनुभव येतात की, विधवा झाल्यावर एका गोष्टीत ती लिहिते, ''पतीशी एकजीव झालेल्या पत्नीला वैधव्य म्हणजे मरण वाटत असेल. पण पतीच्या निर्दय वर्तनाने जिचा जीव अर्धमेला झाला आहे तिला वैधव्य हा पुनर्जन्मच वाटतो.'

गोष्टीचा शेवट असा केला होता– 'शांता चहा देत असताना तिचा चेहरा माझ्या दृष्टीला पडला, त्या दिवशीही तिने असाच चहा दिला होता. तीच ही खोली. पण पेटीवर मोत्या नाही, शांताच्या कपाळावर कुंकमतिलक नाही आणि शांताच्या हृदयात 'असे पति देवचि' ही भावनाही नाही. शांता शाळेत 'भाव तसा देव' ही म्हण शिकली होती. पण अनुभवाने तिच्या हृदयावर 'देव तसा भाव' ही नवीन म्हण कोरली होती.'

गोष्ट वाचून होताच रमाकांतने वर पाहिले. गोष्टीतील शांता, तिचे कुत्र्यावरचे प्रेम, नवऱ्याला तिच्याविषयी वाटणारा तिटकारा– त्याला एकदम वत्सलेची आठवण झाली. त्याने सहज गोष्टीखाली पाहिले. 'गृह्यसंस्कार!' गोष्टीची थट्टा उडविण्याचे चांगलेच साधन हाती आले अशा कल्पनेने तो वाचू लागला. पण क्षणार्धात त्याच्या मुद्रेवर आश्चर्य उमटले. तो 'गृह्यसंस्कार' वत्सलेच्या मामांनी दिला होता. सांगलीला ताप येऊन तिला देवाज्ञा झाल्याचे वृत्त त्यात होते. त्या दिवशी रात्री संतापाने वत्सला निघून गेली आणि त्या संतापाचे रूपांतर तापात होऊन ती वारली असा विचार त्याच्या मनात आला. पण लगेच त्याचे मन द्विधा झाले.

दुसरे मन हळूच उद्गारले, 'ती तापाने नाही मेली.'

'मग?' पाहिल्याने विचारले.

'खून झाला तिचा!'

'खून? कोणी केला?'

'तू! रमाकांत, तू केलास!'

'खून काय हत्याराशिवाय होतो की काय?'

'एक का, चांगली दोन हत्यारं चालविलीस तू तिच्यावर!'

'पण हत्यारांना परवाना लागतो!'

'पांढरपेशा समाजाला तो सहज मिळतो.'

'कोणती ती हत्यारं?'

'कला आणि सौंदर्य!'

सुन्न मनाने आणि शून्य दृष्टीने रमाकांतने रंगभूमीकडे पाहिले. राजाच्या रंगमहालाचा देखावा उभारला जात होता! त्याच्या डोळ्यांना स्मशानात चितेवर ठेवलेली वत्सला स्पष्ट दिसू लागली. वैराग्याच्या त्या झटक्यासरशी त्याला वाटले– कला आणि

सौंदर्य हे मानवी जीवनाचे नुसते अलंकार आहेत. पण जीवनाचा आत्मा? प्रेम हाच त्याचा आत्मा. कला आणि सौंदर्य यांच्याशिवाय ज्याचे पान हलत नाही ते प्रेम नव्हे, तो उपभोग आहे– निव्वळ सुसंस्कृत उपभोग आहे.

त्याचे वाचन संपलेले पाहून सुलोचना म्हणाली, "तुमच्या गोष्टीला उत्तर म्हणून काही लिहिलेली दिसत नाही ती!"

रमाकांतने काहीच उत्तर दिले नाही.

योग्य वेळी नाटक सुरू झाले. प्रेक्षकवर्गात उषा खरे आणि आपल्या इतर विद्यार्थिनी पाहून रमाकांतला मूठभर मासं चढले. कथालेखक म्हणून रमाकांत अलीकडे बराच लोकप्रिय झाला होता. त्यातून हे त्याचे पहिले नाटक. त्यात सुरंगाच्या रूपाची व गाण्याची भर पडल्यामुळे नाटकगृह आज अगदी चिकार भरून गेले होते.

पाहायला आलेल्या पुरुषापुढे बसताना मुलीची जी व्याकूळ मन:स्थिती होते तिचा अनुभव रमाकांतला येऊ लागला. यशाच्या शिखराकडे धावणारी त्याची महत्त्वाकांक्षी, एखादे वाक्य प्रेक्षकांना आवडले नाही असे वाटले की, ठेच लागल्यासारखी विव्हळ होई. एखाद्या वाक्याला टाळ्यांचा कडकडाट झाला की, ती वेगाने पुढे धावे. सुरंगाने तर पहिल्या पदापासून टाळ्या मिळवायला सुरुवात केली. यशाच्या या धुंदीत रमाकांत हां हां म्हणता वत्सलेचा मृत्यू विसरून गेला.

पहिला अंक संपला. विश्रांतीकरिता सुरंगा रमाकांत व सुलोचना यांच्यापाशी येऊन बसली. तिच्या त्या उभट रेखीव चेहऱ्याकडे पाहताच सुलोचना म्हणाली, "सुरंगाताई, माझं एक काम आहे तुमच्याकडे!" सुरंगा नुसती हसली.

"लक्ष्मीचे चित्र काढायचंय् मला! तुम्हालाच लक्ष्मी करावी म्हणते मी!"

रमाकांतलाही सुलोचनेची ही निवड पसंत पडली. तो म्हणाला, "आहेच ती लक्ष्मी! मॅनेजरांना विचारा हवं तर!"

पेटी अगदी तुडुंब भरली असल्यामुळे मॅनेजरसाहेबही खुषीत होते अगदी. त्यांनी हास्यरूपाने रमाकांतच्या म्हणण्याला दुजोरा दिला.

दुसरा अंक सुरू झाला. तो पहिल्यापेक्षाही अधिक रंगला. रमाकांतला आपण स्वर्गात आहोत असे वाटत होते. नायक-नायिकांच्या संवादांतील प्रत्येक वाक्याला टाळ्या पडू लागल्या.

नायिका : महाराज, मी गरीब कुळातील आहे. लोखंडाचे दागिने करीत नाहीत, शृंखला करतात.

नायक : पण परिसाचा स्पर्श झाला की, लोखंडाचे सोने होते. इंदुमती, दे, मावळत्या सूर्यनारायणासमोर तुझा हात माझ्या हातात दे.

हा संवाद टाळ्यांच्या कडकडाटात संपला. नायकाने नायिकेचा हात हातात

घेतला तिने लाजून मान खाली घातली. इतक्यात तळमजल्यावरील मागच्या बाजूला काही गडबड सुरू झाली. सारे प्रेक्षक मागे पाहू लागले. रमाकांतला काय झाले ते कळेना. धडधडत्या अंत:करणाने तो दारापाशी येऊन उभा राहिला.

लवकरच गडबड शांत झाली. कुणी दारूबाज दंगा करीत होता म्हणून पोलिसांनी त्याला हाकलून दिले असे कळले. रमाकांत शांत चित्ताने जागेवर येऊन बसला. नाटकाचा तिसरा अंक यशस्वी झाला. रमाकांतचा जीव खाली पडला.

नाटक संपताच रमाकांतने सुलोचनेला मोटारीतून तिच्या घरी पाठवून दिले. अधिक उशीर झाला, तर तिच्या मावशी अकांडतांडव करतील ही त्याची खात्री होती. रंग पुसून सुरंगा बिऱ्हाडी जायला तयार होईपर्यंत बराच वेळ लागला. मॅनेजरांना यायला अजूनही वेळ होता म्हणून ती दोघेच मोटारीतून जायला निघाली. आजच्या यशाचा आनंद, विद्युद्दीपांचा चकचकाट, दुरून येणारे वाद्यांचे मधुर सूर, सुरंगाच्या केसांना लावलेल्या सुगंधी तेलाचा मनोहर वास यांनी उत्तेजित होऊन मोटारीत बसता बसता रमाकांतने विचारले, ''सुरंगा, काय बक्षीस देऊ तुला?''

ती झटकन बोलून गेली, ''परिसाचा स्पर्श झाला की लोखंडाचे सोने होतं!''

त्या उन्मादक मन:स्थितीत रमाकांतने हळूच तिचा हात आपल्या हातात घेतला. ड्रायव्हरला काहीच दिसणे शक्य नव्हते. रमाकांत प्रेमभराने तिचा हात दाबणार इतक्यात मोटारीच्या मागून घोगऱ्या स्वरात शब्द आले, 'तुळशी! तुळशी!'

सुरंगाने झटकन मागे वळून पाहिले, विंचू डसला की मनुष्य जसा पाय झाडता त्याप्रमाणे तिने आपला हात रमाकांतच्या हातातून सोडवून घेतला.

पुनर्जन्म

***

देवळाला वळसा घालून आल्यावर त्या भव्य सुंदर तळ्याचे दर्शन होताच वत्सलेच्या श्रमांचा परिहार झाला. त्याच्या निळसर पाण्यावर हळूहळू मिटू लागलेली कमळे दुरून तारकांप्रमाणे दिसत होती. मधूनमधून पाण्यावर एखादा लहान तरंग उठे आणि एखाद्या कमळाभोवती नाचे. जणू काही तो त्या कळीला लाडकेपणाने म्हणत होता, 'कमळाताई, काय गं झालं इतकं रागवायला? हा घे माझा पापा!' तळ्याच्या तीन बाजूंना तीन टेकड्या होत्या. त्यांच्या मध्यभागी हिरव्या कोंदणातल्या निळाच्या खड्याप्रमाणे ते तळे चमकत होते. मधूनच वाऱ्याची मंद झुळूक काजीच्या मोहराचा सुगंध घेऊन येई. त्याचा मंदमधुर वास वत्सलेला अत्तरापेक्षाही अधिक आनंददायक वाटला. तिच्या मनात आले– निसर्ग मनुष्यापेक्षा श्रेष्ठ आहे हेच खरे. सकाळचे पहिले उन्ह अगर पावसाळ्यातील पहिला पाऊस पाहताना मन कसे आनंदाने नाचू लागते. तारकांची फुले फुलविणारी संध्याकाळ आणि ती फुले खुडून नेणारा उषःकाल दोघेही सारखेच रमणीय नाहीत का? परवाच आपण मालवणला समुद्राची भरती पाहिली आणि सुकतीही पाहिली. दोन्ही वेळचा लाटांचा पाठशिवणीचा खेळ सारखाच मोहक दिसतो. साधुसंत रानावनात सृष्टीच्या सहवासात राहतात याचे कारण हेच असेल काय? निसर्ग केवळ आनंदमय आहे. मनुष्य-दुःखाच्या खारट पाण्याने भरलेला तो समुद्र आहे. त्याच्यात केव्हातरी सुखाचे मोती उत्पन्न होतात झाले.

हातातील लहान बोचके काठावर ठेवून तिने तांबड्या मातीने लाल झालेले आपले पाय धुवायला सुरुवात केली. पाहता पाहता तिला लहानपणी हातापायांना लावलेल्या मेंदीची आठवण झाली. चालून चालून पाय फार दुखत होते. अनवाणी चालल्यामुळे त्यांची अगदी चाळण होऊन गेली. पाय धुऊन पाण्याचा हात तिने

तोंडावर फिरविला. सांभाळून पाण्यात वाकून पाहिले. त्या स्वच्छ पाण्यात तिचे प्रतिबिंब तिला स्पष्ट दिसले. 'गरिबांना मोठे आरसे कुठून मिळणार? म्हणून सृष्टी असली तळी निर्माण करीत असेल.' अशी कल्पना तिच्या मनात येऊन गेली. पुन्हा तोंडावरून हात फिरवता फिरवता तो कुंकवाच्या टिळ्यापाशी गेला. त्या अस्पष्ट प्रतिबिंबातही तो टिळा उठून दिसत होता. पाण्याचा एक थेंब! की तो टिळा कुठल्या कुठे नाहीसा होईल. तिने त्या अफाट तळ्याकडे पाहिले. साऱ्या अभागी सधवांचे कुंकू हे पाणी पुसून टाकील, असा भयंकर विचार तिच्या मनात येऊन गेला. तिने आपला हात वर उचलला. थरथर कापत होता. कुंकवाचा टिळा पुसण्याकरिता ती हात कपाळाकडे नेणार इतक्यात तिच्या कानावर शब्द आले, "आजी, ती बघ आई."

'आई' हा शब्द ऐकताच तिचा हात एकदम खाली गेला. आपण जाणूनबुजून विधवा होत होतो. विधवा आई कशी होणार? सधवेला आई होता येईल. आज ना उद्या रमाकांतला पश्चात्ताप होईल आणि तो आपल्याला आदराने घेऊन जाईल. या विचाराबरोबर तिचे तिलाच हसू आले. रमाकांत आपणाला कुठून घेऊन जाणार? स्वर्गातून! त्याच्या दृष्टीने आता आपण स्वर्गातच आहोत आणि आपला स्वर्ग? हा कामापूरचा काजूकारखाना. कुरवाड्याची बायको शोभण्याइतकेच आपले रूप आहे असे रमाकांतला वाटते. आपला पती सुरूप, कलावंत, श्रीमंत, पांढरपेशा मनुष्य! आपण कुरूप, कलाहीन, दरिद्री मजूर होणार. ही दोन टोके कधी तरी एक होतील का? 'आई' हा शब्द ऐकताच आपल्याला जे वाटले तो नुसता भासच राहणार. तिने मागे वळून क्षितिजाकडे पाहिले. तांबडे लाल सूर्यबिंब क्षितिजावर टेकले होते. आकाश वाकून पृथ्वीच्या स्कंधावर आपले पश्चात्तप्त मस्तक ठेवीत आहे, असे दृश्य तिला दिसले. त्या दिव्य स्पर्शाने दोघेही रंगून गेली होती. रमाकांतपासून हे सुख कधी तरी आपल्याला मिळेल का?

आपल्या दुबळ्या मनाचा तिचा तिलाच राग आला. पहिल्या भेटीच्या दिवशी आपल्याला लाथाडणारा, नंतर आजारी बापाच्या शुश्रूषेच्या निमित्ताने आपल्याला दूर ठेवणारा आणि शेवटी आपल्या डोळ्यांदेखत एका बाईला बरोबर घेऊन चांदण्यात फिरायला जाणारा नवरा– त्याच्याकडे आपल्या मनाने पुन:पुन्हा आशाळभूतपणाने का पाहावे? या विचाराच्या भरात असताना तिने हाताने सहज दगड घेतला आणि तो तळ्यात टाकला. 'डुबुक' करून आवाज झाला. थोडेसे मोठे तरंग उठले. जवळची कमळे क्षणभर कापली. त्या आवाजाने काठावरचे एक पाखरू 'किर्रर्र' करीत दुसरीकडे गेले.

वत्सला विचार करू लागली– या दगडाऐवजी आपण पडलो असतो तर? निसर्गाला काय– दगड आणि आपण दोन्ही सारखीच! आपण पडलो असतो तर–

तर पडण्याचा आवाज जरा अधिक मोठा झाला असता, लाटा खूप जोराने उसळल्या असत्या, कमळे अधिक वेळ कापत राहिली असती आणि कदाचित पाखरांनी कलकलाटही केला असता. आनंदमय निसर्गाने आपल्या मरणाबद्दल फार तर एवढेच दु:ख व्यक्त केले असते. पण त्याचवेळी काठावर एखादा मनुष्य असता तर? निसर्गाप्रमाणे शांतपणाने त्याने आपले मरण पाहिले असते का? त्याला पोहायला येत असते तर त्याने उडी घेतली असती, पोहायला येत नसते तर आरडाओरडा केला असता. मनुष्यच निसर्गापेक्षा श्रेष्ठ आहे. निसर्ग निर्जीव, मनुष्य सजीव! जीवन जीवनाशीच समरस होणार.

'ती बघ, ती बघ!' पुन्हा मघांचेच शब्द ऐकू आले. वत्सलेने वळून पाहिले. उजवीकडच्या टेकडीवरील काजीच्या झाकळीतून एक म्हातारी बाई व एक पाच-सहा वर्षांचा मुलगा खाली उतरत होता. मुलगा पटापट एका खडकावरून दुसऱ्या खडकावर उड्या मारीत होता. म्हातारी आपले अवसान पाहून चालत होती. मुलाचे शब्द ऐकू आले, "आजी, तू मार की उड्या."

"अरे गुलामा, म्हातारीची थट्टा करतोस होय?"

वत्सलेच्या मनात मात्र या संवादाने निराळाच विचार केला. लहानपणी मूल आई-बापांच्या जिवावर उड्या मारते, पण मोठेपणी– मोठेपणी कुणाच्या जिवावर उड्या मारायच्या? स्वत:च्या? तिने स्पष्ट दिसू लागलेल्या त्या जोडीकडे पाहिले. म्हातारीच्या आयुष्याची संध्याकाळ झाली असली, तरी ती वसंत ऋतूतील संध्याकाळ होती. साठी सहज उलटली असेल तिची. पण अंगकाठी कशी ताठ होती! म्हातारपणाची कळा चेहऱ्यावर नव्हती असे नाही; पण त्या कळेच्या जोडीला तारुण्याचा उत्साहही उठून दिसत होता. एकंदर वेषावरून ती कामकरी वर्गातीलच बाई असावी; पण तिचे लुगडे त्या मानाने धड आणि स्वच्छ होते.

पण वत्सलेला आश्चर्य वाटले ते तिच्यापेक्षाही तिच्या नातवाचे. गोरागोरा पान होता तो! त्याचे गरुडासारखे नाक, उभट चेहरा, सुंदर जिवणी आणि अरुंद पण मोहक कपाळपट्टी भारी आकर्षक होती. म्हातारीचा तो नातू असेल, या गोष्टीवर कुणाचा विश्वासच बसला नसता.

तो मुलगा टेकडी उतरून खाली आला आणि एकदम थबकला. त्याने टक लावून वत्सलेकडे पाहिले आणि तो निराशेने म्हणाला, "आई नव्हे गं ही, आजी."

म्हातारी खाली आली आणि वत्सलेकडे निरखून पाहू लागली. कामापूरची तिला खडान्‌खडा माहिती होती. तिने वत्सलेच्या गाठोड्याकडे पाहिले आणि विचारले, "कुठून गं आलीस तू बाई?"

स्वत:ची हकीगत या बाईला समजावून सांगणे अशक्य आहे, असे वत्सलेला

वाटले. तिने उत्तर दिले, ''देवाच्या घरून!''

त्या मुलाने मध्येच म्हटले, ''आजी, माझे बाबा तिथंच आहेत ना गं?''

त्याच्याकडे दुर्लक्ष करून म्हातारीने प्रेमळ स्वराने विचारले, ''कुठं जाणार?''

वत्सलेने शून्य दृष्टीने वर पाहिले. संध्याकाळ झाली असल्यामुळे कावळ्यांचे थवेच्या थवे भरभर उडत घरट्यांकडे परत जात होते. तिच्या मनात आले– या क्षुद्र पक्ष्यांनासुद्धा कुठे जायचे हे ठाऊक आहे. पण आपल्याला? तिच्या डोळ्यांत पाणी उभे राहिले.

म्हातारी वत्सलेच्या जवळ गेली आणि वात्सल्याने तिच्या पाठीवर हात ठेवून म्हणाली, ''मुली–'' उन्हाची तिरीप लागताच बर्फ वितळते त्याप्रमाणे वत्सलेचे मन म्हातारीच्या मायेच्या उबेने विरघळले. तिने कृतज्ञ दृष्टीने तिच्याकडे पाहिले. वत्सलेजवळ बसत बसत म्हातारी म्हणाली, ''सोन्या, ओवळ आण जा काढून. तिन्हीसांज झालीय. पायाखाली बघ हं.''

सोन्या उड्या मारीतच देवळाच्या बाजूला असलेल्या बकुळीच्या झाडाकडे गेला.

''मुली, नाव काय तुझं?''

''कृष्णा.''

''जात?''

''जात तुमची तीच माझी.''

म्हातारीने चमकून तिच्याकडे पाहिले. वर्ण काळसर, रूपही सामान्य.

म्हातारी विचारात पडली असे पाहून वत्सला म्हणाली, ''साऱ्या माणसांची जात एकच नाही का आजीबाई?''

''देवाने एक केली आहे बघा. पण माणसाने–''

''माणसानं सत्यानाश केलाय होय ना?''

''नाही तर काय? ते माड बघ.'' समोरच्या टेकडीच्या पायथ्याशी आलेल्या नारळांच्या राईकडे बोट दाखवीत म्हातारी म्हणाली, ''देवानं कल्पवृक्ष दिलाय पण माणसं काय करतात त्याचं?''

''काय?''

''दारू! माडी! तीन वर्ष झाली देवबाप्पांनी बंद केले होतं सारं–''

''देवबाप्पा! कुठे देवबाप्पा?''

''देवबाप्पा नाहीत माहीत तुला? अग पोरी, साऱ्या कोकणपट्टीत–''

मालवणला वेळेवर पाहिलेली बाप्पांची मूर्ती वत्सलेला आठवली. खाणावळीत त्यांची हकीगत ऐकून काजूकारखान्यात काम करण्याचा तिचा निश्चय अगदी दृढ झाला होता. पण ती काशीला म्हणाली, ''मी देशावरची आहे आजीबाई.''

“बेळगाव-कोल्हापूरकडची?”

“हो.”

“मी होते पोरी बेळगावला! खूप वर्षं होते.”

म्हातारी बेळगावची काही माहिती विचारते की काय अशी वत्सलेला भीती पडली.

म्हातारीने विचारले, “कोकणात कशाला आलीस बाई?”

“पोट भरायला!”

क्षणभर स्तब्ध राहून म्हातारीने विचारले, “नवरा काय करतो तुझा?”

मघाशी कुंकू पुसून मंगळसूत्र तोडून टाकले असते तर बरे झाले असते, असे वत्सलेला वाटले. ती तळ्यांच्या प्रशांत पाण्याकडे पाहू लागली.

“तो नीट वागवीत नाही तुला. होय ना?”

वत्सलेने होकारार्थी मान हलविली.

“बाईबिईचा नाद आहे का?” क्षणभर स्तब्ध राहून म्हातारी पुढे म्हणाली, “तरणीताठी पोर तू! नवऱ्यावाचून कसा गं जन्म जायचा बया तुझा?”

आपल्या उद्‍गाराने कृष्णेला वाईट वाटत आहे, अशी म्हातारीची कल्पना झाली.

ती म्हणाली, “पुरुष म्हणजे कुत्रं. पिसाळलं की– या सोन्याच्या आईनं काय काय–” लगेच म्हातारीनं जीभ चावली.

वत्सलेने विचारले, “इथं गावात काजूकारखाना आहे ना?”

“आहे की! सारे दमेकरी दिवसभर खोकत असतात!”

“त्यांच्यात काम मिळेल का मला?”

“काम मिळेल; पण अगदी वाकड्या वेळेला आलीस तू पोरी!”

वत्सलेने प्रश्नार्थक दृष्टीने तिच्याकडे पाहिले.

“मजुरी कमी होतीय आता कारखान्यातली.”

“ती का?”

“धंदा पुरवत नाही म्हणतो तो दादा!”

“दादा कोण?”

“कारखानदार! बंगला बांधायला पुरवतं, त्याच्या पोरीला नट्टापट्टा करायला पुरवतं, त्याला सावकारी करायला पुरवतं, पण मजुरी द्यायला नाही परवडत त्याला!”

“दुसरं काम करीन त्यानं पोट भरलं नाही तर!”

“कामाकरिताच गरिबांचा जन्म आहे बाई.”

म्हातारीने भोवताली पाहिले. काळोख पडू लागला होता. “सोन्या, अरे सोन्या”

म्हणून तिने हाक मारली. उत्तर नाही असे पाहून तिने 'कुइइइ' असा कुकारा घातला. लगेच उत्तरादाखल कुकारा आला. कुकाऱ्याच्या मागोमाग सोन्याही आलाच.

'हा तुमचाच नातू का?' हा प्रश्न विचारण्याचे वत्सलेच्या अगदी मनात आले होते. पण तिला धीर झाला नाही. इतक्यात सोन्या ओंजळभर बकुळीची फुले घेऊन आला. ती वत्सलाला म्हणाली, ''ही बकुळीची फुलं?''

''नाही ओवळीची.'' सोन्या म्हणाला.

''म्हणजेच बकुळीची.'' म्हातारी म्हणाली.

''नाही नाही ओवळीचीच.'' सोन्याने आपले ठाम मत सांगितले.

''कसलीशीच दिसतात ही.'' वत्सला म्हणाली.

''तसंच आहे बघ.'' म्हातारीने त्यातली एक फूल घेतले आणि त्याच्यावरचे मळकट साल काढून टाकले. आत नाजूक सुवासिक बकुळीचे फूल होते.

आपली स्थितीही त्या बकुळीच्या फुलासारखी आहे असे वत्सलेला वाटले. रमाकांतने वरवर पाहून आपला तिरस्कार केला. पण आपले गुण प्रगट झाले, तर तोच रमाकांत आपल्याला शरण येईल.

या विचाराबरोबर तिचे मन उल्हासाने भरून गेले. आपल्या भोवतालची सृष्टीही तिला तितकीच आनंददायक वाटली. दिवसाचा उकाडा संपून गार वारा वाहू लागला होता. वाऱ्याच्या नाजूक करांगुलीने तळ्यात जलतरंगाचे वादन सुरू झाले होते. लोळत बाहेर गेलेल्या मुलाच्या अंगावर आईने हलक्या हाताने पांघरूण घालावे त्याप्रमाणे सृष्टी, रजनीची निळसर चादर पृथ्वीवर घालीत आहे, अशी कल्पना वत्सलेच्या मनात आली.

पलीकडच्या कमळेश्वरीच्या देवळातील संध्याकाळची नौबत सुरू झाली. शांत वातावरणातून येणारे तिचे प्रतिध्वनी वत्सला उत्सुकतेने ऐकू लागली. तिला मुंबईच्या धावपळीची आठवण झाली. चौपाटीवरील ती गर्दी आणि तळ्यावरील ही शांतता. तिथला मोटारींचा आणि ट्रामगाड्यांचा खणखणाट आणि इथले सनईचे मंजुळ सूर, दोन्ही जगांत किती विलक्षण अंतर! रमाकांतचे शब्द तिला आठवले. 'तुझ्या माझ्यात दोन ध्रुवांचे अंतर आहे.' तिला वाटले– आपण या दुसऱ्या ध्रुवावर तर आलो. आता इथे आपल्याला काय काय दिसेल? काही का दिसेना; पहिला ध्रुव तरी दिसणार नाही हे खास.

आपल्या या विचित्र कल्पनेचे तिचे तिलाच आश्चर्य वाटले. 'पहिला ध्रुव दिसणार नाही खास' हा विचार मनात येताच तिने आकाशाकडे पाहिले. मुंबईत ती घराबाहेर पडली त्या दिवशीही आकाश असेच चमकत होते. ती वर पाहत असलेली पाहून म्हातारी म्हणाली, ''खाली पाहून चाल हं कृष्णा!''

''नुकतंच उगवलेलं ते नक्षत्र किती छान दिसतंय!'' वत्सला उद्‌गारली.

“ते बघ सरसरलं तिथं काहीतरी.” सोन्याला जवळ ओढणारी म्हातारी म्हणाली.

वत्सलेने विचारले, “काय ते?”

“फुरसं असेल. पांढरपेशी माणसं संध्याकाळी हवा खायला बाहेर पडतात ना? जीवजिवाणूही तसंच बाहेर पडतं.”

म्हातारीच्या वाक्याची वत्सलेला एरवी मौज वाटली असती. पण तिच्या स्वत:च्या मनात त्यावेळी आलेल्या एका कल्पनेतच ती गुंग होती.

संध्याकाळ झाली की, नक्षत्रे चमकू लागतात. किती सुंदर दिसतात ती! संध्याकाळ झाली की, फुरशी बिळाबाहेर येऊन हिंडू लागतात. किती भयंकर असतात ती!

नक्षत्रे कुणी निर्माण केली? ईश्वराने.

आणि फुरशी कुणी निर्माण केली? त्याच ईश्वराने की–

“कामापुरात काही चावलं तरी दगावत नाही माणूस.”

“तो कसा?” वत्सलेने विचारले.

“कमळेश्वरी बसली आहे ना राखायला. अन् नागाचा मणी आहे पलीकडच्या आवाठात!”

मध्यरात्र उलटून गेली असावी. मधूनच कुठल्या तरी कुत्र्याचे भुंकणे ऐकू येई. टेकडी जवळ असल्यामुळे तिच्यावरचे कोल्हे यावेळी खाली उतरत असतील आणि त्यामुळे कुत्री भुकंत असतील असा वत्सलेने तर्क केला. पलीकडे म्हातारी निजली होती. संध्याकाळपासून ‘मावशी, मावशी’ म्हणून वत्सलेभोवती बागडणारा सोन्या तिच्याजवळ स्वस्थ झोपला होता; पण त्या दोघांवर आपला मोहिनीमंत्र पसरून गेलेल्या निद्रेने वत्सलेकडे ढुंकूनही पाहिले नाही.

अंधारात तारवटलेल्या डोळ्यांनी वत्सला आपल्या गतआयुष्याचा चित्रपट पाहू लागली. आपले इथे येणे, या म्हातारीच्या घरात राहणे आणि उद्यापासून काजूकारखान्यात मजुरी करून पोट भरणे, या साऱ्या गोष्टी वेडेपणाच्या नाही का? पांढरपेशा बापाची मुलगी, सांगलीला सुखवस्तूपणाने राहणाऱ्या डॉक्टराची भाची, पोलीस खात्यातल्या कामाबद्दल रावसाहेब झालेल्या एका अंमलदाराची सून आणि महाराष्ट्रातल्या एका प्रख्यात कथालेखकाची बायको– कामापुरासारख्या खेड्यात मोलमजुरी करून ती पोट भरू लागली, तर सारे लोक हसल्याशिवाय राहतील का? पण लोकांचे काय? चालत आलेल्या चाकोरीबाहेर कुणी गेलं की, त्यांनी हसायला सुरुवात केलीच! नवऱ्याला न आवडणारी दुसरी एखादी बाई मास्तरीण नाही तर नर्स झाली असती. पण रमाकांतच्या त्या टोमण्यांनी खालच्या वर्गात मिसळण्याची तीव्र इच्छा आपल्या मनात उत्पन्न झाली. काय होईल याचा परिणाम? काय होणार? वडील लहानपणीच

वारले. मामांच्या घरी गेले तर स्वयंपाक करीत जन्म काढायला हवा! सासरेही मरून गेले! नवऱ्याला तर आपण डोळ्यांपुढे सुद्धा नको! मग आपण कुठेही गेलो आणि काहीही केले तरी काय हरकत आहे? इथे या गरीब लोकांची सेवा तरी आपल्या हातून होईल.

हलक्या हाताने दार उघडून ती बाहेर आली. चंद्र मघाशीच उगवला होता. माडांच्या हिरव्यागार चुडतातून मधूनमधून जमिनीवर पडलेले चांदणे चित्रविचित्र रांगोळीप्रमाणे दिसत होते. वत्सलेने आकाशाकडे पाहिले. नक्षत्रांचा नुसता सडा पडला होता तिथं. तिच्या मनात विचार आला– पांढरपेशांचं जीवन या चांदण्यासारखं नाही का? दिसायला किती सुंदर, किती शांत. पण सूर्यच नसेल तर चंद्राला प्रकाश कुठून मिळणार? रक्ताचे पाणी करणारे कामकरी नसतील, तर पांढरपेशांच्या चैनी चालतील का? कला, सौंदर्य, संस्कृती हे सोन्याचे कळस दिसायला छान! पण खालचे सगळे देऊळ कणखर दगडांचे बांधावे लागते. त्या सोन्याइतकेच किंबहुना त्याच्याहूनही अधिक या दगडांकडे लक्ष द्यायला हवे.

कालच्या वाटचालीने आपले पाय दुखत आहेत हे तिच्या लक्षात आले. 'एका ध्रुवाहून दुसऱ्या ध्रुवापर्यंत मजल मारली मी. तेव्हा पाय थोडे दुखायचेच.' तिने स्वतःचे समाधान केले. ती विचार करू लागली. या लोकांत राहूनही आपले आयुष्य आनंदाने जाईल. लेखन-वाचन हाच काय तो आपला आतापर्यंत आनंद देणारा विषय होता. तो इथे तरी कोण हिरावून नेणार आहे? मामींच्या कुत्सित बोलण्याने झोप येईनाशी झाली की, आपण रात्रीचे दोन दोन वाजेपर्यंत वाचीत होतो. पाचगणीला सासऱ्याचा वेळ जावा म्हणून दिवसाकाठी पाच-सहा तास तरी आपणाला वाचावे लागे. मराठी तरी खूपच वाचले आपण. पण शिक्षणाच्या मानाने आपले इंग्रजी वाचनसुद्धा खूपच झाले. या वाचनाचा उपयोग नटण्यामुरडण्यात आणि नवऱ्याबरोबर नाटके-सिनेमा पाहण्यातच करायचा की काय? मघाशी म्हातारी म्हणाली की, काजूकारखान्यातली मजुरी आता कमी करणार आहेत. गोरगरिबांच्या पोटाला चिमटा बसू नये अशी खटपट या बाबतीत आपणाला नाही का करता येणार? इथे राहून गोष्टी लिहिता येतील, मजुरांची एकी करता येईल–

तिने चंद्राकडे तुच्छतेने पाहिले. जणू काही ती त्याला म्हणाली, 'पाहा, सारं जग आता झोपलंय, तुझ्या कलांचा काय उपयोग आहे त्याला? सकाळ होऊ दे, जीवन देणारा सूर्य उगवू दे, की पाहा ते कसं जागं होईल.'

सूर्योदयाच्या सुमाराला म्हातारी वत्सलेला कारखान्यात घेऊन गेली. कारखाना कसला, कोंडवाडाच होता तो गुरांचा! वर एक मोठ्या भट्टीतून धुराचे लोट निघत

होते. तिच्यात काजी भाजल्या जात होत्या. भराभर लहानथोर बायका कामाला बसल्या, वत्सला नवखी असल्यामुळे म्हातारी तिच्यापाशी बसून तिला काजी कशा फोडायच्या ते शिकवू लागली. मधूनमधून वत्सला इतर फोडणाऱ्यांकडे पाहत होती. त्यांची ती फाटकी वस्त्रे आणि निस्तेज चेहरे पाहून तिला भडभडून आले. 'या गरीब माणसांची मजुरी आणखी कमी होणार!' ती विचार करू लागली.

कारखान्यात फेरी टाकण्याकरिता दादा आले. वत्सलेला पाहताच ते म्हणाले, ''काय काशी, कोण ही मुलगी?''

''आहे दूरच्या नात्यातली.'' काशीने कुर्ऱ्यातच उत्तर दिले.

''काशीला नातेवाईक फार आहेत हं. पाच वर्षांमागं मुलगा नाही का घेऊन आली कुठून एक?'' दादांच्या बरोबरच्या कारकुनाने मल्लिनाथी केली.

दादांनी हसून त्याला दुजोरा दिला.

इतक्यात टपाल घेऊन एक नोकर आत आला.

एक पत्र फोडून दादा म्हणाले, ''उद्या येत नाही ही!''

''कोण? सुलोचनाताई?''

''हं. त्या रमाकांतला घेऊन येणार होती!''

वत्सलेने एकदम चमकून वर पाहिले. लगेच तिला आठवण झाली. काजी फोडायचे आपले काम! कारखानदारांचे पाहुणे कधी येणार याच्याशी आपल्याला काय करायचंय?

''काय झालं न यायला?''

''त्या रमाकांतची बायको मेली!''

''मेली ना? बरं झालं, सुटली!''

कारकुनाच्या या शेऱ्याबरोबर पुन्हा वत्सलेने वर पाहिले. दादांच्या ते लक्षात आले. ते उद्‌गारले, ''पाहा, कामाकडे लक्ष आहे का या पोरीचं? मजुरी मात्र भरपूर हवी!''

वत्सला खाली मान घालून काम करू लागली.

''सुतक संपल्यावर येतील रमाकांत!'' कारकुनाने म्हटले.

''दुसरा सुएर आलाय् की त्यांना! ती सुरंगा नटी फार आजारी आहे म्हणे!''

''हे रमाकांत काही डॉक्टर आहेत की काय?'' डोळे मिचकावीत कारकुनाने प्रश्न केला.

''हे नाटककार, ती नटी.''

वत्सलेचे कामावरून लक्ष उडाले. काशीने तिला कोपराने हळूच इशारा दिला.

दुसरे पत्र वाचता वाचता दादा उद्‌गारले, ''नको असेल ते नशिबी येतं.''

"काजीचा भाव आणखी उतरला की काय?"

"छे! बाप्पांची स्वारी येणार आहे लवकरच इकडे."

कारकून व दादा यांच्यात नेत्रपल्लवी झाली. पण काशीचे तिकडे लक्ष नव्हते. तिने उत्सुकतेने विचारले, "कधी येताहेत देवबाप्पा?"

तिरस्काराने मान उडवून दादा तिथून निघून गेले. थोड्या वेळाने काशीही सोन्या तळ्याबिळ्याकडे जाईल म्हणून घरी जायला निघाली.

अकरा वाजेपर्यंत काम सारखे चालले होते. वत्सलेभोवतालच्या बायका कोकणी भाषेत हळूहळू कुजबुजत काजी फोडीत होत्या. लहानपण मालवणच्या बाजूला गेल्यामुळे त्यांचे बोलणे वत्सलेला अगदीच समजत नव्हते असे नाही. त्यांच्या साऱ्या गोष्टींचे दोन वर्ग करता येतील असे तिला वाटले. अन्नाच्या गोष्टी आणि प्रेमाच्या गोष्टी! पण या साऱ्या गोष्टी करुणरसाने भरलेल्याच होत्या. कुणी रात्री पेजेशिवाय दुसरे काहीच खाल्ले नव्हते, कुणाचा नवरा रात्री खूप दारू पिऊन आला होता, कुणाच्या आजारी मुलाला औषधाला हवे असलेले गाईचे दूध मिळत नव्हते, कुणाचा मुंबईला गेलेला भाऊ क्षयाने अंथरुणावर खिळून अगदी पळे मोजीत पडला होता. दु:ख आणि दैन्य यांचेच राज्य त्यांच्या जीवनात दिसत होते.

वत्सलेच्या मनात विचारांचे तुफान माजले. त्या साऱ्या बाया प्रत्यक्ष अन्नपूर्णाच नव्हत्या काय? भर पावसात शेतात काम करून, ऐन उन्हात डोक्यावरून लाकडांच्या मोळ्या वाहून, काजीच्या धुरात मान मोडेपर्यंत धडपडून यांना मिळते काय? तर पोटभर अन्नसुद्धा नाही. तिने विलक्षण दृष्टीने त्या काजूकारखान्यात नजर फिरविली. डोक्यावर तापलेले पत्रे, बाजूला काजीची भट्टी, प्रत्येकाच्या समोर काळ्या टरफलांची रास, काम करणाऱ्यांचे काळेकुट्ट हात आणि फोडलेल्या काजींचा येणारा विचित्र गंध याखेरीज तिथे काहीच नव्हते. जीवन आणि कला! हजारो रुपये खर्च करून बसविलेली नाटके, चित्रकलांची प्रदर्शने आणि गायनाचे जलसे तिच्या डोळ्यांपुढे उभे राहिले. ते जग आणि हे जग– या दोन्ही जगांचा काहीच संबंध नाही का?

अकरा वाजता काम बंद झाले. हिशोबाला सुरुवात झाली. आता हातात पडणारे पैसे घेऊन बाजारात तांदूळ घ्यायला जायचे, घरी पोराने रडून आकांत मांडला असेल, आजारी नवऱ्याला आपण तसेच सोडून आलो, त्याचे कसे असेल, अशा अनेक ओढींनी आपला हिशोब लवकर व्हावा म्हणून बायका धडपडू लागल्या. नाटकाच्या अगर सिनेमाच्या नव्या खेळाच्या दिवशी काय ती असली धडपड पांढरपेशांना करावी लागते, असा विचार या वेळी वत्सलेच्या मनात आल्यावाचून राहिला नाही. तिला तो कारखाना कोंडवाड्यासारखा वाटला. पशूप्रमाणेच मजुराचे

आयुष्य. त्याला स्वतंत्रता नाही, आनंद नाही. पोटाकरिता मरेपर्यंत काम करायचे आणि मालक पोटाला देईल ते खायचे.

अगदी शेवटी वत्सलेची पाळी आली. कारकून उच्च स्वरात ओरडला, "कृष्णा–"

वत्सला खुराड्यातून बाहेर उडणाऱ्या कबुतराप्रमाणे कारखान्यातून बाहेर पडणाऱ्या बायकांकडे पाहत होती. तिचे लक्ष या हाकेकडे गेले नाही.

"कृष्णा– ए बाई."

वत्सला सावध होऊन पुढे झाली.

"कान फुटलेत की काय? अन् नवऱ्याचं नाव का नाही दिलं इथं?"

वत्सला काहीच बोलली नाही.

"नाव सोडलंय् वाटतं त्याचं?"

ह: ह: करीत कारकून म्हणाले, "हो! सुधारणेचा काळ आहे! आमच्या सुलूताई लग्नच करणार नाही म्हणतात. तू लग्न करून नवऱ्याला रजा दिलीस? ह: ह: ह: कायमची की–?"

वत्सला संतापाने म्हणाली, "पैसे द्या माझे."

"अरे वा! अगदी शुद्ध बोलायलाही शिकली आहेस तू? पण शुद्ध कसं बोलावं हे शिकल्यानं काजी काही फोडता येत नाही. हे बघ तुझं काम. इतका चुरा झाला तर दिवाळे निघेल उद्या कारखान्याचं. हे घे सहा पैसे!"

चार तासांना सहा पैसे!

वत्सलेच्या पायाला उन्हाचे आणि हृदयाला आज पाहिलेल्या दृश्याचे चटके बसत होते. चार तास काम करावे तेव्हा या मजुरांना सहा पैसे मिळतात आणि– सांगलीचे आपले डॉक्टर मामा नावाला नाडी पाहून पाच मिनिटात दोन रुपये मिळवितात. रमाकांत मुलींच्या शाळेत चार तास शिकवीत असे. त्याला महिना साठ रुपये पगार. आपल्या सासऱ्यांना तर दीडशे रुपये पेन्शन होते नुसते. या गरीब लोकांना आजारीपणात पगार नाही, म्हातारपणात पेन्शन नाही. एवढेच नव्हे, तर ऐन वयात पोटभर अन्नदेखील नाही.

बाजारातून जाता जाता तिने पाहिले. कारखान्यात आलेल्या एका बाईचा मुलगा अर्ध्या पैशाची भजी मागत होता. ती बाई थोडा वेळ रस्त्याच्या कडेला असलेल्या त्या दुकानासमोर उभी राहिली. पण तिला मुलाची हौस काही पुरविता आली नाही. मुलगा रडू लागला. त्याला एक धपाटा मारून ती घेऊन गेली.

काल रात्री सूर्यप्रकाश हे जीवन आहे असे वत्सलेला वाटले होते. डोक्यावर तळपणारा सूर्य आणि पायांखालची चटके देणारी भूमी या वेळी तिला म्हणत होती, 'पाहिलंस का हे जीवन?'

घर गाठीपर्यंत ती घामाने अगदी निथळून गेली.

दारात पाऊल टाकताच काशीने हात पुढे करीत विचारले, ''किती पैसे मिळाले?''

''सहा.'' तिच्या हातात ते देत वत्सला उद्गारली.

''असं श्रीमंतासारखं काम केलंस तर पोट कसं गं भरेल तुझं पोरी?''

वत्सला नुसती हसली. 'पोट भरण्याकरिता श्रीमंत कधी काम करतात का?' असेच जणू काही त्या हसण्याने काशीला विचारले.

❖

सुंदर चित्र

✳✳✳

डॉक्टरांच्या सांगण्यावरून मॅनेजर व रमाकांत सुरंगाच्या खोलीबाहेर आले.

"नाटकाला मुहूर्त काही चांगला नाही लागला," रमाकांत सिगारेट पेटवीत उद्गारला.

"त्या दिवशी दृष्टच झाली तिला." मॅनेजर म्हणाले.

"दृष्ट लागण्यासारखी आहे खरी सुरंगा! पण– दुसऱ्या दिवशी तो कोण आला होता त्याचा पत्ता लागला का?"

"लागणार कसा! कोकणातला ओळखीचा मनुष्य असेल म्हणून नेला नोकराने आत–"

"पण बोलणं काय झालं त्याचं?"

"कुणाला ठाऊक!"

"कुणीतरी दूरचा नातलग आहे म्हणते ती. होय ना?"

"पण नावगाव काहीच सांगत नाही त्याचं! तो वाटेला लागला असेल नसेल इतक्यात किंकाळी फोडून बेशुद्ध झाली ही!"

"नवल आहे मोठं!"

दोघेही धुराच्या वर्तुळाकडे पाहत स्तब्ध बसले. त्या वर्तुळांच्या जशा क्षणोक्षणी विविध आकृती बनत होत्या त्याप्रमाणे सुरंगाच्या आजाराविषयीचे त्यांचे तर्कही बदलत होते.

इतक्यात डॉक्टर टॉवेलला हात पुशीत खोलीत आले. ते खुर्चीवर बसताच मॅनेजरांनी केविलवाण्या दृष्टीने त्यांच्याकडे पाहिले. सुरंगाचा आजार म्हणजे कंपनीचे मरण अशी स्थिती असल्यामुळे त्यांच्या त्या दृष्टीत अस्वाभाविक असे काहीच नव्हते.

“काय झालं निदान?”

“तिच्या मनाला धक्का बसलाय कसला तरी! हे पाहा मॅनेजर, पेशंटची हिस्टरी विचारू का मी जरा?” रमाकांतकडे पाहत डॉक्टरांनी प्रश्न केला.

“अवश्य.”

“मिस् सुरंगा नाही का हिचे नाव?”

“हो.”

“लग्न झालेय का हिचं जरा विचित्र आहे प्रश्न! पण इलाज नाही विचारल्याशिवाय!”

“लग्न नाही झालेलं!”

“बरे प्रेमाचं काही प्रकरण?”

“छट! आज सहा वर्षे झाली कंपनीत आहे ती माझ्या! अगदी कडक नजर. असते माझी या बाबतीत!”

“आश्चर्य आहे बघा! असलीच एक केस पूर्वी पाहिलीय मी! पण त्या बेट्यानं खून केला होता. तो काही पचला नाही त्याला! मन गेले बावचळून–”

सुरंगा आणि खुनी मनुष्य यांची तुलना! डॉक्टर व शिपाई यांची रसिकता सारखीच अशा मुद्रेने रमाकांतने त्यांच्याकडे पाहिलं.

“भार हलका झाला पाहिजे तिच्या मनावरचा–”

“त्या दिवशी आलेला मनुष्य ज्योतिषीबितीषी नव्हता ना?” रमाकांतने मॅनेजरांना प्रश्न केला.

“का बुवा?”

“लवकरच तुझा गळा कापला जाणार आहे असं जर सांगितलं असलं त्या वेड्यानं–”

“कविकल्पना झाली ही.” अशा अर्थाने हास्य करीत मॅनेजर डॉक्टरांना पोहोचविण्याकरिता उठले. रमाकांत सुरंगाच्या खोलीकडे वळला.

खिडक्यांना पडदे लावलेले असल्यामुळे सकाळची दहा वाजताची वेळ असूनही खोलीत नुकते उजाडल्याचा भास होत होता. पलंगावर पडलेली सुरंगा हातात काहीतरी घेऊन त्याच्याकडे पाहत होती. रमाकांत हलक्या पावलांनी आत गेल्यामुळे तिला प्रथम त्याची चाहूल लागलीच नाही. कुणीतरी जवळ आले असे पाहताच तिने गडबडीने हातातला फोटो पलीकडे उशीच्या बाजूला टाकला.

“कुणाचा फोटो तो?”

“माझाच!”

“मग आरसाच धरावा की पुढं!”

“आताचा नाही तो! मागचा आहे.”

“मागचे फोटो बघत बसायला तू काही म्हातारी झाली नाहीस अजून? केव्हाचा

आहे तो फोटो?''

''झाली असतील पाच-सहा वर्षे.''

''कुठे घेतलेला?''

''बेळगावला.''

''कुणी काढला.''

सुरंगाने डोळे छताकडे लावले. एक वेळ उठून तो फोटो पहावा असे रमाकांतला वाटले. पण तो दाखवायचे सुरंगाच्या मनात असते, तर तिने आपणहून पुढे केला असता. ती अंथरुणावर पडली असताना तिच्या मनाविरुद्ध वागण्याने तिचे दुखणे वाढेल मात्र, असा विचार करून रमाकांत तिच्याकडे पाहत स्वस्थ बसला.

सुरंगा सारी आठ-दहा दिवसच आजारी होती. पण प्राजक्ताचे फूल तळहाताच्या उष्णतेनेसुद्धा बावून जाते. तिचे नाजूक शरीर या आजाराने तसेच कोमेजले होते. तापामुळे तिच्या चेहऱ्यावर आलेली किंचित पिवळसर रंगाची छटा, तिने सहज हात वर केल्याबरोबर खळकन कोपरापर्यंत सरकत गेलेली नाजूक सोन्याची काकणे, साले गेल्यामुळे विचित्र दिसणारे ओठ, या गोष्टी चटकन रमाकांतच्या नजरेत भरल्या. ही मृत्यूची अस्पष्ट छाया तर नव्हे ना! त्याच्या मनात शंका उत्पन्न झाली.

''रमाकांत, मला एक विचारायचंय् तुम्हाला!'' सुरंगा एकेक शब्द हळूहळू उच्चारीत म्हणाली.

''खुशाल विचार.''

''देवानं मला जन्माला का घातलं?''

''आमच्यासारख्यांना तुझं सुंदर काम पाहायला मिळावं म्हणून.''

''इश्श!'' म्हणून सुरंगाने रमाकांतच्या बोलण्याचा निषेध केला.

''मी गोष्टी सोडून वेदान्ताचे ग्रंथ लिहायला लागलो नाही अजून!''

''मरणाचं इतकं भय का वाटतं माणसाला?'' सुरंगाने दुसरा प्रश्न केला

नेहमी आजाऱ्याच्या कलाने घेणे बरे असते हे ठाऊक असल्यामुळे रमाकांत स्तब्ध राहिला.

सुरंगा पुढे बोलू लागली, ''सुख पापात असतं की पुण्यात असतं?''

अंथरुणावर पडून पडून ती एकसारखा मरणाचा विचार करीत असावी, अशी रमाकांतची खात्री झाली. तो म्हणाला,

''आधी बरी हो आणि मग कुठल्या तरी शंकराचार्यांना जाऊन विचार हे प्रश्न! माझी नवी गोष्ट दाखवू का तुला वाचून?''

तिने उत्सुकतेने विचारले, ''नाव काय गोष्टीचं?''

“सुंदर चित्र!”

“सुलोचनाबाईंवर लिहिलंय वाटतं?”

“कुणावर लिहिलंय ते तूच सांग मग!”

रमाकांत वाचू लागला. सुरंगा एकाग्र चित्ताने ऐकत होती.

‘एक वेश्येची मुलगी असते. आईच्या धंद्याविषयी तिच्या मनात तिटकारा उत्पन्न होतो. आई तिला घरातून हाकलून देते. ‘मॉडेल’ म्हणून चित्रकारापुढे बसून ती आपला चरितार्थ चालविते. पण अविवाहीत स्थितीत कसेबसे पोट भरून राहण्यात तिला सुख वाटत नाही. वेश्येच्या मुलीशी लग्न करायला कोण तयार होणार? सरतेशेवटी समुद्रात उडी टाकून आपल्या रुक्ष आयुष्याचा अंत करण्याचा ती निश्चय करते. काळोख्या रात्री आत्महत्या करण्याकरिता म्हणून ती घराबाहेर पडते. पण तिला धीरच होत नाही. ‘मी इतकी सुंदर आहे. मला मरणही सुंदरच हवं,’ असे म्हणून ती एका पौर्णिमेच्या रात्री समुद्रावर जीव द्यायला जाते.’

इतका कथाभाग वाचून झाल्यानंतर सुरंगाला गोष्ट कशी काय आवडते ते पाहण्याकरिता रमाकांतने वर पाहून विचारले,

“काय, झोप आली वाटतं?”

“नुसती झोप नाही. स्वप्न पडतंय एक.”

“कसलं?”

“तुमच्या हातात आहे ते.”

आपल्या गोष्टीची मधुर स्वप्नाशी सुरंगाने नकळत केलेली तुलना रमाकांतला फार आवडली. तो पुढे काहीतरी बोलणार इतक्यात सुरंगा म्हणाली, “मरण इतकं सोपं आहे काय?”

रमाकांत क्षणभर विचारात पडला. सुरंगाचा प्रश्न थट्टेवारी नेण्याकरिता तो म्हणाला, “मला काही अनुभव नाही त्याचा!”

“अनुभवावाचून लिहिता का तुम्ही हे सारं?”

“या गोष्टीतल्या मुलीनं काय करायला पाहिजे होतं असं तुझं म्हणणं?”

“जगायला हवं होतं!”

“पण जगायचं कसं? प्रेमावाचून जगण्यात काय मौज आहे?”

“नुसत्या जगण्यातदेखील आनंद आहे. निळे आभाळ आणि हिरवी झाडं पाहण्यात, पाखरांचा किलबिलाट ऐकण्यात, फुलांचा वास घेण्यात, फार काय–मऊ वाळूवरून चालण्यातसुद्धा आनंद आहे.”

सुरंगाचे डोके हलके झाल्यामुळे ती बडबडते आहे की एखाद्या नाटकातील नक्कल पाठ म्हणते आहे हेच रमाकांतला कळेना.

ती पुढे म्हणाली, “मला काही लिहिता येत नाही तुमच्यासारखं. पण गोष्ट

ऐकता ऐकता एक कल्पना सुचली मला!''

''कोणती?'' रमाकांतने अभिमानाने विचारले.

''ती मुलगी समुद्रावर गेली ना जीव द्यायला?''

''हो.''

''मग वाळूतूनच गेली असेल ती!''

''त्याचं वर्णन आहेच की पुढं.''

''त्या मऊ वाळूवरून चालूनही जीव द्यावासा वाटला तिला?''

रमाकांत पुढं वाचू लागला–

'ती किनाऱ्यावर येऊन उभी राहिली. भरतीच्या लाटा पुन:पुन्हा तिच्या पायांना स्पर्श करून जात होत्या. जणू काही खेळायलाच बोलवीत होत्या त्या तिला. त्यांचा खळखळाट यमदूतांच्या हातातील हत्यारांच्या कर्कश खणखणाटासारखा तिला भयंकर भासला. तिच्या अर्धोन्नत स्तनभागावरून पदर उडविण्याचा उच्छृंखल वायू प्रयत्न करीत होता. पण तिचे त्याच्याकडे लक्ष नव्हतेच. स्त्री-सुलभ लज्जा– पण मृत्यूच्या दारात स्त्री आणि पुरुष हा भेद कुठे आहे? तिथे एकच द्वंद्व सुरू असते– जीवन विरुद्ध मरण!

लाटांवर खेळत असलेले चंद्रबिंब तिने पाहिले. लगेच या चंद्रासारखा सुंदर असलेला आपला चेहरा उद्या मासे कुरतडून खाणार ही कल्पना मनात येऊन तिच्या अंगावर शहारे उभे राहिले. काळसर लाटा आणि पांढरे शुभ्र चांदणे यांचा तो संगम. मरण आणि जीवन यांचे मिश्रणच होते ते. चंद्र उगवला की समुद्राच्या लाटा का उचंबळू लागतात, हे तिच्या आता लक्षात आले. जीवनाला ग्रासण्याकरिता मृत्यूची धडपड चाललेली असते ती. पण जीवन मरणाला फसविते. ते हजारो प्रतिबिंबांच्या रूपाने मरणाऱ्या डोक्यावर नृत्य करीत राहते. जीव देण्याचा तिचा निश्चय डळमळला.'

सुरंगाने हसून या वाक्याचे स्वागत केले. रमाकांत पुढे वाचतच होता. 'समुद्रावरील गार वाऱ्याने तिचे शरीर थरथर कापत होते. तिची ती सडपातळ करुणवदन मूर्ती पाहून कलावंत चित्रकार मुग्धच होऊन गेला असता. भीतीने खाली-वर होणारा तिचा ऊर, वाऱ्याने पातळाचा मागचा भाग चापून-चोपून बसविल्यामुळे उठावदारपणाने दिसणाऱ्या तिच्या मांड्या–'

''पुढं काय केलं तिनं?'' कंटाळल्यासारखे करून सुरंगाने विचारले. रमाकांतने मधला काही भाग गाळला.

'तिने भीतीने डोळे मिटून घेतले आणि एकदम पाण्यात उडी टाकली. थोड्या वेळाने तिला शुद्ध आली, आपण परलोकात आहोत असे वाटून तिने भीत भीत डोळे उघडले. तिला आश्चर्य वाटले. 'मॉडेल' म्हणून ती ज्या चित्रकारापुढे बसत असे,

तोच तिचे डोके मांडीवर घेऊन तिला शुद्धीवर आणण्याचा प्रयत्न करीत होता.

तिने विचारले, 'आपण कशाला आला इथं?'

त्याने उत्तर दिले, 'चित्र काढायला!'

'कसलं?'

'त्याचं नाव– ओलेती! एरवीसारखं हे कागदातून नाही बाहेर आलं. समुद्रातून काढावं लागलं ते! आणि ब्रशानं नाही तर हातांनी!'

ती लाजली. आकाशातला चंद्रही त्याचवेळी क्षणभर ढगाआड झाला.'

हातातील अंक बाजूला ठेवीत रमाकांतने विचारले, "कुणावर लिहिली आहे ही गोष्ट?''

"स्वत:वर!''

"मुळीच नाही!''

इतक्यात सुलोचना आल्याची वर्दी एक नोकर घेऊन आला. आत येऊन खुर्चीवर बसत तिने विचारले, "काय म्हणते प्रकृती सुरंगाबाई?''

"ताप नाही काही–''

"ताप नाही ना? मग हवा पालटायला चला आमच्या कामापूरला.''

कामापूर हे नाव ऐकताच सुरंगाची हसरी मुद्रा एकदम मलूल झाली. सुलोचनेचे तिकडे लक्ष नव्हते, पण रमाकांतच्या नजरेतून हा फरक निसटू शकला नाही. त्याला सुलोचनेचे वडील कंपनीत आले होते त्या दिवशी सुरंगाच्या हातून गळून पडलेल्या चहाच्या पेल्याची आठवण झाली. तो चहाचा पेला चुकून पडला की सुरंगाच्या मनातील वादळाने फोडला? पण सुरंगाचा व दादांचा काही संबंध असून तो सुलोचनाला माहीत नसावा, हे शक्य नाही. तसे काही असते तर सुलोचनेने सुरंगाचे तोंडदेखील पाहिले नसते.

"कामापूर नको तर दुसरीकडं चला. पण हवा पालट केल्याशिवाय काही बरं वाटायचं नाही तुम्हाला.'' सुलोचना सुरंगाच्या तोंडाकडे पाहत म्हणाली.

"दुसरीकडे कुठं जायचं?'' सुरंगाने विचारले.

"तुमचं कोकणचं महाबळेश्वर आहे ना?'' रमाकांतने प्रश्नाच्या रूपाने सूचना केली.

"आंबोली? या थंडीत तिथं गेलं की चांगलाच हवापालट व्हायचा! एकदम स्वर्गाचीच हवा मिळायची!''

सुलोचनेच्या बोलण्यावर रमाकांत खूप हसला. पण सुरंगाच्या चेहऱ्यावरील खिन्नता मात्र अधिक वाढली. रमाकांतला ती चटकन् जाणवली. सुरंगाच्या मनातील मरणाचे विचार सुलोचनेच्या कोटीने उसळून वर आले अशी त्याची खात्री झाली. तो सुलोचनेला म्हणाला, "सुरंगा आता बरी झाल्यावर काय करणार आहे का

ठाऊक?''
''सत्यनारायण?''
''पन्नास टक्के बरोबर!''
''म्हणजे?''
''वेदान्ताचा अभ्यास करणार आहे ती! जन्म-मरणाची कोडी सोडवायला आतापासूनच सुरुवात केली आहे तिनं!''
''होय सुरंगाबाई? मला सांगा तुमची कोडी! एका क्षणात सोडवून मी बक्षीस मिळविते बघा.''
''थट्टा नाही सुलोचनाबाई. काय काय विचार येताहेत माझ्या मनात–''
''ऐकू द्या तरी–''
''मनुष्याला मरणाचं भय का वाटतं?''
''जगण्यात आनंद आहे म्हणून!''
''गरिबांनासुद्धा हा आनंद मिळतो का?''
''हो.''
''कसा?''
''प्रेमानं.''
''प्रेम कसं असतं?''
''परमेश्वरासारखं.''
''आणि परमेश्वर कसा असतो?''
सुलोचना बिचकली. सुरंगा पुढे म्हणाली, ''परमेश्वर निर्दय आहे.''
''कशावरून?''
''जगात गरीब लोक उपाशी मरतात म्हणून.''
''त्या गरिबांच्या अंगात गुण नसला तर देवानं काय करावं त्याला? रूप नाही, गळा नाही, अशा नटीला तुमच्याइतका पगार कोणी देईल का?''
''अहो, गार्गी-मैत्रेयी, झाली इतकी वेदान्त-चर्चा पुरे झाली. सुरंगा, हवापालट केल्याशिवाय तुझी प्रकृती काही सुधारणार नाही!''
''बेळगाव काय वाईट आहे?'' सुलोचनेने विचारले.
सुरंगाने मानेने संमती दर्शविली.
''बेळगावला राहून सगळीच कामं होतील. तुम्हाला कामापूरला जाऊन कारखाना पहायला मिळेल.''
''कारखाना काय? चार घटकांत पाहून होईल, पण त्या पुस्तकात घालायला फोटो–''
''विद्याधर घेतील फोटो. दादांना कालच लिहिलंय मी तसं. तुमचं काम होईल

तसं माझंही लक्ष्मीच्या चित्राचं काम होईल.''

''हिला मॉडेल म्हणून बसविणार की काय तू आता?''

''का?''

''असली रोडलेली लक्ष्मी उपयोगी नाही कारखान्याला!''

''मी फुगून बसेन त्यावेळी.'' सुरंगा हसत हसत म्हणाली.

''लक्ष्मी रुसून फुगून बसल्यावर मग उरलं काय कारखान्यात?''

हातातील अंक उघडीत सुलोचना म्हणाली, ''सगळंच मुसळ केरात! ही गोष्ट दाखवायला म्हणून आले मी!''

''नाव काय तिचं?'' सुरंगाने विचारले.

''सुंदर चित्र!''

''आताच वाचली की यांनी!''

''ते याचं चित्र झालं.''

''हे कुणाचं?''

''लेखिका-कृष्णा.''

रमाकांत किंचित चपापून पाहू लागला.

''कुठली आहे बाई ही?''

''सकाळी गोष्ट वाचल्यावर मी मुद्दाम त्या कचेरीत जाऊन चौकशी केली.''

''काय झालं चौकशीत? बहुधा बाईचा बोवा झाला असेल!''

''अं.''

''मग?''

''त्या बाईचा पत्ताच ठाऊक नाही त्यांना!''

''बेपत्ता बाई! छान!''

''तिच्या पूर्वीच्या गोष्टीच्या वर मालवणचा छाप होता म्हणे. या गोष्टीवर कामापूरचा आहे–''

''हळूहळू गोकर्ण, मंगलोर, रामेश्वर वगैरे छाप येतील! उत्तर ध्रुवाकडून दक्षिण ध्रुवाकडे जायला निघालेली दिसते बाई ही!''

''मला दुसरीच शंका आलीय्–''

''कोणती?''

''विद्याधरच नसतील ना लिहीत या गोष्टी?''

''गोष्टी लिहिण्याचं यंत्र शोधून काढील तो. पण स्वतः लिहील? छे!''

''काय नेम? कामापूरला करमत नसेल.''

''गोष्ट तर पाहू या काय आहे ती!''

''तुमच्या गोष्टीचं नाव घेऊनच लिहिलंय!''

"माझं नाव घ्यायचा काय अधिकार आहे या बाईला?"
सुलोचना वाचू लागली–

सुंदर चित्र

लेखिका– कृष्णा

'खास अंकासाठी चित्राची मागणी आणि तीही सर्वांत श्रेष्ठ अशा मासिकाकडून. मग– ब्रह्मानंद निराळा थोडाच असतो? शेतकऱ्याच्या सुंदर मुलीला स्वत:च्या रूपाची जाणीव नसते असे नाही; पण– पण राजपुत्र मागणी घालायला आला की, तिच्या अंत:करणात आश्चर्याच्याही लहरी उसळत नाहीत का? त्या तरुण चित्रकाराची स्थिती अशीच झाली.

त्याच्या मन:चक्षुंपुढे एक गगनचुंबी मंदिर उभे राहिले. 'या सुंदर मंदिराचा पाया आज आपल्याला भरायचा आहे. असं मोहक चित्र निघालं पाहिजे की–'

सकाळ-संध्याकाळ तो समुद्रतीरावर जाऊन बसू लागला; वद्य अष्टमीचा ऐन मध्यरात्रीचा चंद्रोदय त्याने पाहिला; टेकडीवर दिसणाऱ्या भोवतालच्या यक्षभूमीचे त्याने निरीक्षण केले; पण त्याचे मन कुठेच रमेना. भूक लागलेल्या तान्ह्या बाळाला ताई, काकी, मावशी यांनी कितीही कुरवाळले, तरी त्याची किरकिर कशी थांबणार? त्याला आईनेच पदराखाली–

त्याच्या तृषीत कला-दृष्टीला त्याची माता दिसली. शेतातल्या पायवाटेने जात असताना त्याने सहज उजवीकडे पाहिले; पेरे नुकतेच पुरे झाले होते. हिरव्यागार मळ्याच्या एका मधल्या भागात काही कबुतरे डौलाने बसली होती. लांबून पाहणाऱ्याला मधेच कुणीतरी पांढऱ्या शुभ्र फुलांच्या राशी करून ठेवल्याचा भास झाला असता. चित्रकाराची पावले हळूहळू त्या बाजूला वळली. कबुतरे मधूनमधून माना मुरडून इकडेतिकडे पाहत होती. मधूनच चोचीने काहीतरी टिपीत होती. हिरव्या गालिच्याच्या मध्यमागी चाललेल्या त्यांच्या नाजूक चाळ्यांतील नृत्यकौशल्य पाहून चित्रकार मुग्ध झाला. उंच माडांची पार्श्वभूमी, नुकत्याच रुजलेल्या भाताचा कोमल हिरवा रंग, पांढरी शुभ्र कबुतरे– किती सुंदर दृश्य! अमेरिकेच्या किनाऱ्यावर पाऊल टाकताना कोलंबसाला किती आनंद झाला असेल, याची चित्रकाराला कल्पना आली.

आपण कवी नाही म्हणून त्याला वाईट वाटले. किती मनोहर दृश्य होते ते. निरभ्र आकाशात चमचम चमकणारा तारकापुंज, रमणीच्या पदरावर रुळणारी टपोऱ्या मोत्यांची माळ– कितीतरी कल्पना त्या सुंदर कबुतरांना पाहून त्याला सुचल्या. आपली चाहूल लागली की कबुतरे भर्रकन उडून जातील म्हणून तो

दोन ध्रुव । ८५

थोडासा दूरच उभा राहिला. 'हे दृश्य मला रेखाटता आले तर– किती नाजूक पाखरे आणि त्यांच्या हालचाली तरी किती गोड! या सुंदर चित्राची माहिती– अपत्यहीन स्त्री गोजिरवाण्या मुलाकडे ज्या उत्कंठित दृष्टीने पाहते ती या वेळी त्याच्या रसिक नेत्रांत दिसत होती.

'हूः हूः हूः' या कठोर उद्‌गारांनी त्याच्या कलासमाधीचा भंग झाला. कासटी नेसलेला एक काळा कुळकुळीत मनुष्य दुरून त्या कबुतरांना भिववीत चित्रकाराकडे येत होता. त्याचे कर्णकर्कश उद्‌गार ऐकून आपल्या समाधीचा भंग करणाऱ्या मनुष्याकडे एखाद्या कोपिष्ट ऋषीने पहावे त्याप्रमाणे चित्रकार त्या अडाणी मनुष्याकडे पाहू लागला. शेतकऱ्यासारखा दिसणारा तो मनुष्य जवळ येताच चित्रकार रागाने म्हणाला, 'अरे वेड्या!'

'मी येडो? आणि तू मात्र शाणे नाय मोटो?' तो तिरसटपणाने म्हणाला.

'कशी छान बसली होती बिचारी पाखरं!'

'अगदी फोटोकरताच बसली नाय ती!'

'फोटो नाही, पण चित्र काढणार होतो ना मी त्यांचं?'

'तुमचं चितार झाललां पण माझी पोरांबाळां पेजेशिवाय मरतली होती त्याचा?'

चित्रकार आश्चर्याने त्याच्याकडे पाहू लागला. कलेला जीवन देणाऱ्या कबुतरांचा आणि या अडाणी मनुष्याच्या पोरांबाळांच्या मरणाचा काय संबंध?

'खूळ लागलंय तुला–' तो उपहासाने शेतकऱ्याला म्हणाला.

'माकां नाय, तुमकांच! इतको येळ या मेरेर उभे व्हतास आणि एक पाखरू हांबडुंचां झाला नाय तुमच्या हातानं? कालच पेरलंय हो कुणगो! बीच जर खाल्लां कबुतरांनी, तर उपाशीच मरतीत ना माझी पोरांटोरां?'

खास अंकात चित्रकाराचे त्याच सुंदर स्थलाचे चित्र प्रसिद्ध झाले व ते सर्वांना आवडलेही. त्यातील कबुतरे मात्र डौलाने शेतात बसली नसून भिऊन भुर्रकन् आकाशात उडत होती.

गोष्ट संपताच रमाकांत म्हणाला, "लहान मुलांची गोष्ट दिसतेय– कबुतरं बसली आणि भुर्रकन् उडाली! काय सुरंगा, तुला आवडली का ही गोष्ट?"

"काहीच कळलं नाही मला."

"चांगला वेदान्त आहे गोष्टीत."

"गोष्टीतली कबुतरं उडाल्याचं चित्र काढावं म्हणते मी! विद्याधरांना चकित तरी करायला मिळेल एकदम."

"त्या यंत्राच्या माथीच बसणार म्हणायची ही गोष्ट!"

"माझी तर अगदी खात्री झाली. गोष्टीतली ही टेकडी कामापूरच्या तळ्याजवळची!

पलीकडं वायंगण झालं असेल नुकतं अन् देवळातली कबुतरं त्या मळ्यात कितीदा तरी जातात.''

''विद्याधराचं यंत्र कुठपर्यंत आलं?''

''धडपडतेय स्वारी. अजून काही निश्चित नाही. पण त्याचं यंत्र झालं नाही तरी तुमचं पुस्तक व्हायला हवं! सारा दीड महिना उरला पौर्णिमेला! त्या जत्रेत दादा पुस्तक वाटणार असतील ते–''

''दर पाच वर्षांनी रेडा बळी देतात ना देवीला तिथं?'' सुरंगाने विचारले.

''हो! तुम्ही केव्हा पाहिलंय?''

''पाहिलंय नाही ऐकलंय?''

''चांगलं देऊळ झालंय आता. माझ्या आईच्या स्मरणार्थ दादांनी दीपमाळ बांधलीय मोठी. तिच्या शिखरावर गेले की अगदी माडावर गेल्यासारखं वाटायला लागतं.''

''महार मारतात ना त्या रेड्याला?'' सुरंगाने विचारले.

''हो. त्याला मोकळा सोडतात आणि कचाकच सुरे चालवितात त्याच्यावर! एकदम नाही मारीत ते त्याला. जेवढ्या शेतांत रेड्याचे रक्त पडेल तेवढी त्यांना पाच वर्षे फुकट मिळतात करायला!''

''म्हणून ते रेड्याला एकदम मारीत नाहीत?''

''हो!''

''अग बाई गं!'' असे म्हणून सुरंगाने एकदम डोळे मिटून घेतले. रेड्याच्या बलिदानाच्या वर्णनाने तिच्या डोक्यातील मृत्यूची भीती जागृत झाली, असे रमाकांतला वाटले.

सुरंगीचे कळे

***

"मावशी-मावशी– हे बघ," वत्सला दुपारी कामावरून परत आली तेव्हा धावत धावत येऊन सोन्याने अंगणातच तिला म्हटले. काहीतरी नवे खेळणे काशीने त्याला आणून दिले असावे असे वत्सलेला वाटले. इतक्यात तिची दृष्टी खळ्याच्या पेळेजवळच्या एका तांबड्या राशीकडे गेली. भुईमुगाच्या लहान दाण्यांची रास दिसत होती ती. गडद तांबडा रंग आणि बारीक दाणे.

"काय रे ते?"

"सुरंगीचे कळे."

"फुले माळतात ना त्यांची?"

"हो. काल आजीनं तुला दिला होता की वळेसर!"

त्या कळ्यांच्या राशीकडे पाहून वत्सलेच्या मुद्रेवर दु:खाची छटा येऊन गेली. तिच्या कमरेला विळखा घालीत सोन्याने विचारले, "काय गं झालं?"

"सोन्या, तुला आईची आठवण झाली म्हणजे काय होतं?"

"रडायला येतं."

"ते कळेसुद्धा तसेच रडताहेत बघ. त्यांनाही आपल्या आईची आठवणच होतेय."

"पण आजीनं काढायला सांगितले ते मला."

इतक्यात दळण संपवून काशी बाहेर आली. वत्सला तिला म्हणाली, "आजी, हे कळे काय फुलणार आहेत आता?"

काशी मोठ्याने हसली. "फुलांसाठी नाही काढले हे कृष्णा."

"मग?"

"अत्तरासाठी!"

“कुठं काढतात याचं अत्तर?”

“घाटावरली माणसं येतात हे घ्यायला. तीन पैशांना शेर! उच्चाद मांडला होता सोन्यानं खेळून, चढवला सुरंगीवर आणि काढवले कळे. दोन तासांत सहा पैसे मिळवलेन की नाही?”

“माझे हं पैसे ते आजी. आता मोठी जत्रा येणार ना मावशी? त्या जत्रेत बाजा घेणार मी! अन् कसा वाजवणार?”

हाताची बोटे ओठांवरून फिरवीत ‘पी पी पी पी पी’ असे सूरही सोन्या काढू लागला.

पण म्हाताऱ्या काशीची व्यवहारदृष्टी आणि लहानग्या सोन्याची क्रीडादृष्टी यांपैकी कशाचेच प्रतिबिंब वत्सलेच्या नजरेत पडले नाही. अंगणातली ती कळ्यांची रास– कारखान्यांतल्या मजुरांचे जीवच होते जणू काही. तिच्या मनात आले– सारे कामही या सुरंगीच्या कळ्यासारखेच नाहीत का? जन्माला यायचे आणि कुणासाठी तरी स्वतःच्या अंगातले रक्त देऊन मरून जायचे. फुलाच्या आयुष्याचा आनंद या कळ्यांना क्षणभर तरी मिळाला आहे काय? पानाबरोबर नाचायचे, वाऱ्याबरोबर खेळायचे, सूर्याच्या किरणाबरोबर हसत हसत गोष्टी करायच्या. मधुर गाणे म्हणून फुलपाखरांना आपल्याकडे आकर्षून घ्यायचे– यातले एकसुद्धा सुख यांच्या कपाळी नाही. तीन पैशांना शेर या भावाने हे कळे कुणाच्याही पदरात पडतात. उद्या यांचे अत्तर निघेल आणि ते विकत घेणारा उद्‌गार काढील, ‘अहाहा! काय छान वास आहे अत्तराचा!’ त्याच्या उद्‌गारांचा या बळी गेलेल्या कळ्यांना काय उपयोग?

जेवतानादेखील वत्सलेच्या डोक्यात हेच विचार घोळत होते. म्हातारीने मुद्दाम ‘गडदम्’ घेऊन चांगले सांबार बनविले होते. स्वयंपाक षड्रस असल्यामुळे त्यात दोन तृतीयांश तरी काव्य असतेच. त्यातून आजचे काव्य म्हातारीने केलेले! म्हातारपणात वय व बुद्धी यांच्याप्रमाणे कर्तृत्व व अभिमान याचे प्रमाणही व्यस्त असते. काशी तरी या नियमाला अपवाद कुठून असणार? तिला संस्कृत येत असते, तर घुमेपणाने व उदास चेहऱ्याने जेवणाऱ्या वत्सलेकडे पाहून ‘अरसिकेषु कवित्वनिवदेनं शिरसि मा लिख! मा लिख!! मा लिख!!!’ असे उद्‌गार तिने खास काढले असते. वत्सलेचे जेवणावर लक्ष नाही असे तिने पाहून विचारले, “कुठं गेलंय तुझं मन पोरी?”

वत्सला काय सांगणार? तिचे मन उत्तर ध्रुवापासून दक्षिण ध्रुवापर्यंत धावत होते. एका ध्रुवावर तिला सुरंगीच्या कळ्यांच्या राशी दिसत होत्या. दुसऱ्या ध्रुवावर त्या कळ्यांचे अत्तर लावून वेशांच्या माड्या चढणारे पुरुषांचे थवे दिसत होते!

वत्सला उभी राहिलेली पाहून काशीला अधिकच अवसान आले. ती हसत

हसत म्हणाली, ''त्या नव्या माणसावर नाही ना गेलं?''

वत्सलेच्या हातातला घास जिथल्या तिथेच राहिला. किंचित रागीट स्वराने ती म्हणाली, ''आजी–''

''तुझी आजी शोभेन म्हणूनच सांगते बाई. तो तुझ्यापाशीच बोलायला येतो म्हणे पुनःपुन्हा.''

''बाकीच्या बायकांची भाषा त्यांना समजत नाही!''

''अन् तुझी समजते?'' काशीने हेटाळणीच्या स्वराने म्हटले. बाकीच्या बायकांत ही प्रेमाची भाषा कुठून असणार असाच जणू काही त्या स्वराचा अर्थ होता.

''त्यांना कोकणी येत नाही मुळीच!'' शांतपणे वत्सलेने सांगितले.

''तुला गं कसं येतं? तुझ्या आधी चार दिवस आलाय् तो! त्याच्यापेक्षा तुला अधिक बुद्धी आहे होय? मग काढ की ते यंत्र का मंत्र! म्हणजे पाच हजार रुपये तरी मिळतील.''

सोन्या मधेच म्हणाला, ''पाच हजार? अबब! म्हणजे किती ग मावशी? खूप खूप! मग आपण मोटार घेऊ आणि आईकडे जाऊ. नाही का गं आजी?''

काशीने शेवटी शेवटी बोलणे हसण्यावरी नेले. पण म्हातारीच्या मनात शेजारपाजारच्या बायांच्या बोलण्याने संशय उत्पन्न झाला आहे, हे वत्सलेला कळून चुकले. काशीच्या मनातील किंतू काढून टाकण्याकरिता ती म्हणाली, ''त्यांना थोडंच इथं राहायचंय?''

''ते गेले म्हणजे तूही जाणारच!'' म्हातारी पिच्छा पुरविण्याच्या उद्देशाने म्हणाली.

दीड महिन्याच्या अनुभवाने वत्सला एक गोष्ट शिकली होती. अशिक्षित लोकांचे– त्यातून म्हाताऱ्यांचे– युक्तिवादाने समाधान करणे अशक्य असते. शिवाय गोष्टीही घडून आल्या त्या म्हातारीच्या तर्कटाला पुष्टी देणाऱ्याच. ती विचार करू लागली. विद्याधरमागून चारच दिवसांनी आपण गावात आलो. खाण्यापिण्याकरिता घरासारखा पाहुणा होईल पण बोलण्याचालण्यात तो तसा कसा होणार? यंत्र तयार करण्याकरिता काजी कशा फोडतात हे विद्याधरला पुनःपुन्हा पाहावे लागते. काही माहितीही त्याला विचारावी लागते. आपल्याला शुद्ध बोलता येते म्हणून तो आपल्याशीच नेहमी बोलतो. त्या दिवशी थट्टेने तो दादांना म्हणालाच नाही का, 'कोकणी भाषा अन् मासळी या दोन गोष्टी काही जमायच्या नाहीत आपल्याला.' त्याच्या दृष्टीत पाप? छे! बायकांच्या दृष्टीला पुरुषांच्या डोळ्यांत लपलेले पाप सहज हुडकून काढता येते. त्यांच्या दृष्टीत तेज आहे–पण ते हिऱ्याचे! अग्नीचे नव्हे!

पण म्हाताऱ्या काशीच्या गळी हे कसे उतरणार? तिचीच काय, कारखान्यातील

बायांचीही तीच समजूत झाली असावी. आपण मूळच्या पांढरपेशा. विद्याधरचा आणि आपला काहीतरी वाईट संबंध आहे. इथे बिनलग्नाची बाई घेऊन राहणे वाईट दिसेल म्हणून त्याने आपल्याला असे बाहेर राहायला सांगितले आहे. आपल्याला काम फार पडू नये म्हणून तो पुन:पुन्हा आपल्याशी बोलत राहतो आणि–

कांचनगंगेचे शिखर गाठायला विमान तरी हवे. पण तर्कटांचे गगनचुंबी पर्वत माणसे हां हां म्हणता चढतात. आपल्या व विद्याधरच्या बाबतीत हीच स्थिती झाली असावी. चटकन काम व्हावे म्हणून चहाची भांडी वगैरे विसळण्याच्या कामाला त्याने आपणालाच पसंत केले. सकाळी उठून आधी विद्याधरच्या बिऱ्हाडी जायचे, कप विसळायचे आणि मग कारखान्यात जायचे हे आपले काम. त्या यंत्राच्या विचारात तो जागत बसतो. उठायचा कंटाळा आला म्हणजे तो आपल्याला चहा करायला सांगतो. यामुळे थोडासा उशीर झाला की– त्या दिवशी चांगले आठ वाजले कारखान्यात जायला. आपापसात कुजबुजून फिदीफिदी हसायला लागल्या साऱ्या बाया!

त्या कारकुनाने आणखी भर घातली त्यांच्या संशयात. मोजूनमापून विद्याधरकडे चहा-साखर पाठविणारा तो. त्याने दादांच्यासमोर त्याला विचारले, ''साहेब, डोक्याचं काम आहे आपलं. आधीच रक्त आटतं. त्यात जास्त चहा पिणं बरं नाही. दूध हवं तर अधिक–''

''कुठं पितो मी फार चहा? दिवसातून मोजके दोन कप!'' विद्याधरला त्याचा रोख न कळल्यामुळे त्याने सरळ उत्तर दिले.

''दोनच कप?''

''हो.''

''ती कृष्णा चोर दिसतेय मग.''

आपण ताडकन् उत्तर देणार होतो. पण विद्याधरने नुसत्या रागीट नजरेने आपली बाजू पुढे मांडली.

''तसं नव्हे साहेब. चहा-साखर लागतीय चार कपांची म्हणून आपलं म्हटलं–''

''चार कप चहा होतोच की! कृष्णेलाही आपला करायला सांगतो मी!''

''ह: ह: ह:! चालायचंच! शिकले-सवरलेले, सुधारलेले आपण! एकट्यानं चहा कसा गोड लागणार आपणाला? खर्चाबद्दल तक्रार नाही हं माझी साहेब! मी कोठावळा असलो तरी पोटदुखीची व्यथा नाही काही मला.''

''अन् चहा-साखरेचा खर्च जास्ती झालाच, तर युक्ती आहे एक त्याला दिवाणजी.''

दिवाणजी आश्चर्याने विद्याधरकडे पाहू लागले.

"मला यंत्राचे पाच हजार रुपये मिळणार आहेत ना?''

"हं.''

"ते चार हजार नऊशे नव्याण्णव दिलेत तरी चालेल.''

त्या संवादाचा शेवट विद्याधर व कारकून यांच्या हसण्यात झाला. पण कारखान्यातल्या बायांना आपण विद्याधरच्या खोलीत चहा पितो हे त्यामुळे कळून चुकले. पहिले दोन-तीन दिवस आपण चहावाचून काढलेच होते की! पण तो मिळायला लागला– संधी मिळाली की मनुष्य चैन करू लागतो हेच खरे. दोन-तीन दिवस चहा नसल्यामुळे डोके दुखत होते, उन्हातून जाऊन-येऊन पाय वळत होते, आठ तास काम करून कंबर फुटत होती. अशा वेळी अनायासे चहा मिळायला लागला. पांढरपेशाचे कुठलेही चिन्ह कायम ठेवायचे नाही असे आपण ठरविले. पण फुलझाडाची फांदी कुठेही नेऊन लावली तरी तिला मूळ झाडाचीच फुले येणार. निराळी फुले यायला कलमच करायला हवे! ते कलम करण्याची शक्ती– आपण चहाच्या मोहाला बळी पडलो. आता त्याच्या पेल्यात निर्माण झालेले वादळ शांत कसे होणार की या वादळातच आपली होडी बुडणार?

पावसाळा सुरू झाला की, जमिनीतल्या वाळवीला पंख फुटून ती बाहेर येऊ लागते. काशीच्या बोलण्याने वत्सलेच्या मनात दडून राहिलेल्या सर्व गोष्टी अशाच भराभर बाहेर पडून डोळ्यांपुढे नाचू लागल्या. गोष्टीच्या अंकाची गोष्ट. तीसुद्धा या मजुरी करणाऱ्या बायांना विलक्षण वाटली असेल. लिहायला-वाचायला येणारी बाई त्यांच्या पाचशेत एक मिळायची नाही. पण दादा विद्याधरला तो अंक दाखवीत होते.

"हे पाहिलंत का आमच्या सुलूचं चित्र?''

विद्याधरने अंक हातात घेऊन मान डोलावली. आपल्यालाही ते पाहण्याची उत्सुकता झाली.

"गोष्टही छान लिहिलीय रमाकांतने. कारखान्याचं पुस्तक जर असंच लिहिलं त्यांनी– तर काय बहार होईल नुसती!''

विद्याधर तो अंक घेऊन गेला. रमाकांतची गोष्ट! सुलोचनेचे चित्र! आपणाला राहवले नाही अगदी. तिन्हीसांज झाली होती तरी आपण विद्याधरच्या बिऱ्हाडी गेलो. तो कुठे फिरायला गेला होता. आपण वाट पाहत बसलो. आपल्याला वाचता येते हे ऐकून त्याला किती आश्चर्य वाटले! तो अंक घेऊन घरी यायला खूप उशीर झाला. म्हातारी खूप रागावली आपल्यावर. तिचे म्हणणे काही खोटे नव्हते. अपरात्री रस्त्यावरून दारूबाज लोक जात-येत असतात. खेड्यातली वस्ती! प्रसंगी ओरडूनसुद्धा दाद लागायची नाही.

ती गोष्ट वाचल्यावर आपल्याला झोप येईना. वेश्येची मुलगी सुंदर, चित्रकार

सुंदर, मरण सुंदर आणि शेवटचे मीलनही सुंदर! साऱ्याच कल्पनेच्या राज्यातल्या गोष्टी! नुसती कागदी फुले; पण असल्या फुलांनी फुलपाखराचे पोट कधी भरले आहे का? ऊन आणि पाऊस खेळायला लागला की, इंद्रधनुष्य उत्पन्न होते. ते क्षणभर दिसते आणि नाहीसे होते. वीजही क्षणभरच चमकते. पण तिची शक्ती इंद्रधनुष्यात कुठे असते? जीवनाचे चित्र चित्रकलेच्या पार्श्वभूमीवर सुंदर होणार नाही. पण नुसत्या पार्श्वभूमीतच आपली सर्व प्रतिमा खर्च करणारा रमाकांत स्वतःला कलावंत लेखक म्हणून घेतो. कला जीवनासाठी आहे. जीवन काही कलेसाठी नाही. समुद्राच्या लाटा फुगड्या खेळतात, पाठशिवणीत रमून जातात, त्यांच्या त्या बाललीला अत्यंत आनंददायक वाटतात. त्यात कलेचे सौंदर्य आहे. पण ती कला जीवनात रममाण होते. समुद्र क्षणार्धात आटला तर आत रत्ने, मोती असली, तरी त्या भयंकर दरीकडे कुणाला पाहवेल का?

आभाळ भरून यावे तसे आपले मन असल्या विचारांनी भरून गेले. काही केल्या झोप येईना. मध्यरात्री उठून धूर ओकणाऱ्या दौतीपुढे आपण लिहायला बसलो. देवळापुढचा वायंगणाने शोभिवंत दिसणारा हिरवा मळा, तिथे बसणारी ती नाजूक कबुतरे– ते चित्र आपल्यापुढे उभे राहिले आणि आपण येऊन 'सुंदर चित्र' ही गोष्ट लिहिली. दिव्याच्या उजेडाने म्हातारी जागी झाली. झोपमोड झाल्यामुळे थोडीशी चिडली होती ती.

तिने विचारले, ''काय करतीस गं?''

''काही नाही.'' आपण काहीतरी लिहीत आहोत, हे तिला स्पष्ट दिसत होते.

''काय लिहिलंस? पत्र?''

''अं हं.''

रागानेच तिने आपल्याकडे पाठ फिरविली. त्या रात्रीच्या लिहिण्याविषयी तिची समजूत काहीतरी भलतीच झाली असावी. आपण संध्याकाळी मुद्दाम विद्याधरच्या बिऱ्हाडी गेलो. अपरात्री उठून लिहीत बसलो, काय लिहितो हे काही तिला सांगितलं नाही. सांगायचे तरी काय? नवऱ्याने टाकलेली, आप्तेष्ट नसलेली बाई आपण? कुणाला पत्र लिहितो म्हणून सांगायचे? पण आपल्या मुकेपणाचा काशीने भलताच अर्थ केला असेल. आपण विद्याधरला पत्र लिहिले अशी त्या रात्री तिची खास समजूत झाली असावी.

जेवण झाल्यावर कामाची वेळ होईपर्यंत वत्सला तांदूळ निवडीत बसली. हिवाळा संपत आल्यामुळे जोराचे वारे सुटले होते. पिकलेली पाने भराभर गळून खाली पडत होती. वाऱ्याच्या सोसाट्याबरोबर एखादे वाळलेले चुडतही धपकन खाली पडे! समोर बघवत नव्हते इतके ऊन रखरखत होते. पण त्या झोंबणाऱ्या वाऱ्याचा स्पर्शही त्या उन्हाइतकाच त्रासदायक होत होता. जिकडेतिकडे शांत

होते. पण ती शांतता एखाद्या बेशुद्ध पडलेल्या मनुष्याची आठवण करून देत होती. मधूनच जवळच्या आवाठातला एखादा कोंबडा ओरडे, समोरच्या टेकडीवरच्या कवड्याचा करुण स्वर ऐकू येई आणि पुन्हा जिकडेतिकडे शांत होई. मूर्च्छित मनुष्याने मधूनच एखाद-दुसरा आर्त स्वर काढावा त्याप्रमाणे हे आवाज वाटत होते. मध्येच दोन कुत्री एकदम भांडत अंगणात आली. केवळ भांडणाच्या आनंदकरिताच ती भांडत असावीत. वत्सलेने हात वर करून दगड मारण्याचे नाटक केले. एकमेकांवर भुंकत ती तिथून नाहीशी झाली. या साऱ्या दृश्यात आपल्या मनाप्रमाणे समाजाचेही प्रतिबिंब पडले आहे असे वत्सलेला वाटले. तांदूळ निवडता निवडता तिने पाहिले. ऊन वईपाशी गेले होते. कामावर जाण्याची वेळ झाली.

"आजी, जाते हं मी." तांदूळ मडकीत ओतीत ती म्हणाली.

"कृष्णा, एक सांगायचंय तुला." काशी जरा कुऱ्यानेच म्हणाली. वत्सलेची छाती धडधडू लागली. म्हातारी आपल्याला घराबाहेर हाकलून देतेय की काय कुणाला ठाऊक! वत्सलेने तिच्याकडे करुण दृष्टीने पाहिले.

"पोरी, पुरुषाबरोबर सलगी बरी नव्हे हं!"

"पण आजी–"

"अग, ह्या पांढरपेशांचं काय? गरज सरो, वैद्य मरो–"

"ते विद्याधर तसले नाहीत–"

"निर्वाळा देऊ नकोस तू मला. हा दादा कारखानदार– नाकाने कांदा सोलतो मेला! पण कुठं शेण खाल्लंय् त्यानं ते–"

"जाऊ दे– आपल्याला काय करायचंय?"

"काय करायचंय! निस्तरायची पाळी येते बाई मग. साप म्हणू नये धाकला आणि पुरुष म्हणू नये आपला!"

म्हातारीच्या म्हणीची गंमत वाटल्यामुळे हसत हसत वत्सला घरातून बाहेर पडली. भर उन्हातून तिला मैल दीड मैल जायचे होते. का कुणाला ठाऊक, तिला रमाकांतची आठवण झाली! या वेळी तो काय करीत असेल? रात्रीच्या नाटकाचे जागरण घालविण्याकरिता मऊ गादीवर निजला असेल, आरामखुर्चीवर पडून एखादी गुलगुलीत प्रणयकथा वाचीत असेल अगर टेबलापाशी बसून एखाद्या तरुणीचे– त्या सुरंगाचे अगर सुलोचनेचे– सौंदर्यदृष्टीने केलेले अवलोकन कागदावर उतरवीत असेल! कुठे रमाकांत आणि कुठे आपण!

रमाकांतच कशाला, कुठे पांढरपेशा वर्ग आणि कुठे कामकरी लोक? गेल्या दीड महिन्यातले अनुभव चटचट तिच्या डोळ्यापुढे येऊ लागले. काजूच्या कारखान्यातल्या बायकांची किती कुटुंबे तिने पाहिली. कामकऱ्यांच्या आयुष्यात बाल्य, तारुण्य व

वार्धक्य या पायऱ्याच नाहीत, असे तिला आढळून आले. हातपाय हलविता येऊ लागले की, प्रत्येक जिवाने काम करायला सुरुवात केली पाहिजे. हे काम हातापायांची हालचाल बंद पडेपर्यंत चालायचे. एकच एक ठसा बैलाचा घाणा! या घाण्यात बैलही कामकरी आणि खोबरेही त्यांच्याच रक्तामांसाचे! त्यातून निघणारे तेल मात्र कला, शास्त्र, धर्म, संस्कृती इत्यादिकांचा विचार करून तापलेली पांढरपेशांची डोकी शांत करण्याकरिता जायचे.

जिथे पेजेची भ्रांत तिथे कुठली कला आणि कुठले शिक्षण! पोरापासून म्हाताऱ्यापर्यंत सर्वांनी कामे केली तरी दुपारची वेळ निभताना मारामार. मग पैसे खर्च करून शिक्षण मिळविण्याचे सामर्थ्य कितीशा लोकांना असणार? असले कोट्यवधी लोक पशूसारखे जिणे कंठतात म्हणूनच पांढरपेशांच्या कला आणि चैनी चालतात! कुठल्या रोगात रोग्याला जगविण्याकरिता आपले रक्त काढून द्यावे लागते ना? कामकरी वर्ग पिढ्यान्‌पिढ्या पांढरपेशांना हे रक्त पुरवीत आला आहे. पण हे रक्त पुरविता पुरविता आता तोच मरायला टेकला नाही का?

सांगली, मुंबई आणि पाचगणी इथले स्वत:चे आयुष्य वत्सलेला आठवले. गडी अगर मोलकरीण यांच्याशी दुरून कितीही संबंध आला, तरी त्यांची सुखदु;खे आणि मने आपल्याला त्यावेळी कधीच कळली नाहीत. या एका महिन्यात विश्वरूपच दिसले आपल्याला! कानावर ऐटीने विडी ठेवून जाणारी सात-आठ वर्षांची पोरे, नीटनेटकेपणाची कल्पना नसल्यामुळे भुताप्रमाणे दिसणाऱ्या पोरी, पैशाकरिता दुसऱ्याला फसविणारी माणसे, क्षुल्लक कारणाकरिता शिवीगाळीवर येणाऱ्या बायका, संध्याकाळी दारूच्या नमनाने सुरू होणारी कौटुंबिक नाटके, एक ना दोन हजारो काळे डाग पांढरपेशांनीच निर्माण केलेले नाहीत का?

कमळेश्वरीला बळी द्यायचा असलेला रेडा समोरून येत असल्यामुळे वत्सलेची विचारशक्ती तुटली. डुलत डुलत येणाऱ्या त्या रेड्याकडे पाहून बाजूला होता होता तिला वाटले, या रेड्याचा बळी देणे ज्यांना अडाणीपणाचे वाटते ते लोक स्वत: काय करीत आहेत? बळी द्यायच्या रेड्याला निदान बळी जाण्यापूर्वी तरी भरपूर खायला मिळते. पण माणसात– माणसात तेवढीही सोय नाही.

ती घाईघाईने विद्याधरच्या खोलीत आली. नेहमीप्रमाणे तो काही वाचीत पडला नव्हता. कॅमेरा काढून त्याची काहीतरी दुरुस्ती करीत होता.

ताजे पाणी आणून वत्सलेने स्टोव्हवर आधण ठेवले. एकच कप ओतल्याचा आवाज विद्याधरच्या कानांवर पडला. त्याने मान वळवून विचारले, ''तू नाही घेत?''

''अं हं. सोडलाय मी चहा.''

''कधीपासून!''

''आजपासून?''

“भविष्य कळतं वाटतं तुला?”

वत्सला विस्मयाने त्याच्याकडे पाहू लागली.

“उद्यापासून कारखाना बंद होणार म्हणून चहा सोडायला नको काही!”

“कारखाना बंद होणार?”

तिच्या स्वरातील भीती विद्याधरलाही जाणवली. गरिबांचे आयुष्य श्रीमंतांच्या लहरीवर कसे नाचत असते याची प्रचीती त्याला आली.

“का बंद होतोय् कारखाना?”

“ते मालकांना ठाऊक!”

“मग–”

“तुला माझं काम आहे की– घाल तू एक पेला पाणी आणखी.”

स्वत:च्या इच्छेविरुद्ध वत्सलेने आणखी एक पेला पाणी ओतले.

स्टोव्हच्या निळ्या ज्योतीकडे पाहता पाहता वत्सला विचार करू लागली. चटकन किल्ली फिरवून आपण हा स्टोव्ह विझवितो. कारखानासुद्धा असाच बंद करता येतो का? उद्यापासून इतक्या बायकांना या खेडेगावात काम कसले मिळणार? गरीब माणसे म्हणजे नुसती यंत्रे का? यंत्रांना सुखदु:खांची जाणीव तरी नसते. खरंच; गरिबांच्या हृदयाला बधिर करून टाकणारे जर एखादे यंत्र– एखादे औषध कुणी शोधून काढले–

काजी फोडण्याचे यंत्र तयार करण्याकरिता आलेल्या विद्याधरचा तिला त्या क्षणी विलक्षण राग आला. विद्याधरला वाटले, उद्यापासून कारखाना बंद होणार म्हणून ही काळजीत पडली आहे. चहा पिऊन होताच तिच्या हातात कॅमेरा देऊन तो कारखान्यात आला. दादा त्याचीच वाट पाहत होते. दादांनी तिच्याकडे बघून म्हटले, “कुणाचे फोटो घेता? हिचेच घ्या की! अगदीच खेडवळ नाही दिसायला! हवं तेवढं बारीक आहे कुंकू!”

दादांचा शेरा विद्याधरला आवडला नाही. पण त्याने मुकाट्याने कामाला सुरुवात केली. वत्सलेने फोडण्याच्या निरनिराळ्या क्रिया केल्या व विद्याधरने त्यांचे भराभर फोटो घेतले. हे फोटो घेण्याचे काम सुरू असतानाच वत्सलेच्या मनात एकच गोष्ट घोळत होती. लग्नामधल्या फोटोंची आठवण, वधूवरांचा फोटो काढावा म्हणून मामंजीनीं किती जंग जंग पछाडले, पण रमाकांतने काही दाद दिली नाही. निराळा फोटो हवा कशाला, म्हणून त्या दोन ओळी त्याने म्हणून दाखविल्या. वारंवार म्हणून त्याने कोरूनच ठेवल्या आहेत त्या आपल्या हृदयावर!

‘छायेवांचुनि प्रकाश कधि का कुणी पाहिला काय?
चित्र होतसे जेव्हा छाया प्रभेस मिळुनी जाय?’

आपल्या आयुष्यातला पहिला फोटो कामकरणींच्या वेषात निघाला याचा तिला क्षणभर अभिमानही वाटला. पुन्हा लगेच मनात आले– हे फोटो छापावयाचे असले तर– तर रमाकांतच्या दृष्टीला ते पडतील आणि–

दादा थोडेसे दूर गेलेले पाहताच तिने विद्याधरला विचारले, ''काय करणार या फोटोंचे?''

''पुस्तकात घालायचेत ते!''

''तुमच्या यंत्रांच्या?''

''छे! तो रमाकांत कारखान्यावर लिहिणार आहे एक पुस्तक!''

वत्सलेचा चेहरा एकदम पांढरा फटफटीत झाला. दादा तिकडे ओरडून सांगत होते– ''उद्यापासून काम बंद.''

विद्याधरला वाटले– त्यांच्या द्वाहीचा हा परिणाम!

ध्रुव एक की दोन?

***

बाप्पा संध्याकाळी मोटारीतून बाजारच्या चौकात उतरले. कारखान्याकडे जाण्याला मोटारला रस्ता नव्हता असे नाही; पण एका उतारूकरिता ती मुद्दाम बाजूला नेणे त्यांच्या तत्त्वाविरुद्ध होते. कारखाना चौकापासून चांगला दोन-तीन फर्लांगावर होता. पण विमान आकाशात उंच उडत असले तरी जमिनीवर त्याची घरघर ऐकू येतेच की! शेकडो माणसांनी गजबजलेल्या त्या कारखान्याचा आवाजही तसा चौकात नेहमीच ऐकू येई. पण मोटारीतून उतरताच तो ओळखीचा कलकलाट ऐकू न आल्यामुळे बाप्पांना चुकल्याचुकल्यासारखे वाटले. खादीची पिशवी खाकेला लावून ते बाजारातून जाऊ लागले. उजवीकडच्या दुकानाकडे त्यांची दृष्टी गेली. ते जपानी मालाने भरलेले आहे, हे त्यांना स्पष्ट दिसले. त्यांनी डावीकडे पाहिले. तिकडले दुकानही आपल्या प्रतिस्पर्ध्याशी त्याच्याच शस्त्रांनी लढण्याकरिता सज्ज होऊन बसले होते. बाप्पांच्या डोळ्यांपुढे १९३० साल उभे राहिले. आपल्या बहिणीच्या स्मरणार्थ बांधलेल्या दीपमाळेच्या उंचवट्यावर उभे राहून त्यांनी लोकांकडून स्वदेशीची शपथ घेतली होती. देवळापुढे ठेवलेल्या एका नारळाला हात लावून प्रत्येक व्यापाऱ्याने ती घेतली होती. त्या दिवशी बाप्पांच्या आशा दीपमाळेपेक्षाही उंच झाल्या. पण आता त्यांना वाटले, वाळूत बांधलेली मंदिरेच होती ती. १९३० पासून तुरुंगात जाण्याचा कार्यक्रम सुरू झाल्यामुळे त्यांना कामापूरला यायलाच मिळाले नव्हते. आज ते आले आणि त्यांच्या हृदयाला भूकंपासारखा धक्का बसला.

आज चार दुकाने ओलांडून जाताच तोच एका दुकानावर पत्त्यांचा खेळ सुरू असलेला त्यांनी पाहिला. तलम मलमलीचे मुंडेछाट घालून पाच-सहा मंडळी त्या कागदी राजकारणात निमग्न झाली होती. त्यांपैकी प्रत्येक मनुष्य

बाप्पांच्या ओळखीचा होता. पन्नाशीची झुळूक असतानाही ऐटदार संजाब राखून लाल ओठांनी दुकानापुढे पिचकारी मारणारा तो व्यापारी– त्याची कोल्ह्याची नजर बाप्पांना आठवली. कायदेभंगाच्या वेळी तो ओरडून सांगत होता, 'कामापूरचं नाव राखलं पाहिजे आपण!' ते नाव राखण्याकरिता त्याने चालविलेला हा उद्योग पाहून मन अगदी सुन्न होऊन गेले. त्यांच्याच पुढे बसलेला तो पंचविशीच्या आतला तरुण– त्याचा तो धैर्यभरी कट, अंगातील तलम रेशमी पैरण आणि खेळात गुंग झालेले मन पाहून बाप्पांना वाटले, माणसांचं मन पाऱ्याहूनही चंचल असतं का? या तरुणाने पहिल्या कायदेभंगाच्या वेळी आनंदाने तुरुंगवास पत्करला होता, दंड देण्यासारखी घरची स्थिती असूनही सक्तमजुरीची शिक्षा भोगली होती, 'मासळीवाचून उंडी घशाखाली जात नाही,' असे लोक वर्णन करीत असूनही त्याने क वर्गाचे अन्न आनंदाने खाल्ले होते. तुरुंगात चळवळीविषयी आणि समाजाच्या सुधारणांविषयी या तरुणाशी बोलताना बाप्पांच्या रसवंतीला अगदी पूर येई. पण त्याच्याकडे दृष्टी गेली मात्र– सारे पाणी पालथ्या घागरीवर पडले, अशी त्यांची खात्री होऊन चुकली.

खेळणाऱ्यांपैकी कुणीतरी सहज रस्त्याकडे पाहिले, 'बाप्पा!' तो पुटपुटला. खेळणारे भयचकित दृष्टीने पाहू लागले. त्यांनी बाप्पांना नमस्कार केला.

"वंदे मातरम्."

"केव्हा आलात?"

"आताच."

पुढे कोण काय बोलणार? ते लोक का दचकले होते हे बाप्पांना कळले. ते पैसे लावून पत्ते खेळत होते. कामापूरसारख्या ठिकाणी पोलिसांच्या हातावर चिरीमिरी ठेवली की, वाटेल ती गोष्ट भरचौकात बसूनसुद्धा करता येते, हे बाप्पांना ठाऊक नव्हते असे नाही. त्यांचे मन म्हणाले,'या अशिक्षित व्यापाऱ्यांनाच काय हसायचं? चांगले डॉक्टर, वकील आणि मास्तर हाच खेळ खेळत असलेले काल-परवा आपण नाही का पाहिले?'

बाप्पांनी खिन्न निःश्वास टाकून वर पाहिले. आकाशात पांढुरके ढग दिसत होते. बाप्पांच्या मनात आले– आणखी थोड्या वेळाने हे ढग रंगतील, विविध मनोहर रूपे धारण करतील! पण त्यांचे ते रंग खरे मानायचे का? पाणी असले तर काळा नाही तर पांढरा हाच ढगाचा रंग! माणसंही तशीच! त्यांची क्षणिक स्थित्यंतरे काय खरी समजायची? माणसांच्या खऱ्या जाती दोनच!–

मध काढून घेतल्यानंतर पोळे दिसते, तसा कारखाना पाहून बाप्पांच्या आश्चर्याला सीमाच राहिली नाही. आत फक्त तीन माणसे होती. दादा, कारकून आणि विद्याधर. बाप्पा दिसताच दादा जागेवरून उठून म्हणाले, "ओहोहो,

बाप्पा आले!''

विद्याधरने केलेला नमस्कार बाप्पांनी मुकेपणानेच स्वीकारला. दादांच्याकडे तीव्र दृष्टीने पाहत त्यांनी विचारले, ''आज रजा आहे वाटतं कारखान्याला?''

''आज का? उद्या– परवा–''

''म्हणजे–''

''कायमचीच रजा मिळणार आता!''

बाप्पांना राग आला. पण तो त्यांनी आपल्या चेहऱ्यावर दिसू दिला नाही. दादा डोक्याला रुमाल बांधू लागलेले पाहून बाप्पांनी विचारले, ''कुठं चाललात?''

''देवीला.''

''आज इतकी वर्षे झाली. पण संध्याकाळचं देवदर्शन चुकलं नाही कधी! अंगबिंग मोडून आलं, तर सुलूताईंना नाही तर मला पाठवून अंगारा तरी आणतीलच.'' कारकुनाने मध्येच तोंड घातले.

''देव एखाद्याला तरी पावतो म्हणायचा मग!'' बाप्पा उपरोधिक स्वराने उद्गारले.

''पावतो म्हणजे? आमची कमळेश्वरी म्हणजे जागतं दैवत आहे मोठं. आज गावचा निम्मा सारा या कारखान्यातून जातोय तो–'' कारकुनाने पोथी सोडली.

''गप्प बैस चिकटोबा! आता कुणाला हव्यात या जमिनी बाप्पा? सरकार साऱ्याइतकासुद्धा खंड वसूल होण्याची मारामार!''

बाप्पा पुन:पुन्हा त्या शून्य कारखान्याकडे पाहत होते. त्यांना तो स्मशानासारखा वाटला. पलीकडची ती काजी भाजण्याची भट्टी– चिताच जणू काही. दादा आणि कारकून हे या स्मशानातले कारटे! प्रेताच्या टाळूवरील लोणी खातील! पण–

दादांचा रुमाल केव्हाच बांधून झाला होता. ते म्हणाले, ''काय, येताय बाप्पा देवीला?''

''मला काय करायचंय देवीला येऊन? गावातल्या निम्म्या जमिनी थोड्याच घ्यायच्यात?''

''पण गोरगरिबांचे कल्याण करायचं की!'' टोमणा मारण्याच्या स्वरात दादा म्हणाले.

''ते कोण करणार?''

''देवी!''

''गरिबांचं कल्याण करण्याची शक्ती देवात असती तर–''

''गांधी असे नास्तिक नाहीत तुमच्यासारखे बाप्पा.''

''आणि तुमच्यासारखे निर्दयही नाहीत.''

दादांनी तिरस्काराने बाप्पांकडे पाहिले व ते कारखान्यातून बाहेर पडले, बाप्पा विद्याधरांना म्हणाले, ''चला, आपणही फिरायला जाऊ या!''

''कुणीकडे?''

''तळ्याकडे.''

दादांचा व त्यांचा रस्ता एकच होता. थोडा वेळ सर्व स्तब्ध होते. चौक मागे पडल्यावर बाप्पांनी विचारले, ''कारखाना बंद का केला?'' दादांच्या मनात मजुरी कमी करायची होती. पण बाप्पांची स्वारी त्याच वेळी कामापुरात येत आहे, हे पाहून त्यांनी कारखाना बंद ठेवण्याचा डाव घातला होता. बाप्पांच्या प्रश्नाला त्यांनी उत्तर दिले, ''फायदा नाही म्हणून.''

''तोटा तर नाही ना?''

''तोटा होण्याचीसुद्धा भीती आहे.''

''झाला तर झाला. एक चुडत चोरीला गेलं म्हणून माडाचं उत्पन्न थोडंच कमी होतं?''

''कुटुंबवत्सल आहे मी! तुमच्यासारखा फटिंग असतो तर–''

''येऊनजाऊन काय ती एक मुलगी!''

''एक मुलगी? हत्ती पोसणं बरं! पण लग्नाची मुलगी नको सध्याच्या काळात.''

''मुली हल्ली खादाड झाल्या आहेत की काय दादा?''

''बाप्पा, तुमच्या आग्रहाने तिला चित्रकलेत घातली. पण तिची दृष्टी झाली सुंदर!हे जरीचं पातळ नको, त्या हिऱ्याच्या कुड्या नकोत– शिवाय उद्या चांगला नवरा मिळवून द्यायला दहा-वीस हजार तरी हवेतच!''

''पैसुद्धा नको!''

''ती लग्न करणार नाही याच्यावर जाताय तुम्ही बाप्पा! पण ही पोर म्हणजे काजूच्या बिया! पहिल्यांदा नुसती फकं, मग हळूच लाल बोंडे दिसू लागतात.''

''तसं नाही म्हणत मी, सुलू लग्न करणार नाही असं नाही. चांगला सुंदर चित्रासारखा नवरा शोधून काढाल पण तुम्हाला पैचीदेखील तोशीस लागू देणार नाही ती!''

''त्या रमाकांतचं नि तिचं सख्य आहे म्हणून हा तर्क केला असेल तुम्ही! त्याची पहिली बायको नुकतीच मेली आहे म्हणे! स्थळ काही वाईट नाही तसं! पण जातीचं घोडं पेंड खातं–''

''सुधारणेचा चाबूक ओढावा पाठीवर.'' बाप्पा म्हणाले, विद्याधर हसला.

''अन् शिवाय नाटक कंपनीशी नित्याचा संबंध!''

''असेना! चांगला धंदा आहे!''

"चांगला धंदा! हे कळायला लग्न करावं लागतं बाप्पा! अहो, त्या कंपनीत नटी आहे एक!"

"तुमच्या कारखान्यात शेकडो बायका आहेत."

"नटी सुंदर असते बाप्पा."

"आणि तुमच्या कारखान्यातल्या या इतक्या बायकांत एकसुद्धा बाई सुंदर नसेल का? इतकी वर्ष इतक्या गरीब बायकांशी संबंध येऊन तुम्ही धुतल्या तांदळ्याप्रमाणे राहिलातच की नाही? दादा, तुमचं चुकतं ते इथंच! आपल्यावरनं जग ओळखावं माणसानं."

आलेले हसू लपविण्याकरिता विद्याधर दुसरीकडे पाहू लागला.

दादा उजवीकडच्या माडांच्या राईकडे पाहत म्हणाले, "बाप्पा, ते पाहा बोलके माड!"

बाप्पांनी पाहिले. बागांतल्या काही माडांवर चौकांनी पांढरे पट्टे होते. त्यावर अक्षरे व आकडेही दिसत होते.

विद्याधरने विचारले, "हे कसले माड?"

"सुशिक्षित आहेत ते," बाप्पांनी खिन्न स्वराने उत्तर दिले.

"म्हणजे?"

"दारूला दिलेले माड ते! त्यांच्यातले ते सरकारी नंबर बघा. नुसत्या नारळ-माडांना कोण घालतो नंबर?"

दादा म्हणाले, "तीन वर्षांपूर्वी माडीला एकसुद्धा माड द्यायचा नाही, असं सर्वांनी कबूल केलं होतं ना इथं?"

बाप्पा शून्य दृष्टीने माडांच्या बागांमध्ये पाहत चालले होते.

"बाप्पा, जग हे असंच चालायचं."

दादांच्याबरोबर बाप्पा व विद्याधर देवळात गेले. दादांनी घंटा जोराने वाजविल्याबरोबर मधल्या भागाच्या कठड्यात असलेल्या कबुतरांनी फडफड केली. घंटा वाजवून दादा आतल्या गाभाऱ्यात गेले. तिथे त्यांनी साष्टांग नमस्कार घातला. पण तो बाप्पांना व विद्याधरला अर्धवटच दिसला. गाभाऱ्यात बराच अंधार होता. एका बाजूला लुगडी नेसविलेले चार-पाच पितळी खांब उभे करून ठेवले होते. छोट्या गाभाऱ्यात देवीजवळ जळणारा मंद नंदादीप तिथल्या अंधाराची भयाणताच वाढवीत होता. खांबाला कुठेतरी घड्याळ लावलेले असावे. ते टिकटिक करीत होते. मृत्यूच्या दारात पाऊल टाकणाऱ्या मनुष्याच्या घरघरीइतकीच ती टिक्टिक् भयाण भासत होती. दादांनी प्रदक्षिणा घालायला सुरुवात केली. कोंडलेल्या धुराचा चमत्कारिक वास घेत बाप्पा व विद्याधर दारापाशीच उभे राहिले. त्या लुगडी नेसविलेल्या खांबांकडे बोट दाखवीत

विद्याधरने विचारले, “हे काय?”

“तरंग म्हणतात त्यांना.”

“देवळात कशाला ठेवले आहेत हे खांब?”

“हे उचलून घेतले की अंगात वारं येतं.”

“मी घेतले तर येईल?”

“वाट्टेल त्याच्या नाही. कूड ठरलेली असते म्हणे! ही आमची देवळं!” शेवटच्या वाक्याबरोबर बाप्पांनी सोडलेला सुस्कारा विद्याधरला स्पष्टपणे ऐकू गेला.

“या वाऱ्यावर पांढरपेशांचा विश्वास असतो का?”

“कामापुरता.”

“खालच्या लोकांचा?”

“भयकंर! बोलून सोय नाही काही! जगात दैवत मानतात ते या देवीला, पण उद्या कारखान्यातल्या बाया टाचा घासून मेल्या, तरी झोप उडायची नाही या देवाची!”

इतक्यात दादा आपल्या प्रदक्षिणा पुऱ्या करून अंगारा घेऊन आले. त्यांनी चिमूट पुढे केल्यामुळे नाइलाजाने तो दोघांना घ्यावा लागला. दादांच्या ते लक्षात आल्यावाचून राहिले नाही. ते म्हणाले, “विद्याधर यंत्राचं अजून काही जमत नाही तुमचं. त्याचं कारण आलं का लक्षात?”

“कारण कसलं? शोध काही सांगून येत नसतो!”

“छे! तुमचा नास्तिकपणा बाधतोय तुम्हाला! इथं येऊन महिना होऊन गेला पण आज देवीला आलात तुम्ही! देवीला नवस करा आमच्या अन् मग पाहा तिचा चमत्कार!”

बोलत बोलत तिघेही बाहेरच्या दीपमाळेपाशी आले. दादांच्या औदार्याची पताकाच होती ती!

“बाप्पा, ही दीपमाळ तरी आवडते की नाही तुम्हाला?” दादांनी विचारले, बाप्पांनी नकारार्थी मान हलविली.

“तुमच्या बहिणीचं स्मारक आहे हे.”

“किती खर्च लागला हिला?”

“तीन हजार.”

“गरिबांची किती घरं झाली असती एवढ्या पैशांत?”

“पण सुलूला किती आवडते ही दीपमाळ! दररोज संध्याकाळी वर येऊन बसण्यात असा आनंद होतो पोरीला!”

“सुलू केव्हा येणार आहे मुंबईहून?”

"मुंबईला नाही ती."

"मग?"

"बेळगावला."

"तिथं कोण आहे बुवा ओळखीचं तिच्या?"

"ती नटी बिऱ्हाड करून राहिलीय ना तिथं? तो रमाकांतही आहे बरोबर! चित्रासाठी राहिलेय म्हणून लिहिते नेहमी." बोलताना दादांचा स्वर किंचित चमत्कारिक झाला होता.

बाप्पा विचारात पडल्यासारखे दिसले.

"इकडे कधी येणार?" त्यांनी विचारले.

"जरा रागानंच पत्र पाठवलंय तेव्हा येईल आता चार-दोन दिवसांत. उद्या आंबोलीला येणार आहेत सारी मंडळी. एक-दोन दिवस राहतील तिथं अन् मग रमाकांतला घेऊन येईल सुलू इकडं–"

रमाकांत इकडे कशाला येणार आहे हे विचारण्याचे बाप्पांच्या मनात होते. पण दादांनी तोंड फिरवून देवीला नमस्कार केला व "बराय" म्हणून ते चालू लागले. बाप्पा गंभीर मुद्रेने म्हणाले, "विद्याधर, दिव्याखाली केवढा अंधार असतो?"

"दिव्याच्या आकाराएवढा."

"मग दीपमाळेखाली– खाली नसला तर भोवताली खूप अंधार असला पाहिजे. नाही?"

हा प्रश्न करून बाप्पा हसले, पण ते हास्य मोडक्या अलगुजाच्या सुरासारखे होते.

तळ्याच्या एका बाजूला वळसा घालून ते टेकडी चढू लागले. लहान मुलाने रमतगमत आईचे दूध प्यावे त्याप्रमाणे पदोपदी थांबत आणि चोहीकडे उल्हासाने पाहत ते वर जात होते. सायंकाळसारखा जादूगार सृष्टीच्या पदरी दुसरा कुणी नाही. घरट्याकडे परत जाणारे कावळ्यांचे थवे, तळ्यातल्या पाण्यावर पसरलेले शेवाळे, टेकडीचे काळे खडक, या सर्वांत या वेळी त्याने आकर्षकता उत्पन्न केली होती. तळ्याच्या समोरच्या बाजूला कुठे माड शिपायांप्रमाणे उभे होते, तर कुठे केळी राजकन्यांप्रमाणे क्रीडा करीत असलेल्या दिसत होत्या. वायुलहरींचा मृदुमंद स्वर कानात घुमतोच आहे असे वाटे– समुद्रपर्यटन करून आलेला कुणी प्रवासी मोकळ्या मनाने टेकडीपाशी आणि तळ्याशी गुजगोष्टीच करीत आहे. टेकडीच्या माथ्यावर चढून दोघांनी चोहीकडे पाहिले. समोर आकाश आणि समुद्र कोण अधिक निळे हे पाहण्यासाठी एकमेकांच्या गालाला गाल लावून बसले होते. अंत:करणातून उचंबळून आलेल्या भावनांत व्यवहारांचे

विचार कुठल्या कुठे नाहीसे व्हावेत त्याप्रमाणे हिरव्यागार झाडांच्या रायांत कामापूर लोपून गेले होते. झाडीतून येणारा धूर आणि कुणीतरी काही फोडीत होते त्याच्या तालबद्धतेने प्रतिध्वनीत होणारा आवाज या गोष्टीच काय त्या तिथे गाव आहे, हे दर्शवीत होत्या.

हर्षभराने बाप्पा म्हणाले, "हे खरं देऊळ!"

"देवीही आहेच या देवळात." विद्याधर म्हणाला.

बाप्पांनी कुतूहलाने त्याच्याकडे पाहिले. ते ज्या खडकावर बसले होते. त्याच्या जवळूनच टेकडीच्या पलीकडच्या बाजूला जाणारी वाट होती. त्या वाटेने काजीच्या लाकडांचा एक भारा घेऊन वत्सला येत होती. तिला उद्देशून विद्याधर हे म्हणाला होता. ती समोर येताच विद्याधरने तिला हाक मारली. अर्थात तिला थांबावे लागले. मात्र अवघडल्यामुळे लाकडांचा भारा खाली ठेवून ती उभी राहिली.

"कृष्णा, हे बाप्पा- तुझी काशी नेहमी आठवण काढते ना यांची?" वत्सलेने अत्यंत आदराने बाप्पांच्याकडे पाहिले.

"बाप्पा म्हणत होते- खरं देऊळ या टेकडीवर आहे. मी म्हटलं, ही पाहा देवी येत आहे."

शेवटचे वाक्य विद्याधरने भीत भीतच उच्चारले होते. वत्सलेशी तो नेहमीच मोकळेपणाने बोलत असे. त्यामुळे व आज फोटोकरिता पुन:पुन्हा तिच्या चेहऱ्याकडे पाहावे लागल्यामुळे त्याला तिची थट्टा करण्याची लहर आली असावी. आतल्या आत दाबलेली ती लहर या वेळी प्रकट झाली. बोलल्यानंतर त्याला असे सुद्धा वाटले- बाप्पांशी ती कोटी ठीक होती, पण कृष्णेच्या तोंडावर-

त्याच्या कल्पनेप्रमाणे वत्सला लाजली नाही किंवा रागावलीही नाही. त्या दोघांकडे आळीपाळीने पाहत ती म्हणाली, "एक कमी आहे या देवीला!"

"काय?"

"नैवेद्य! कारखाना तर बंद झाला."

"उद्या दुपारची चिंता आज संध्याकाळी करू नये माणसाने."

"श्रीमंतांकरिता नियम आहे हा! गरिबांना-"

वत्सलेची ती उत्तरे ऐकून बाप्पा स्तंभितच झाले. काजूकारखान्यात काम करणारी कुळवाड्यांची मुलगी शुद्ध बोलते आणि तेसुद्धा शिकलेल्या माणसासारखे! त्यांनी विचारले, "कृष्णा, मूळची कुठली तू?"

"सांगली-कोल्हापूरकडची. लहानपणी होते मी कोकणात."

"इतकं शुद्ध कसं बोलता येतं तुला?"

"लहानपणीच आईवेगळी झाले मी. तेव्हापासून पांढरपेशांच्या घरी वाढले."

"तुला लिहिता-वाचता येतं का?"

"हो. फार आवड आहे तिला. माझ्याकडून मासिके वगैरे मुद्दाम नेते ती!" विद्याधर म्हणाला.

"कोकणात का आलीस मग?" बाप्पांनी विचारले.

"मुंबईला दिली होती मला. पण घरधनी–"

कृष्णाने तोंड फिरविले. बाप्पांना वाटले– दुःखदायक आठवणीने तिचे डोळे भरून आले आहेत. अधिक विचारून तिला उगीच त्रास कशाला द्या? घरोघरी त्याच परी! सुशिक्षित लोक एक बायको जिवंत असताना दुसरी करतात अगर दारू पिऊन बायका-पोरांना बडवतात. मग अशिक्षितांत तसे घडत असल्यास त्यात नवल कसले?

विद्याधर म्हणाला, "माझी हकीगत अगदी उलट आहे हिच्या."

वत्सलेने चमकून वळून पाहिले. बाप्पांना तिचे ओले डोळे दिसले नाहीत. तिचे डोळे पाहून त्यांना वाटले– दुःख झाले की समुद्राचा सहारा होतो.

विद्याधर सांगू लागला, "माझी आई काही लहानपणी मेली नाही हिच्या आईसारखी! पण ती इतकी तापट, हेकट आणि उधळी होती की, कधी लळाच नाही तिचा! धोंडू म्हणून मोलकरीण होती एक आमच्या घरी. तिन्हीत्रिकाळ तिला बिलगून असे मी. तिच्या भाकरीतली भाकरी घेऊन खायची. तिच्या कुशीत निजायचं, असं गेलं माझं लहानपण. आई गेली त्या दिवशी काय तो तिच्यासाठी रडलो असेन मी. पण अजून धोंडूची आठवण झाली की, क्षणभर मन हुरहुरतं. तिच्या त्या वाकळीची ऊब, त्या लसणीच्या तिखटाची गोडी, मायेने थबथबलेली ती कुरवाडी बोली–"

"इथं येऊन कोकणी काही कळेना पण!" वत्सला मध्येच म्हणाली.

"भाषेकडे मुळापासूनच लक्ष कमी माझं. म्हणून तर घिसाडी झालो आणि काजीचं यंत्र करायला इथं आलो."

"लग्न झालंय का तुमचं?" बाप्पांनी एकदम प्रश्न केला.

"आईच्या उधळपट्टीमुळे लवकरच गरीब झालो आम्ही. वार आणि स्कॉलरशिप यांच्यावर शिक्षण झालं माझं. माझ्यासारख्या सड्या फटिंगाला कोण देतो मुलगी? हे यंत्र साधलं तर पाच हजार हातात पडतील! मग मनासारखी मुलगी मिळाली तर लग्न!"

"मनासारखी म्हणजे?"

"पांढरपेशातली नटवी मुलगी नकोय नुसती मला. माझा पेशा पडला घिसाड्यांचा. तेव्हा एखादी घिसाडीण–"

विद्याधरच्या या उत्तान विनोदामुळे कुणालाच हसू आवरेना.

"धोंडूची एखादी मुलगी असती तर तिलाच मागणी घातली असती मी! पडेल ते काम करणारी बायको हवी मला. ती पांढरपेशात अन् त्यातून ब्राह्मणात– वाळवंटात संगमरवरी दगड मिळेल एक वेळ! पण–"

"पण सुशिक्षित मुली पांढरपेशांतच मिळतील."

"काय करायचंय् ते शिक्षण घेऊन? ओठांचा रंग पुसून जाईल म्हणून मुलाचा मुका न घेणारी आई, कोकण आपल्याला आवडत नाही म्हणून नवऱ्याला तिथली नोकरी सोडायला लावून बेकार करणारी बायको, लग्न न करण्याच्या गप्पा मारून शृंगारिक चित्रपट आणि कादंबऱ्या यात दंग होणारी कुमारिका– सुशिक्षित स्त्रियांचे असले नमुने पाहून विटून गेलंय माझं मन!"

"तुम्ही तर माझ्यासारख्या गांधीभक्ताप्रमाणे बोलायला लागला की अगदी!"

भरतीच्या वेळी लहान जखम झाली तरी तिच्यातून खूप रक्त वाहते, अशी समुद्रकाठच्या लोकांची समजूत आहे. संध्याकाळची प्रसन्न वेळ, सहसा कुणापाशीच न उघडलेले अंत:करण आणि बाप्पा व वत्सला यांच्यासारखे प्रिय श्रोते, असा त्रिवेणीसंगम झाल्यामुळे विद्याधर अगदी मोकळ्या मनाने बोलत होता.

"माझे अनुभवच तसे आहेत बाप्पा, पदवीधर झाल्याबरोबर तीनशेची नोकरी आणि एक मुलगी घेऊन आमच्या जातीतला एक बडा मनुष्य आला माझ्याकडे. पण नोकरी करायचीच नव्हती मला!"

"का?"

"कारकून व्हायचं नाही मला. मनातली इच्छा, काहीतरी शोध लावावा, नाव मिळवावं! पण आमच्या त्या सासरोबांची गंमत सांगायची राहिलीच की! त्या नोकरीच्या अमृताबरोबर त्याने जे हालाहाल आणले होते–"

"काळी होती वाटतं मुलगी?"

"रंगाला नाही मी इतकी किंमत देत. चुना खूप पांढरा असतो, म्हणून काय कस्तुरीचं मोल त्याला येईल?"

विद्याधर वत्सलेकडे पाहून किंचित हसला. तिच्या चेहऱ्यावर नकळत एक स्मितरेषा उमटली.

"मग? नडलं कुठं?"

"चांगली लंगडी होती की ती मुलगी. नोकरीच्या आधारानं ती चालेल, असं वाटलं असावं बापाला!"

हसत हसत बाप्पांनी प्रश्न केला, "कधीच नोकरी करायची नाही असा बेत आहे का तुमचा?"

"अलबत! नवे शोध लावावे, देशाच्या कीर्तीत भर घालावी–"

"आणि श्रीमंतांच्या खिशात–"

"गरिबांनासुद्धा होईल शोधांचा उपयोग."

"रिकामं पोट भरून काढणारं यंत्र शोधून काढलंत तर होईल!"

विद्याधर चमकला. पण बाप्पांच्यावर मात करण्याकरिता तो म्हणाला, "तुम्ही पडला गांधींचे अनुयायी. मनगटावर घड्याळ बांधण्यापेक्षा गळ्यात घटिकापात्र अडकवावं असं म्हणण्यापर्यंतसुद्धा मजल जाईल तुमची!"

बाप्पांना त्याच्या उपहासाचा राग आला नाही. गरिबीत शिक्षण संपादन करूनही एखाद्या सुखवस्तूपणाच्या नोकरीत विद्याधरने स्वत:ला गुरफटून घेतले नाही, म्हणून त्यांच्या मनात त्याच्याबद्दल कौतुक उत्पन्न झाले होते. गेल्या दहा वर्षांतील सार्वजनिक कार्यातला अनुभव क्षणार्धात त्यांच्या डोळ्यांपुढे उभा राहिला. महाराष्ट्रात पैसा नसला तरी बुद्धी आहे. पण या बुद्धीला योग्य वळण नाही. राष्ट्रातील तारुण्य कसे वसंतऋतुतील सूर्यप्रकाशासारखे असावे. पण बाप्पांचा अनुभव अगदी उलट होता. गरिबीतून शिक्षण मिळविलेले, पिढीजाद श्रीमंत कुलवान, अनेक तऱ्हांच्या तरुणांशी त्यांचा थोडाफार संबंध आला होता. पण बहुतेकांची दृष्टी संकुचित! पैसा मिळविला, गावातल्या लुटुपुटीच्या म्युनिसिपालिटीत निवडून आले, जमीनजुमला विकत घेतला, बायकापोरांना दागदागिन्यांनी मढविले. फार फार तर वर्तमानपत्रांतून नाव आले की झाली त्यांच्या कर्तृत्वाची सीमा! उच्च महत्त्वाकांक्षा, उदात्त ध्येय, चिकाटी, दुसऱ्यांची अंत:करणे अंकित करणारा स्वार्थत्याग– एक म्हटल्या एकसुद्धा गुण आपल्या शेकडो तरुणांत त्यांना आढळला नव्हता. या तरुणांचे जग म्हणजे त्यांचे गाव. त्या जगातला महत्त्वाचा भाग म्हणजे त्यांचा धंदा व त्यांचे कुटुंब! दारूचा शरीराला जितका उपयोग तितकाच वर्तमानपत्रांच्या वाचनाचा त्यांच्या मनाला. केवळ जडलेले व्यसन म्हणून ती वाचायची. विचार अगर भावना यांच्यावर त्या वाचनाचा काडीइतकासुद्धा परिणाम कधी व्हायचा नाही! सारे प्रवाहपतित! हातपाय कुणालाच हलवायला नकोत! सारेच आंधळे! डोळे उघडून कुणालाही पाहायला नको! असल्या नादात तरुणांच्या मानाने प्रवाहविरुद्ध पोहण्याची हिंमत बाळगणारा, डोळसपणाने भोवताली पाहणारा– विद्याधर त्यांना फार बरा वाटला. त्याने केलेला उपहाससुद्धा एका दृष्टीने त्याच्या कर्तृत्वाचा द्योतकच होता.

थोडा वेळ स्वस्थ राहून बाप्पा म्हणाले, "विद्याधर, मी काही यंत्राविरुद्ध नाही."

"मग?"

"मनुष्यांना यंत्र करणाऱ्या आणि जिवंत यंत्र भरपूर पोटगी न देता चालवू पाहणाऱ्या–"

बाप्पा मध्येच बोलले. त्यांनी खिन्न दृष्टीने वर पाहिले. त्यांच्या बोलण्यापेक्षा त्यांच्या त्या दृष्टीचा परिणाम विद्याधर व वत्सला यांच्यावर अधिक झाला. कायदेभंगाच्या चळवळीत त्यांच्या कळकळीच्या भाषणांनी रत्नागिरी जिल्हा हलवून सोडला होता, हे सुलोचनेकडून विद्याधरला पूर्वीच कळले होते. त्याने पाहिले बाप्पांच्या डोळ्यांत एक प्रकारची चमक दिसत होती. ते बोलू लागले. नेहमी मृदू वाटणारा त्यांचा स्वरही किंचित कठोर झाला आहे, असा विद्याधरला भास झाला.

"विद्याधर, उद्या तुम्ही काजी फोडण्याचं यंत्र शोधून काढाल. दादा तुम्हाला पाच सोडून दहा हजार रुपये देतील. तुमची कीर्ती अमेरिकेपर्यंत जाऊन पोहोचेल. आमच्या सुलोचनेसारखी एखादी सुंदर मुलगी तुम्हाला माळही घालील. मुंबईला तुम्ही दररोज संध्याकाळी मोटारीतून जुहूला फिरायला जाल. पण– पण त्या वेळी दररोज इथं काय होईल?"

शेवटचे शब्द उच्चारताना बाप्पांच्या स्वरात विलक्षण कंप उत्पन्न झाला होता. विद्याधरला वाटले, मरणाची अमंगळ वार्ता सांगणाऱ्या मनुष्याचा स्वर असाच कंप पावतो.

"विद्याधर, आज पाचशे माणसं– कसं तरी का होईना– आपलं पोट इथं भरताहेत. उद्या तुमचं यंत्र यांच्या पोटावर पाय देणार! यंत्र आलं की, पन्नास आजच्या पाचशेचं काम करतील, बाकीच्या बेकार साडेचारशेनी काय करायचं? पोटचे गोळे धोंड्याप्रमाणे गळ्यात बांधून या तळ्यात जीव द्यायचा की या टेकडीवरचे दगड खायचे? जुहूला वाळवंटात आपल्या लहान मुलांकडे तुम्ही कौतुकानं पाहत बसाल. परंतु त्याचवेळी इथल्या मजुरांच्या खोपट्यात त्याच वयाची मुले भुकेसाठी आकांत करीत बसतील. तुम्ही संध्यारंगाची आपल्या पत्नीच्या गुलाबी गालांशी तुलना करून हसाल. पण त्याचवेळी दारूबाज नवरे बायकोने पैसा नाही म्हटलं म्हणून इथं तिचे गाल रंगवितील. संध्याकाळच्या फेरफट्यानं तुम्हाला शांत झोप येईल. पण दुसऱ्या दिवशीच्या काळजीनं इथली प्रत्येक झोपडी रात्रभर या कुशीवरून त्या कुशीवर होत राहील. हे पाप– हो पापच म्हणतो मी त्याला– ह्या पापाचं खापर कुणाच्या माथी फोडायचं?"

समोरला तांबडा लाल झालेला सूर्यही तोच प्रश्न आपणाला विचारीत आहे, असा विद्याधरला भास झाला. तो मृदु स्वराने म्हणाले, "याला उपाय काय?"

"उपाय? दोन ध्रुवांतलं अंतर कमी करायचं!"

"बाप्पांचे शब्द ऐकताच वत्सला दचकली. ते लक्षात येऊन त्यांनी विचारले, "जिवाणूबिवाणू आहे की काय?"

तिने नकारार्थी मान हलविली.

"विद्याधर, इंग्रज सरकार काळ्या-गोऱ्यात पक्षपात करतं म्हणून आम्ही रागावतो. पण आमची गोरेशाही काही कमी जुलूम करतेय का? पूर्वी शिकलेला मनुष्य जसा साहेब व्हायला पाही, तसा प्रत्येक जण आता पांढरपेशा व्हायला बघतोय ज्याला त्याला गोरेपण हवं. पांढरपेशा हवा-"

"मनुष्यस्वभावच–"

"छे! दुसरंच कारण आहे त्याला. सावळ्या विष्णूला लक्ष्मीनं माळ घातली ती जुन्या काळी. सध्या लक्ष्मी फक्त गोऱ्यांना– पांढरपेशांना– माळ घालते."

बाप्पांचे व्याख्यानवजा भाषण आणखीही कदाचित लांबले असते. पण टेकडीवर चढण्याकरिता आलेल्या शेळ्यांचा कळप घराकडे परतू लागला होता. त्यातल्या एक काळ्या कोकराला वत्सलेने हात पुढे करून बोलाविले. ते न भिता तिच्याजवळ आले. वत्सलेने त्याच्या पाठीवरून हात फिरविला. ते तिचा हात चाटायला मान वळवू लागले. बाप्पांनी हात पुढे करताच ते धीटपणाने त्यांच्याकडे गेले. विद्याधरला वाटले आपणही त्याला बोलवावे. त्याने हात पुढे केला, पण ते कोकरू पुढे जाण्याऐवजी भिऊन मागे गेले व वत्सलेला चिकटून उभे राहिले.

बाप्पा हसत हसत म्हणाले, "पाहिलंत विद्याधर? या मुक्या प्राण्यानेही मलाच दुजोरा दिला!"

"मी काही ओळखीचा नाही त्याच्या!"

"मी तरी कुठं आहे? कृष्णा त्याला आपलीशी वाटली; मीही परका वाटलो नाही; पण तुम्ही मात्र–"

"असं का व्हावं?"

"तुमच्या कपड्यांकडं पाहिलं त्यानं! पांढरपेशा–"

आपण फार वेळ बसलो, काशी आपल्याला बोलल्यावाचून राहणार नाही, हे आता वत्सलेच्या लक्षात आले. ती झटकन उठली व तो भारा उचलू लागली.

बाप्पा म्हणाले, "चला विद्याधर, हिच्याबरोबर जाऊ या. मलाही काशीला भेटायचंय्!"

"तुमची कुठली ओळख?"

"तीस वर्षांपूर्वीची. दारूला माड द्यायचे नाहीत म्हणून चळवळ करायला मी आलो होतो तेव्हा. पहिल्यांदा कुणीच तयार होईना. शेवटी या काशीनं सांगितला गुरुमंत्र! देवीनं सांगितलं तर लोक कबूल होतील. तिनंच केली ती खटपट! देवीनं माड दारूला देऊ नका म्हणून सांगितलंन् त्या वर्षी म्हणून"

"वा! मद्यपाननिषेधक मंडळाची अध्यक्ष होण्याइतकी लायकी आहे म्हणायची काशीची!"

"दारू म्हटली की तिच्या पायांची आग मस्तकाला जाते अगदी! तिचा नवरा आणि आमच्या दादांचे वडील– सुलूचे आजोबा– दोघेही एका वयाचे! एकाच गुत्त्यात मांडीला मांडी लावून दारू पिणारे म्हणानात! दारूच्या धुंदीत त्या दोघांनी एका बाईच्या घरात आग लावली."

"आग?"

"हो. पण त्या आगीत काशीचा नवरा पुरा भाजून निघाला. आठ-दहा वर्ष तुरुंगात काढलीन् त्यानं! बाहेर आल्यावर उभासुद्धा करीना कुणी दारात! झालं. चोऱ्या करायला लागला. तुरुंगाच्या वाऱ्या करताकरताच मेला तो. काशी बेळगावला गेली आणि इकडल्या कुणाचं फराळाचं दुकान आहे तिथं, त्यात काम करू लागली–"

"दादांच्या वडिलांना काय शिक्षा झाली?"

"त्यांना कसली शिक्षा होणार? ते पांढरपेशे– श्रीमंत– आग लागली त्या वेळी ते मालवणला होते, अशा साक्षी झाल्या मोठमोठ्यांच्या!"

बाप्पा पुढे, विद्याधर मध्ये आणि वत्सला मागाहून टेकडी उतरू लागली. वर चांगला उजेड असल्यामुळे इतका वेळ ही मंडळी बसली होती. पण जसजशी ती खाली येऊ लागली तसतशी पायांखालची वाटदेखील त्यांना दिसेना. विद्याधर व वत्सला या दोघांनाही मघाचे भाषण आठवले. वर उजेड पण खाली अंधार! बाप्पांनी वर्णन केलेल्या समाजस्थितीचे हे चित्र नाही काय?

विद्याधरच्या मनात आले, या अंधारात एखादा ठेच लागून पडला अगर त्याला जिवाणू चावले तरी टेकडीवर मावळता संधिप्रकाश आणि उगवते चांदणे पाहत बसलेल्या लोकांना त्याची दाद कुठून लागणार? वत्सलेला वाटले, मनुष्य नेहमी सृष्टीच्या विरुद्धच वागतो! पांढरपेशा दिवस काम करतो. काळीसावळी रात्र विश्रांती घेते. पण समाजातील पांढरपेशावर्ग? उतरता उतरता त्या लाकडाच्या भाऱ्याचे ओझे तिला जड वाटू लागले. ती स्वत:शीच हसली. जणू काही कुणीतरी तिच्या कानात म्हणाले, 'अजून तुझ्या रक्तात पांढरपेशेपणा आहे. हा भारा तुला जड झाला, पण उद्यापासून इथल्या शेकडो बायकांना आपला जीव याच्याहूनही जड होईल, त्याची वाट काय?'

वत्सलेने भारा अगंणातच टाकला. काशी आत चुलीपाशी होती. बाप्पा थेट तिकडे गेले. विद्याधर अंगणातच उभा राहून आकाशाकडे पाहत होता. घराभोवतालच्या उंच मांडांनी मर्यादित केल्यामुळे वरचे आकाश झाडीतून प्रकट होणाऱ्या लहानशा तळ्याप्रमाणे भासत होते. त्यात नुकत्याच चमकू लागलेल्या

तारका, जणू काही उमलू लागलेली कमळेच! वायुलहरी, या तळ्यावरून आल्यामुळेच की काय, शीतल वाटत होत्या. प्रसन्न मनाने विद्याधरने आपली दृष्टी खाली वळविली. अंगणाच्या बाजूला उभ्या असलेल्या कृष्णेकडे पाहिले. तिची सावळी अंगकांती, वल्कलाप्रमाणे वाटणारे लुगडे, कमळाप्रमाणे शोभणारे डोळे– कसल्या तरी शीतल लहरी विद्याधरच्या मनाला स्पर्श करून गेल्या, कमरेवरील मातीची घागर धरून तशीच ती उभी होती.

"काय चाललंय कृष्णा?"

"मोगरीला पाणी घालतेय!"

"या दिवसात फुलते का मोगरी?"

"फुलविली तर!"

"म्हणजे पावसाळ्यात फुलते ना मोगरी?"

"उन्हाळ्यात अधिक चांगली फुलते. पण एक करावं लागतं."

"काय?"

"हुरपळणी."

"म्हणजे वेल भाजून काढायची?"

कृष्णा हसून म्हणाली, "हो! वरवर भाजायची मुळात आणि मग भरपूर पाणी घालायचं!"

"मग उन्हाळ्यात फुलते ती?"

"हो, पावसाळ्यापेक्षाही चांगली."

"मला नव्हतं ते ठाऊक!"

"मला तरी कुठं होतं? इथं आल्यावर कळलं!"

"कामापूर म्हणजे व्यवहाराचे कॉलेजच आहे म्हणायचं एक!"

वत्सला नुसती हसली. वेलीकडे पाहत ती म्हणाली, "अजून काही फुलायला लागली नाही ही. दोनच कळे दिसताहेत वर. पण किती गोड आहे त्यांचा वास!"

तिने कंबरेवरची घागर खाली ठेवली. ते दोन कळे हलक्या हाताने खुडले आणि विद्याधरजवळ जाऊन ते त्याला देण्याकरिता हात पुढे केला. ते घेऊन हुंगत हुंगत विद्याधर म्हणाला, "किती मधुर आहे वास! अजून फुलली नाही तर इतका! मग फुलल्यावर–"

त्याने स्निग्ध दृष्टीने वत्सलेकडे पाहिले. तो मोगरीच्या वेलांविषयी बोलत आहे की आपल्याविषयी बोलत आहे याचे तिला कोडेच पडले. पण त्याचा विचार न करता ती एकदम म्हणाली, "मला एक मागायचंय् आपल्यापाशी."

"काय?"

"ते फोटो काढलेत ना आज माझे–"

"त्याच्या प्रती हव्या?"

"अं हं. छापायला देऊ नका ते!"

"का?"

"का?" ह्या एकाक्षरी प्रश्नात जगातील सर्व दुःखे साठविली आहेत असे वत्सलेला वाटले. पण उत्तर दिलेच पाहिजे म्हणून ती म्हणाली, "त्यामुळं पुन्हा पत्ता लागेल माझा!"

"कुणाला?"

"घरधन्याला."

"दारूचं व्यसन आहे की काय त्याला?"

"होय. त्या दारूला कला म्हणतात," उत्तर वत्सलेच्या ओठापर्यंत आले. पण ते तिने तसेच गिळले. ती कष्टाने म्हणाली, "मी आवडत नाही त्यांना!"

"तू? तुझ्यासारखी मुलगी पांढरपेशांतसुद्धा खपून जाईल सहज!"

"त्या रात्रीचे रमाकांतचे उद्‌गार वत्सलेला आठवले. रमाकांत आणि विद्याधर यांच्या दृष्टीत केवढे अंतर! आपले लग्न रमाकांतशी न होता, विद्याधरशी झाले असते तर– आज काजूच्या कारखान्यात मजुरी करायला कशाला गेले असते? यंत्र शोधून काढणाऱ्या विद्याधरची पत्नी म्हणून आपण त्याच्याबरोबर इथे आलो असतो, या सुंदर टेकडीवर त्याच्याबरोबर फिरायला गेलो असतो, मोगरीचे कळे आपण खुडून त्याच्या हातात दिले असते, तर त्याने ते परत आपल्या केसात खोवले असते– वत्सलेच्या अंतर्मनातील साऱ्या इच्छा जागृत झाल्या. पावसाळा आला की, झाडीत काजवे चमकू लागतात. विद्याधरच्या गेल्या महिन्याच्या प्रेमळ वागणुकीने आर्द्र झालेल्या तिच्या मनातल्या साऱ्या आशाही तशाच नाचू लागल्या, पण त्या आशांना अटकावणारा एक विचारही लगेच उत्पन्न झाला. आपण टेकडीवर विद्याधरबरोबर फिरायला गेलो असतो, पण मधाचे कोकरू आपल्याकडे आले असते का?

तिच्या मनातील विचारांचे तिच्या चेहऱ्यावर नकळत प्रतिबिंब पडले. विद्याधर तिच्याजवळ जाऊन म्हणाला, "कृष्णा, एक विचारू का तुला?"

वत्सलेची छाती धडधडू लागली.

"तुला राग नाही ना येणार?" घुटमळत विद्याधरने विचारले.

प्रणयाची उत्कंठा, पापाची भीती आणि कर्तव्याची जाणीव, जणू काही त्या प्रश्नाचे तिच्या हृदयाचे एकदम तीन तुकडे केले होते.

ती काहीतरी बोलणार इतक्यात काशीचे खाकरणे तिला ऐकू आले. दोघेही दचकून एकदम दूर झाली. काशी व तिच्या मागाहून बाप्पा अंगणात आले.

“बरं कृष्णा,” बाप्पांनी म्हटले. विद्याधर काहीच न बोलता त्यांच्या मागून चालू लागला.

ते दोघेही हाकेच्या अंतराबाहेर गेले असे पाहून काशी म्हणाली, “कृष्णा, मनाची नसली तरी जनाची तरी लाज हवी माणसाला. देवबाप्पा काय म्हणतील? साठ वर्षे झाली माझ्या वयाला. पण असलं ओंगळ काम! छी: छी:! अन् उद्यापासून कारखाना बंद झाला. तू आपलं पोट कसं भरणार?”

काशीचा लोभी स्वभाव गेल्या महिन्यात वत्सलेला पूर्णपणे परिचित झाला होता. सोन्यापेक्षा त्याच्या आईकडून येणाऱ्या पैशाचेच काशीला महत्त्व वाटते, हेही तिला कळून चुकले होते. पहिल्या दिवशी तळ्यावर काशी तिच्याशी प्रेमाने वागली खरी; पण त्याचे कारण फुकट मिळणारा हातगुंडा गमावण्याइतकी ती भोळी नव्हती हेच होते. उद्यापासून आपण बेकार होणार म्हणूनच काशी आपल्यावर अधिक रागावली आहे, हे वत्सलेच्या चटकन लक्षात आले.

काशीचा पट्टा पुढे सुरू झाला. “तू म्हणशील फुलं नेऊन विकीन बाजारात. पण फुलांना कंबर मोडून पाणी घालायला हवं. ते बळ कुठं आहे अंगात? त्या दिवशी नारळाची पाटी डोक्यावर दिली, तर तीन दिवस मान दुखते म्हणून रडत होतीस. असली शेणामेणाची बायको पांढरपेशाला पुरवेल. पण आमच्या जातीत”

काशीचा स्वर एकदम मृदू झाला. पाऊस उतरला की, हवेत गारवा येतो. काशीचे आपल्याकडे काहीतरी काम आहे, हे वत्सलेने तिच्या बदललेल्या स्वरावरून ताबडतोब ओळखले.

काशी म्हणाली, “मघाशी बोलले ते उगीच नाही, कृष्णा. या पांढरपेशांशी सांभाळूनच वागायला हवं बाई. नाही तर या सोन्यासारखं काहीतरी–”

क्षणभर थांबून ती म्हणाली, “जाऊ दे ते मेलं! उद्या मी जातेय बेळगावला. घर सांभाळशील ना तू?”

“सोन्या नि मी राहू की!”

“सोन्याला घेऊन जाणार मी! त्याची आई आलीय् तिथं. पोराला पाहावंसं वाटतंय तिला.”

“राहीन मी एकटी.”

“हे बघ कृष्णा, सोन्या मावशीच्या गोष्टी आईला सांगील. खूप श्रीमंत आहे ती. मीही सांगीन, पोराचा जीव आहे मावशीवर, दे तिला एखादं लुगडं.”

काशीने पुढे केलेले लुगड्याचे आमिष पाहून वत्सलेला हसू आले. काशीला ते कसेसेच वाटले ती म्हणाली, “हसतेस काय पोरी? सांभाळून राहा हं जरा! कुकारा घातलास तर आवाठांतली माणसं येतीलच. पण भलत्या वेळी

भलत्या माणसांशी बोलत बसू नकोस. तुला ठाऊक नाही हा दादा कारखानदार. दररोज देवीपुढे नाक घासतो ना? पण–''

काशी मोठ्याने हसली. काशीची ही एक आवडती लकब होती. 'पण' शब्द उच्चारायचा आणि मोठ्याने हसायचे! ही तिची पद्धत वत्सलेला ठाऊक झाली होती.

जेवणे मुकाट्यानेच झाली. काशी बेळगावला जाण्याकरिता बांधाबांध करू लागली. सोन्या अंथरुणावर बसून लुडबुड करीत होता.

''मावशी, तुझ्या साऱ्या गोष्टी आईला सांगणार हं मी.''

''कुठल्या कुठल्या रे?''

''रामाची, मारुतीची, कृष्णाची–''

''एवढ्यातच?''

''अन् ध्रुवाची. पण मावशी, ध्रुव एक होता की दोन होते गं?''

''अज्ञान आणि ज्ञान यांची टोके इतकी जवळ कशी येतात याचेच वत्सलेला आश्चर्य वाटले. ती हसून म्हणाली, हात रे वेड्या! ध्रुव एकच होता.''

''कुठला?''

''बापाच्या मांडीवरून दुसऱ्या आईने त्याला ढकलून दिलं–''

''मग तो रानात गेला आणि देव येऊन त्याला भेटला. तोच ना?''

''हो. तोच एक ध्रुव.''

''अन् त्याचा भाऊ?''

''कुठला?''

''तो दुसऱ्या आईचा मुलगा? राजाच्या मांडीवर बसला तो?''

''त्याला ध्रुव नाही म्हणत.''

''का? तो भाऊच ना ध्रुवाचा?''

''हो. पण त्याचं नाव दुसरं आहे.''

''आता नाही चुकणार आईला सांगताना. ध्रुव एकच, होय ना?''

सोन्याने बालभावाने उच्चारलेले ते शब्द जणू काही मानवी जीवनाचे निरीक्षण करून वयोवृद्ध काळानेच उच्चारले आहेत, असे वत्सलेला वाटले.

जांभई देत सोन्या म्हणाला, ''ध्रुव एकच! होय ना मावशी?''

ध्रुव एकच?

छे! ध्रुव दोन!

ध्रुव एकच! तर मग मघाशी विद्याधरविषयी आपल्या मनात उत्पन्न झालेल्या– क्षणिक का होईनात– प्रणयाच्या कल्पना हाच का तो ध्रुव?

छे! त्याला ध्रुव म्हटले तर गेल्या दीड महिन्यात कामकरी वर्गात राहून आपण जो अनुभव घेतला त्याला काय म्हणायचे? ध्रुव एक नाही. दोन आहेत.

रमाकांत आणि बाप्पा!

विद्याधर व दादा!

आपण आणि– कोण? सुरंगा? की सुलोचना?

कला आणि जीवन, पांढरपेशे व कामकरी, भोग आणि त्याग– वत्सलेला जिकडेतिकडे ध्रुवांच्या जोड्या दिसू लागल्या. ध्रुव दोन हेच खरे! पण त्यांच्यातले हे भयंकर अंतर! या अंतरामुळेच जगातली सर्व दु:खे उत्पन्न झाली आहेत.

हे अंतर कमी कसे होणार?

दोन ध्रुव कधी तरी एक होतील का?

शेवटच्या विचाराबरोबर रमाकांतच्या त्या वहीची वत्सलेला आठवण झाली. दुसऱ्या ध्रुवावर येताना आपण हक्काचा एक दागिना– एक नवे लुगडेसुद्धा बरोबर आणले नाही. पण ती वही– ती वही अजून कशाला जपून ठेवली आहे आपण!

दोन ध्रुवांमध्ये आपल्या जिवाची ओढाताण होत आहे, याचे कारण ती वहीच. ती जाळून टाकली तरी–

ती अर्धवट उठलीदेखील. पण एक तर यावेळी काही जाळले असते तर काशीला संशय आला असता. दुसरे तिच्या मनात आले, 'ती वही म्हणजे रमाकांतच्या कलेवर प्रकाश पाडणारी विजेची बत्तीच नाही का? ती फोडून टाकण्यापासून फायदा कोणता? शिवाय रमाकांतच्या लिहिण्याच्या मागच्या बाजूला आपले अनुभवही आपण लिहिले आहेत.' पेंगुळलेला सोन्या तिथल्या तिथेच झोपला होता. त्याची मान अवघडेल म्हणून वत्सला त्याला नीट निजवू लागली.

सोन्या झोपेत पुटपुटला, 'ध्रुव एकच! होय ना मावशी?'

पिकलेली पाने व नवी पालवी

***

सुरंगाने सतार छेडली. भृगांचा गुंजारव सुरू झाल्याचा रमाकांतला भास झाला. तिची बोटे चपलतेने सतारीच्या तारांवरून नाचू लागली. जणू काही विश्वगोलावरून स्वर्गापर्यंत क्षणार्धात जाणारी कविकल्पनाच त्या ठिकाणी नृत्य करीत होती. हां हां म्हणता नादमधूर स्वरांनी ती खोली भरून गेली. एका क्षणी सतार बालकाच्या मोकळेपणाने आलाप काढी, दुसऱ्या क्षणी रमण-रमणीचे मुग्ध प्रणयकूजन तिच्यातून प्रगट होई आणि तिसऱ्या क्षणी ती वृद्धाप्रमाणे शांत बोल बोलू लागे. सुरंगाचे वादनकौशल्य इतके अप्रतिम होते की, मधूनमधून निघणारे नाजूक स्वर एखाद्या बालिकेच्या कंठातून निघत असल्याचा भास होई. तिने एक शृंगारिक पद वाजविले त्या वेळी लतामंडपाच्या आड एक प्रणयी युगल वाऱ्यालासुद्धा ऐकू जाणार नाही इतक्या मृदू स्वरात प्रेमाच्या गोष्टी बोलत आहे, असा रमाकांतला भास झाला. तिची भैरवी ऐकताना एकुलता एक पुत्र देशासाठी फाशी जायला निघाला असून त्याची आई त्याला मिठी मारून रडत आहे, असे चित्र त्याच्या डोळ्यांपुढे उभे राहिले. सतारीच्या त्या मुग्ध व मधुर स्वरांच्या द्वारे, नेत्रपल्लवीच काय पण हृदयाची भाषादेखील प्रगट होईल असा विचार रमाकांतच्या मनात आल्यावाचून राहिला नाही.

"ठेव ती सतार खाली." रमाकांत झुलत्या खुर्चीवर झोके घेत म्हणाला.

"कंटाळा आला वाटतं?" सुरंगाने सतार पलीकडे करीत विचारले.

"बायकांना दागिन्यांचा कंटाळा येईल एक वेळ. पण मला–"

"सारवासारव बरी साधते तुम्हाला." पलंगावर बसून किंचित वक्रदृष्टीने पाहत तिने म्हटले.

"शेळी जाते जिवानिशी–"

"असा काय जीव घेतला मी तुमचा?"

"तू काय सतार वाजवीत होती?"

"नाही! नगारा!"

"कलावंत एकदा रंगून गेला की, त्याला शुद्धच राहत नाही कसली!"

"म्हणजे? काय करीत होते मी?"

"तुझी बोटे सतारीवरून फिरत होती, पण साऱ्या गती वाजत होत्या इथे." छातीच्या डाव्या बाजूकडे हात नेत रमाकांत म्हणाला.

"तारबीर तुटली नाही ना एखादी?"

"तार नाही तुटली. पण सुरांना बाहेर जायला वाट नाही! तिथेच घुमताहेत ते. हृदय कसं जड जड होऊन गेलंय."

"भार हलका कसा व्हायचा त्याचा? त्याला औषध–"

"दुसरं हृदय."

सुरंगाने मान उडवून 'काहीतरी बोलता झालं.' असा अभिनय केला. पण तिच्या चेहऱ्यावर रमाकांतचे बोलणे तिला आवडले असे स्पष्ट दिसत होते. त्यामुळे उत्तेजन येऊन तो म्हणाला, "एका शरीरातलं रक्त कमी झालं म्हणजे दुसऱ्यातलं त्यात घालतात, आहे का तुला ठाऊक?"

"ऐकलंय खरं असं. पण वाटेल त्याचं रक्त चालत नाही म्हणे. एकमेकांसारखी असावी लागतात दोन्ही रक्त."

"हृदयाचंही तसं आहे!"

"आता आलं लक्षात!"

"काय?"

"सतार ऐकण्याचा कंटाळा का आला ते!"

"का?"

"दुसरं हृदय नव्हतं इथं भार हलका करायला!"

"म्हणजे तुला हृदयच नाही वाटतं?"

"सुलोचनाताई गेल्या आहेत ना आज गावात राहायला! तेव्हा–"

"सुरंगा–" खुर्चीवरून उठून रमाकांतने हाक मारली. त्याच्या दृष्टीत आणि स्वरात सौम्य उन्माद स्पष्ट दिसत होता. सुरंगा मनात चमकली. बेळगावला आल्यापासून सुलोचना नेहमीच त्यांच्याबरोबर असे. त्यामुळे रमाकांतने सूचकतेने व्यक्त केलेली प्रणयचिन्हे फक्त तिची तिलाच उमगत. गेल्या आठवड्यात लवकर निघून येण्याबद्दल सुलोचनाच्या वडिलांची दोन-तीन पत्रे आली. त्यामुळे उद्या आंबोली पाहून तिने व रमाकांतने तिथून पुढे जावे असा कार्यक्रम ठरला होता.

तिच्या वडिलांचे गावात कुणी स्नेही होते. ते अगदी आग्रहाने तिला आज आपल्याकडे राहायला घेऊन गेले होते. रमाकांतलाही त्यांनी बोलाविले होते; पण सुरंगाला आमंत्रण नव्हते म्हणून तो गेला नाही. किंबहुना आपल्याशी एकांतात बोलायला मिळावे म्हणूनच त्याने ते निमंत्रण नाकारले, असे सुरंगाला वाटले.

''सुरंगा'' एवढी हाक मारून रमाकांत क्षणभर स्तब्ध राहिला. स्वत:चा सकंप स्वर ऐकून त्याचे त्यालाच आश्चर्य वाटले. गुंगी आणणाऱ्या औषधाप्रमाणे सुरंगाच्या सौंदर्याचा परिणाम गेले तीन-चार महिने त्याच्यावर होत आला होता. बेळगावच्या मुक्कामात तर हे औषध जास्त प्रमाणात त्याच्या रक्तात गेले. कंपनीच्या कामामुळे मॅनेजरांना काही सुरंगाबरोबर येणे शक्य नव्हते. नोकरचाकर बोलूनचालून दिलेल्या दामाचे आणि सांगितलेल्या कामाचे! डोंगर कितीही उंच झाले म्हणून आकाशातून तुटणाऱ्या ताऱ्याला थोडेच सावरू शकणार आहेत?

सुलोचना– आडपडदा होता म्हणून! नाही तर–

पण आज रमाकांतच्या सुदैवाने सुलोचना गावात राहायला गेली. बेळगावच्या हवेने सुरंगाची प्रकृतीही हां हां म्हणता सुधारत होती. त्यामुळे सुलोचनेचे चित्राचे कामही चांगले होते. आज जेवल्याबरोबर सतार वाजविण्याची सुरंगाला लहर आली. रमाकांतलाही असे मधुर वातावरण पाहिजेच होते. सुरंगाच्या नाजूक बोटांबरोबर त्याचे हृदय नाचू लागले. गायनवादनाने त्याच्या प्रणयी वृत्तींना इतके चंचल केले की, दोघांच्या अस्तित्वाची जाणीवदेखील त्याला तापदायक होत होती. ही जाणीव विसरता यावी– निराकार आनंदीआनंद तेवढा आपल्याला उपभोगायला मिळावा– अशी उत्कट उत्कंठा त्याच्या मनात उत्पन्न झाली.

त्याने पुन्हा हाक मारली, ''सुरंगा...''

सुरंगा त्या हाकेनं भ्याली नाही. ती तिला परिचित होती. पण तिच्या डोळ्यांपुढे नकळत तीन चित्रे नाचत गेली. चुडताचे खोपटे आणि सावळ्याला लाजून दूर उभी असणारी तुळशी– गावातला जमीनदाराचा मांगर आणि मोलकरीण म्हणून आपण तिथे गेलो असताना त्याने धरलेला हात– तोंड उघडायचे मनात होते आपल्या, पण त्याने झटकन मूठ दाबली. पैसे पाहताच गळ्यापर्यंत आलेली आरोळी तिथल्या तिथेच अडकली.

आजचे हे तिसरे चित्र! रमाकांतसारखा श्रीमंत आणि कलावान तरुण तिला बोलावीत होता. हाक कसली? सृष्टीकर्त्याचा मोहिनीमंत्रच होता तो! वसंताचा सुंगध आणि चंद्रांचे शीतलत्व त्या हाकेत होते. कंपनीत गेल्यावर पहिली दोन-तीन वर्षे गाण्याच्या शिक्षणात आणि आपले काम नीटनेटके करण्यात सुरंगाने घालविली. त्या वेळी तिला सुखविलासाची फारशी आठवण झाली नाही. पण

गेल्या तीन वर्षांत तिचे बस्तान नीट बसले, पगार भरपूर मिळू लागला. जरीची पातळे आणि दागिने, उंची अत्तरे, आरशातील प्रतिबिंबे, भोवतालची दृश्ये, ही सर्व म्हणू लागली, 'वेडे, ऊठ. हे का तुझं जोगीण होण्याचं वय?'

पण मॅनेजरांच्या कडक शिस्तीच्या तुरुंगात तळमळण्याखेरीज तिला काहीच करता येईना. त्यानेच तिला अन्नाला लावले होते; त्याच्या प्रयत्नामुळेच द्रव्य आणि कीर्ती तिच्या पदरात पडत होती. तिचे कृतज्ञ मन त्याच्याविरुद्ध जायला तयार होईना. रमाकांतचे नाटक कंपनीत बसायला लागले तेव्हा या तुरुंगवासातून आपली सुटका होणार अशी आशा तिच्या मनात उत्पन्न झाली. आपले प्रेम प्लेटॉनिक आहे, शारीरिक नाही, अशी रमाकांतची स्वत:विषयीची समजूत होती. पण त्याच्या हृदयाचे प्रतिबिंब सुरंगाने केव्हाच ओळखले होते. हे बाह्यत: सुशिक्षित व कलावंत मनुष्याचे निर्दोष सौंदर्यप्रेम आहे असे क्षणभर वाटे. पण दुसऱ्याच क्षणी कळून येई– ते कथालेखकाचे गायिकेवरील, कलेचे कलेवरील प्रेम नव्हते. ते पुरुषाचे स्त्रीवरील प्रेम होते.

ते तसे असावे यात सुरंगाला काहीच नवल वाटले नाही. वेश्येच्या धंद्यात तिच्या आईला आलेले अनुभव लहानपणीच तिच्या हृदयावर कोरले गेले होते. धुतले तांदूळ म्हणून मिरविणारे आतून उडदाहूनही कसे काळे असतात, वेश्यांना नाके मुरडणाऱ्या गरती बायकांच्या पायांखाली काय काय जळत असते, पंधरा वर्षांच्या वयापासून पाऊणशे वर्षांच्या म्हाताऱ्यापर्यंतचे सारे पुरुष रस्त्याने जाणाऱ्या साधारण सुरूप बायकांकडे कसे वळून वळून पाहत असतात, संभावितांच्या घरी किती सुताडी-गोताडी सापडतात– एक ना दोन! आधीच सुरंगाच्या आईच्या जिभेला हाड नव्हते– त्यात धंद्याच्या अनुभवाची भर!

यामुळे कधी कधी रमाकांत आपल्याशी अधिक सलगी करणार याची सुरंगाला खात्री होती. किंबहुना जुहूला पौर्णिमेच्या दिवशी ती त्याच्याबरोबर गेली याचेही कारण तेच होते. आपल्याला मनातल्या गोष्टी बोलता येणार नाहीत म्हणून तिने एक पत्र बरोबर घेतले. पण योगायोग असा की, ते पत्र रमाकांतच्या हातात तर पडलेच नाही! उलट ते कुणा भलत्याच माणसाच्या हातात तर गेले नसेल ना अशी रुखरुख मात्र तिला फार दिवस लागून राहिली.

रमाकांतने धीटपणाने तिच्याकडे पाहत म्हटले, ''सुरंगा, तू माझी होशील का?''

जमिनीकडे नजर लावून किंचित कंपित स्वराने तिने उत्तर दिले, ''मी तुमची होईन का?''

''म्हणजे?''

''मी– मी– कोण आहे हे–''

"तू? एक सौंदर्याची मूर्ती!"

"पण त्या मूर्तीच्या पोटात किती पापं–"

तिच्या उजव्या खांद्यावर हात ठेवून तिच्याकडे निरखून पाहत रमाकांत म्हणाला, "वेडी आहेस तू! पाप सौंदर्याच्या वाऱ्यालासुद्धा उभं राहत नाही."

"पण माझं सौंदर्य गेलं, उद्या स्टोव्हचा अपघात होऊन मी भाजले–"

"तर चांगले उपचार करीन मी!" हसत हसत रमाकांत मध्येच म्हणाला.

"माझं बरं-वाईट जे असेल ते तुम्ही गोड करून घ्याल का?"

"गोड करून कशाला घ्यायला हवं? ते गोड असणारच!"

सुरंगाने भयाकुल दृष्टीने त्याच्याकडे पाहत म्हटले, "त्या दिवशीचं पत्र हरवलं ते पुन्हा लिहिणार म्हटलं मनात! पण–"

"करायचंय काय ते पत्र घेऊन? प्रेमाच्या व्यवहाराला लेखी साक्षीपेक्षा तोंडी साक्षीच बऱ्या!"

तिच्या खांद्यावर ठेवलेला त्याचा हात थरथर कापत होता. दारूचा प्याला झोकताना मनुष्याच्या डोळ्यांवर जी धुंदी येते, ती त्याच्या दृष्टीत स्पष्ट दिसत होती. त्याने डावा हात तिच्या हनुवटीखाली हळूच लावून तिचे तोंड वर केले. मधुर सूर काढणारी नाजूक वीणाच भासली ती त्याला. त्या स्पर्शातून गोड झिणझिण्या त्याच्या अंगावर नाचू लागल्या. तो किंचित वाकलादेखील.

खिडकीपाशी काहीतरी वाजल्यासारखे वाटले.

दोघेही दचकून दूर झाली.

"सुलूताई आल्या की काय?" सुरंगा कापत म्हणाली.

"वारा असेल!"

"छे! चांगली वाजली खिडकी!"

"मुलखाची भित्री आहेस तू!"

सुरंगा त्या खिडकीपाशी गेली. खिडकीच्या दोन्ही दारांमध्ये लहानशी फट होती. खिडकी उघडून तिने पाहिले. त्या फटीत चिठ्ठी पाहताच तिला कसेसेच वाटले. तिने कापत ती चिठ्ठी उघडली. आतील मजकुरावर नजर जाताच ती कापू लागली. रमाकांतला वाटले, बाहेरच्या थंडगार वाऱ्यामुळे तिच्या अंगावर काटा उभा राहिला आहे. तिच्याजवळ जाताच त्या कागदावर त्याची नजर गेली. त्यात फक्त दोन शब्द होते.

'कामापूरची जत्रा!'

सुलोचनेने सहज लिहिलेली चिठ्ठी खिडकीत पडून राहिली असेल, अशी रमाकांतने सुरंगाची समजूत घालण्याचा प्रयत्न केला, पण चिठ्ठीतले अक्षर

सुलोचनेचे नाही हे त्याचे त्यालाच ठाऊक होते. सुरंगा पलंगावर पडून भयचकित दृष्टीने पाहत होती. इतर वेळी ते दृश्य रमाकांतला रमणीय वाटले असते. पण चित्रपट मधेच तुटला म्हणजे त्यात रंगून गेलेल्या प्रेक्षकांचा जसा विरस होतो तशी त्याची स्थिती झाली होती. तो किंचित चिडखोरपणाने म्हणाला, ''वाऱ्यावर जर फिर्याद करता येत असती–''

''त्या बिचाऱ्यानं काय केलं?''

''मग खिडकी कुणी उघडली?''

सुरंगा स्तब्ध राहिली.

''हे थंडीच्या दिवसांतलं वारं! भुतासारखं भिरभिरत असतं नेहमी!''

''म्हणूनच भीती वाटते त्याची मला.''

''पण एक चांगला गुण आहे त्याचा!''

''कोणता?''

''सारी जुनी पानं गळून पडतात त्याच्यामुळं!''

''सारी?''

''हो!''

''एकूण एक?''

''एकूण एक कशी पडतील?''

''तेच म्हणते मी! झाडावर थोडी तरी जुनी पानं राहतातच–''

''पण नव्या पालवीच्या मानानं ती अगदीच थोडी असतात!''

''थोडी!'' हा शब्द उद्गारून सुरंगाने अर्धवट दुमडून वर टाकलेल्या मच्छरदाणीकडे पाहिले. तिची दृष्टी जणू काही म्हणत होती– झाडावर जुनी पाने असतानाच नवी पालवी नाचू लागते. पण मनुष्याच्या आयुष्याचा वृक्ष असा कुठं आहे?

बाहेरून वाऱ्याच्या झोतासरशी गळून पडणाऱ्या पानांची सळसळ ऐकू येत होती. ती ऐकल्यासारखे करून सुरंगा म्हणाली, ''ऐकलंत का हे?''

''काय ऐकायचं त्यात?''

''जुनी, पानं ओरडताहेत नाही? त्यांच्या मनात तर झाड सोडायचं नाही आणि–''

रमाकांत हसत म्हणाला, ''चुकून नटी झालीस तू सुरंगा! कवयित्रीच व्हायचीस!''

''शिकले असते तर झालेही असते.''

सतारीने वातावरणाला आणलेली मधुर गुंगी केव्हाच उडून गेली आहे, हे रमाकांतने ओळखले. बसल्या बसल्या त्याने जांभई दिली.

“आठवण काढतंय् कुणीतरी!” सुरंगा म्हणाली.

“समोर बसलेली माणसं आठवण काढतात का?”

“सुलूताई असतील.”

“आठवण तुझी आणि जांभई मला! चांगला न्याय आहे हा!”

“माझी कशाला त्या काढतील आठवण?”

“तू लक्ष्मी आहेस की तिची! दुसरं काही ध्यानी मनी नाही तिच्या! दिवसा चित्र आणि रात्रीही चित्रच! माझी आठवण दुसऱ्याच बाईनं काढली असावी!”

मान वळवून सुरंगाने विचारले, “कोण ती?”

“झोप!”

रमाकांत निघून गेल्यावर पाच-दहा मिनिटे सुरंगाला बरे वाटले. व्यापाऱ्याच्या पेटीप्रमाणे मनुष्याच्या मनालाही एक चोरकप्पा असतोच. या कप्प्यातल्या वस्तू पाहायच्या वेळेस अगदी जिवलग मनुष्यदेखील जवळ असू नये असे वाटते. त्या चिठ्ठीतले “कामापूरची जत्रा” हे शब्द वाचून सुरंगाची मन:स्थितीही अशीच झाली होती. दहा वर्षांपूर्वी त्या जत्रेत विकत घेतलेली ती भांडी तिला दिसू लागली. आज तसली चांदीची भांडी विकत घेण्याचे सामर्थ्य तिला होते. पण ती तांब्या-पितळेची भांडीच तिच्या डोळ्यांपुढे उभी राहिली. जणू काही अमृतानं भरलेलीच होती ती!

झोप येते का पाहावे म्हणून डोळे मिटून स्वस्थ पडण्याचा तिने प्रयत्न केला. क्षणभर तिचा डोळा लागला देखील. पण दुसऱ्याच क्षणी ती सारी भांडी देवीला बळी दिलेल्या रक्ताने भरली गेली आहेत, असे तिला दिसले. तिने दचकून डोळे उघडले. मघाच्या खिडकीकडे नकळत तिचे लक्ष गेले. खिडकीबाहेर कुणीतरी असावे असा तिला भास झाला. एकदम ओरडावे असे तिला वाटले. पण लगेच मनात आले, आपल्या भित्र्या मनाला तो भास झाला असला तर! मघाची चिठ्ठी तिच्या उशाशीच पडली होती. भास कसला?

पाय थरथर कापत होते, छाती धडधडत होती. पण जिवावर उदार झालेली हरिणी परतून पारध्यावर शिंगे रोखते त्याप्रमाणे खोलीचे दार बंद करून ती खिडकीपाशी गेली. तिने खिडकी उघडली. बाहेरच्या व्यक्तीने हाक मारली–

“तुळशी–”

गार वाऱ्याने तिच्या अंगाच्या आणि त्या हाकेने तिच्या हृदयाचा थरकाप झाला.

“तुळशी–”

“तुळशी मेली!” भिंतीचा आधार घेत घेत तिने उत्तर दिले.

“कुणी मारली?”

"सावळ्यानं! तिच्या नवऱ्यानं!"

"कशानं?"

"उपासमारीनं!"

"तुळशी! नाटक नव्हे हे!"

सुरंगाने वेड लागलेल्या मनुष्याप्रमाणे विकट हास्य केले.

"तुळशी, मी नवरा आहे तुझा!"

"मागच्या जन्मीचा!"

"नाही! या जन्मीचा!"

सुरंगाने नकारार्थी मान हलविली.

"का नाही?"

"नवरा-बायकोची जात एक हवी!"

"तू माझ्या जातीची नाहीस?"

"अं हं!"

"ती कशी?"

"तू शेतकरी– तू दारुड्या!– मी– मी–"

सुरंगाच्या डोळ्यांपुढे दहा वर्षांपूर्वीच्या व आताच्या जीवनाची चित्रे उभी राहिली. त्यावेळी माडांना घालण्याकरिता साऱ्याच्या व शेणाच्या पाट्या आपण डोक्यावरून वाहत होतो. आता सुंदर सुगंधी फुलांशिवाय दुसऱ्या कोणत्याही वस्तूला आपल्या डोक्यावर बसायचा अधिकार नाही. मोलकरीण म्हणून मिळणारी ती फाटकी लुगडी आणि ही नवी नवी जरीची पातळे, भांडी घासण्याकरिता त्या वेळी त्यांच्यावरून फिरणारे हात आणि सतारीवरून फिरणारी बोटे– आपली जात बदलली म्हणूनच हा फरक झाला.

"तुझी जात कुठली?" खिडकीपुढं येऊन सावळ्याने प्रश्न केला. ही दोन चित्रे झर्रकन डोळ्यांपुढून गेल्यामुळेच की काय तिला उत्तर सुचले. ती उद्गारली, "पांढरपेशा!"

खिडकीच्या गजाला धरून सावळ्या उभा राहिला. त्याला खोलीचा निम्मा भाग तरी दिसत होता. तऱ्हेत-ऱ्हेच्या खुर्च्या, नक्षीदार पलंग, नाजूक मच्छरदाणी, सुंदर झालरीचे अभ्रे, चांदीची पिकदाणी, जमिनीवरील गालिचा, भिंतीवरील सुंदर चौकटीत बसविलेले फोटो, पलीकडे पडलेला तंबोरा– सुरंगाची राहण्याची खोली अशी होती. त्याने मागे वळून पाहिले– अफाट जग हीच आपली राहण्याची खोली! तिथे दगडाची उशी आपली वाट पाहत आहे. माळरानावरच्या मातीचा गालिचा आपल्याकरिता कायमचा पसरून ठेवला आहे. दारूच्या गुत्त्यात दिसणारे भेसूर चेहरे हेच आपले सुंदर फोटो आणि रातकिड्यांची किरकीर हेच आपल्या सतारीचे सूर!

सावळ्यांचे मस्तक क्षणभर अगदी बधिर झाले, लगेच भानावर येऊन तो म्हणाला, "तुळशी, तू कुरवाडी हो पुन्हा!"

सुरंगा दगडी पुतळ्याप्रमाणे स्तब्ध उभी राहिली. सावळ्या आपल्याकडे रोखून पाहत आहे असे दिसताच ती म्हणाली, "सुरंगाची तुळस होत नाही!"

"तुळशीची सुरंगा तरी कशी झाली?"

"झाली नाही. केली!"

"कुणी!"

"एका श्रीमंतानं." कापत कापत सुरंगाने उत्तर दिले.

सावळ्याच्या डोळ्यांत फुललेले निखारे चमकू लागले. स्वतःला सावरून धरण्याचा प्रयत्न करीत सुरंगा म्हणाली, "सावळ्या, पाया पडते मी तुझ्या. मारू नकोस मला!"

"तुला नाही मारणार–"

"मग कुणाला?" रमाकांतला मघाशी त्याने आपल्या खोलीत पाहिले असावे असा संशय येऊन सुरंगाने विचारले.

"त्या श्रीमंताला!"

"नको रे असल्या फंदात पडूस! सुखानं राहा कुठंतरी! हवे तितके पैसे देते मी तुला!"

"तेच मागायला आलो मी मुंबईहून."

"मागचे संपले इतक्यात?"

"हो."

"कशात?"

"इथली आग विझविण्यात!" छातीवर दोन्ही हात ठेवत त्याने उत्तर दिले.

भिंतीवरचा हात काढून सुरंगाने गजावर ठेवला. सावळ्याचा हात त्याच गजावर खाली होता. त्या दोघांच्या हातात काहीच अंतर नव्हते. पण ती खिडकी– तिच्यातून तिला बाहेर जाणे शक्य नव्हते, सावळ्याला आत येणे शक्य नव्हते. आपणा दोघांत भरभक्कम लोखंडी गजांची खिडकी गेल्या सात वर्षांत बसविली गेलेली आहे, अशी सावळ्याची खात्री झाली.

जांभई देत तो म्हणाला, "पैसे." त्याच्या जांभईबरोबर दारूचा उग्र दर्प खिडकीतून आत आला. सुरंगाने पलंगापाशी जाऊन खालची ट्रंक पुढे ओढली व तिच्यातून पाचा-पाचाच्या दहा नोटा काढून ती खिडकीकडे आली.

"किती आहेत?"

"पन्नास!"

"पन्नासच? हं. मी लवकर येऊन भेटावं म्हणून थोडे देतीस वाटतं? हो,

विसरतच होतो मी! त्या श्रीमंताचं नाव–''

"सावळ्या, गळ्याची शपथ आहे माझ्या!''

"त्या रमाकांतला घाल ती शपथ! मी– मी– सात वर्षे तुरुंगात जाऊन आलोय– आणखी सात वर्ष जाईन. फाशी जाईन...''

अर्धवट बडबडत सावळ्या तिथून गेला. आपल्या खोलीचे दार उघडून सुरंगाने रमाकांतचा कानोसा घेतला. तो बहुधा, जागा नसावा. ती परत खोलीत आली आणि दार लावून घेऊन ओक्साबोक्सी रडू लागली.

तुरुंगातून सुटल्यानंतर सावळ्याचा एक हात बाप्पांनी मित्र म्हणून आणि दुसरा सुरंगाने बायको म्हणून हातात घेतला असता, तर त्याचे पाऊल दारूच्या गुत्त्याकडे आणि मवाल्यांच्या खोल्यांकडे कदाचित वळले नसते. पण तुरुंगातून बाहेर पडल्यापासून बाप्पा आपल्याच व्यापात होते. राजकारणाच्या कुजलेल्या डावाची शिसारी त्यांना आली नाही. ती येणे शक्यच नव्हते. कारण त्यांचे नाक पडले गांधींजींच्या हातात; गांधींजींना ती घाण जाणवून ते हलले असते, तर त्यांच्या हातातील बाप्पांच्या नाकाची हालचाल व्हायची! ते तुरुंगातून सुटले की मुंबईला जायचे, बहिणीला व सुलोचनेला भेटायचे आणि स्वातंत्र्यदिनादिवशी कायदेभंग करून परत तुरुंगात यायचे असा बेत करूनच बाहेर पडले! पण मुंबईला आल्यावर गेल्या पावसाळ्यातील पुराने दक्षिण कोकणात उडविलेल्या अनर्थाची खडान्‌खडा माहिती त्यांना कळली. जन्मभूमी आणि कर्मभूमी– दोन्ही नात्यांची ही भूमी त्यांना अत्यंत प्रिय होती. तिथली स्थिती प्रत्यक्ष डोळ्यांनी पाहावी आणि मग तुरुंगात जावे म्हणून ते कोकणात आले. गावोगाव त्यांचे स्वागत झाले, सभा झाल्या. 'कोकण रिलीफ फंडाने' चांगले काम केलेलेही त्यांना आढळून आले. पण कायदेभंगाची लाटही नुसती येऊन गेली हे पाहून त्यांचे मन उद्विग्न झाले. ज्या गावात तीन वर्षांपूर्वी हजार टकळ्या सूत काढीत होत्या तिथे औषधालासुद्धा टकळी दिसत नव्हती. पाट्यावर बसणे म्हणजे पोटावर बसण्यासारखेच आहे, अशा समजुतीने चळवळीत पडलेले चैनी, निरुद्योगी पांढरपेशे तरुण व मोठेपणाला हपापलेले तसेच प्रौढ ऑर्डिनन्सचा वरवंटा दिसताच कुठल्या कुठे दडून बसले होते, गरीब घाम गाळीत होते आणि दारू पीत होते, श्रीमंत गादीवर लोळत होते आणि सभ्य जुगार खेळत होते, कामापूरला दादा कारखान्यातल्या मजुरीत कपात करणार असे कळताच बाप्पा एकदम तिकडे जाणार होते. पण या फिरण्यातच त्यांचा बराच वेळ गेला. तो जाऊन मिळाले तरी काय? प्रत्येक गाव सोडताना त्यांच्या मनात निराशा भालूच्या स्वरात ह्या दोन चरणांचा आक्रोश करी.

'उरावरि हात ठेवोनी उरातिला शूल का जाई?
समुद्री चहूंकडे पाणी पिण्याला पाणिही नाही।।'

अशा स्थितीत सावळ्या केव्हा सुटणार याची बाप्पांना आठवण कशी राहावी? रत्नागिरीच्या चहाच्या दुकानातील पोराशी मारामारी करून तो जो निघाला तो थेट मुंबईला आला. तो आला तो रमाकांतच्या नाटकाच्या रंगीत तालमीच्या दिवशी. त्या वेळी त्याला सुरंगाची गाठ कोण घेऊ देणार होते? तो तसाच बाहेर वाट पाहत राहिला. शेवटी मोटारीत बसणारी सुरंगा लाबूंन त्याच्या दृष्टीला पडली. तिच हसणे, तिचा वेष, तिचे मुरडणे— एका क्षणात सावळ्याला कळून चुकले की, आपण आणि तुळशी केवळ सात वर्षांनीच नाही तर सात समुद्रांनी लुटलो आहोत. नारळाचा रस आणि माडी एकाच पोयीतून निघतात. पण माडीचा कधी रस करता येईल का? इतक्या छानछोकीने राहणारी सुरंगा खेड्यात काजी फोडायला, शेणाच्या फाट्या वाहायला अगर शेतात तरवा लावायला येईल? छे! फुलपाखरू उपाशी मरेल पण ते शेणकिडा होऊन राहणार नाही.

आशेचा तंतू क्षणार्धात तुटला आणि सावळ्या पुन्हा व्यसनाच्या दरीत जाऊन आदळला. त्याच रात्री तो एका ओळखीच्या दारूच्या गुत्त्यात गेला, तिथे त्याला पूर्वीचे दोस्त भेटले. इतिहासाच्या पुनरावृत्तीला सुरुवात झाली. दुर्दैव इतकेच की, ही आवृत्ती बिघडवून वाढवलेली होती; दुसऱ्या दिवशीच्या नाटकाला तो मुद्दाम तिकीट काढून गेला. त्याच्याजवळ बसलेला एक प्रेक्षक सुरंगाकडे पाहून मिटक्या मारू लागला. ते पाहताच हा त्याच्याशी भांडायला उठला. मारामारीला सुरुवात झाली. याच्या तोंडाला दारूची घाण येत होतीच! पोलिसांनी दारूबाज म्हणून त्याला नाटकगृहाबाहेर हाकलून दिले.

दुसऱ्या दिवशी तो सुरंगाचा दूरचा नातलग म्हणून तिला भेटायला गेला. त्याच्या तोंडाला दारूची घाण येत होती. नजरेत क्रूरपणा संचारला होता. झाले गेले त्याची क्षमा मागणे दूरच राहिले. उलट 'कामापूरच्या रेड्यासारखे कापीन तुला,' अशी तिला धमकी द्यायलाही त्याने कमी केले नाही. त्याच्या दोस्तांनी त्याच्या कानात तसेच विष ओतून ठेवले होते. मॅनेजर व सुरंगा यांच्याविषयी फाटक्यातुटक्या लोकांनी उठविलेल्या कंड्या त्यांनी सावळ्याला तिखटमीठ लावून सांगितल्या होत्या. त्यात सुरंगाने त्याच्याबरोबर राहायचे नाकबूल केले. गेली सहा-सात वर्षे तिचे आयुष्य अशा ऐषआरामात आणि नाजूक नटवेपणात गेले होते, की, सावळ्याला आपला नवरा म्हणून मिरवू देण्यापेक्षा जीव दिलेला बरा असे तिच्या मनात आले. तिच्या असल्या उद्गाराला सावळ्याने तिचा गळा

दाबूनच उत्तर दिले असते. पण एक तर ती ओरडताच कंपनीतली मंडळी धावून आली असती आणि दुसरे त्याच्या दोस्तांनी त्याला बरोबर कानमंत्र दिला होता. सुरंगा आपल्याबरोबर राहायला आली नाही तरी भीतीने ती आपल्याला नेहमी पैसे देत राहील, अशी त्याची खात्री झाली. तोंडाला कुलूप घालण्याचे त्याने कबूल केल्याबरोबर तिने शंभर रुपये काढून त्याच्या हातावर ठेवले. जाता जाता काहीतरी चांगला उद्योगधंदा करण्याविषयीही तिने सुचविले. त्याबरोबर तो उसळून म्हणाला, ''मला कशाला हवाय धंदा? तुझ्या जिवावर तर...'' विकट हास्य करून तो म्हणाला होता, ''पैसे नाही म्हण की– कामापूरची जत्रा!''

हे शब्द उच्चारताच सावळ्याने असे भयंकर हातवारे केले की, तो रस्त्याला लागला न लागला इतक्यात सुरंगा मूर्च्छित होऊन पडली. मुंबईसारख्या शहरात व्यसनी मनुष्याच्या शंभर रुपयांचा चुराडा व्हायला वर्षे थोडीच लागतात! पैसे संपताच सावळ्या कंपनीच्या बिऱ्हाडी गेला. तिथे एका नोकराकडून सुरंगा हवापालटाकरिता बेळगावला गेल्याचे कळले. त्याने बेळगाव गाठले. सुरंगाच्या बंगलीतल्या नोकराशी संधान बांधले आणि रात्रीच्या वेळी खिडकी खडखडावून तिची गाठ घेतली.

दुसऱ्या दिवशी संध्याकाळी सावळ्याची पावले सुरंगाच्या बंगलीकडे वळली. त्याच्या खिशात पैसे होते; पण मन शून्य झाले होते. काल रात्रीच्या सुरंगाच्या बोलण्यापासून निराळेच विचार त्याच्या मनात येऊ लागले. कुणीतरी श्रीमंताने आपल्या तुळशीला भूलथाप देऊन घराबाहेर काढली. तरी घरातच असती तर– आज आपल्याबरोबर नांदायला ती आनंदाने तयार झाली असती. श्रीमंतांचा त्याला असा राग आला! गरिबांना ते अन्न तर देत नाहीतच; उलट त्यांच्या सुखात माती मात्र कालवतात! त्याला वाटले, तुळशीला घराबाहेर काढणाऱ्या त्या श्रीमंताचा सूडच घ्यायला पाहिजे. पण त्याचे नाव कसे कळायचे? आपण मूळ गावी गेलो तर? त्यापेक्षा तुळशीलाच थोडासा धाकदपटशा दाखवावा. त्याचा सूड घेतल्यावर तिलादेखील आनंद होईल. सुरंगाविषयीची निराशा आणि दारू प्यायला मिळणारा भरपूर पैसा यांच्या पोटी त्याच्या या सूडाच्या कल्पनेचा जन्म झाला होता.

बंगलीच्या खिडक्या बंद असलेल्या पाहून त्याला आश्चर्य वाटले. नोकरांच्या खोल्यांकडे जाऊन त्याने आपल्या कालच्या दोस्ताला विचारले, ''कुठं गेल्या मालकीणबाई?''

''आंबोलीला!''

''कशाला?''

''पाहायला?''

"एकट्याच?"

"राधेबरोबर कृष्ण असायचाच की राव!"

"दुसरीही गवळण गेलीय काय?" सावळ्याने निर्विकार मुद्रेने विचारले.

"हो. तिकडं कोकणात आहे म्हणे तिचं घर. कामापूर का धामापूर नाव आहे बघा! तिथं जत्रा भरते मोठी. आम्हालाही आमंत्रण आहे तिथलं."

इतक्यात सावळ्याचे लक्ष बंगलीच्या व्हरांड्यात खेळत असलेल्या एका मुलाकडे गेले. त्याच्या जवळ एक म्हातारी बसली होती. त्याने विचारले, "मुलगा कुणाचा हा?"

"देवास ठाऊक!"

सावळ्याने संशयित दृष्टीने त्याच्याकडे पाहिले. तो आपल्यापासून काहीतरी लपवीत आहे, असं त्याला वाटले.

"कुणाकडे आलाय तो?"

"मालकिणीकडे."

"कुठून?"

"कोकणातून."

"अन् त्या तर गेल्या आंबोलीला!"

"एक म्हातारी मुलगा घेऊन आली, तर दोन दिवस ठेवून घ्यायला सांगितलंय तिला त्यांनी!"

"तुझ्या मालकिणीला काय करायचंय या मुलाशी?"

"वा: राव, लग्न झालं नाही म्हणून मुलं नकोशी होतात की काय कुणाला?" हातातील चिलमीवर निखारा ठेवीत तो नोकर उद्गारला. लगेच त्याने झुरका मारून नाकातून धूर बाहेर सोडला. सावळ्याच्या हातात चिलीम देण्याकरिता तो हात पुढे करणार इतक्यात सावळ्या एक अक्षरही न बोलता तेथून निघाला. अंगठा व त्याच्याजवळचे बोट जुळवून हात हालवीत त्या नोकराने सावळ्यावर आपला अभिप्रायही दिला.

सावळ्या बंगलीपाशी आला तेव्हा तो लहान मुलगा त्या म्हातारीच्या गुडघ्याला मिठी मारून विचारीत होता, "आजी, कुठे गेली गं आई!"

"आंबोलीला."

"कुठं आहे आंबोली?"

"गप्प बैस मेल्या." काशी त्याला झिडकारीत म्हणाली. सोन्या जवळ आलेल्या सावळ्याकडे टक लावून पाहू लागला. सावळ्याने काशीला विचारले, "तुळशीचा मुलगा का हा?"

काशी एकदम चमकली. सुरंगाला सात वर्षांपूर्वीच्या तुळशी या नावाने

ओळखणारा हा मनुष्य कोण असावा या विचारात ती होती. सावळ्याने पुन्हा कोकणीत तोच प्रश्न विचारला. लगेच सोन्यानं उत्तर दिले, “तुळशीचा मुलगा नाही मी! माझ्या आईचं नाव मिस सुरंगा!”

त्याला दटावीत काशी म्हणाली, “गप्प बसतोस की नाही सोन्या! जा खेळायला तिकडं. ती बघ मोटार गेली.” मोटार पाहण्याकरिता सोन्या धावत धावत फाटकाकडे गेला. पायरीवर बसत सावळ्या म्हणाला, “तुळशी गेलीय आंबोलीला.”

“मुलाला घेऊन ये म्हणून पत्र लिहिलंन.”

“नेहमी तुझ्याकडेच असतो का हा?”

“हो. गावोगाव फिरावं लागतं तिला आणि–”

“शरम वाटते याची! होय ना?”

“पण पोरावर फार जीव आहे हं तिचा!”

“म्हणूनच दूर ठेवलाय त्याला!”

“मोठमोठ्या लोकांत जावं लागतं तिला– मूल झालंय म्हटलं तर– आणि त्या मॅनेजरनेही मूल दूर ठेवलं पाहिजे म्हणून हट्ट धरला!”

“पण कुणापासून झाले हे मूल?”

काशी त्याच्याकडे रोखून पाहू लागली. सावळ्याने खिशात हात घालून पाच रुपयांची एक नोट काढून तिच्या हातात दिली. कागद कसला, म्हातारीच्या तोंडाला लागलेल्या कुलपाला चालणारी किल्लीच होती ती! इकडेतिकडे पाहत ती म्हणाली, “तुळशीने शपथ घातलीय मला गळ्याची! आणखी कुणाला ठाऊक नाही ही गोष्ट!”

शपथेवर उतारा म्हणून सावळ्याने आणखी एक नोट काढून तिच्या हातात दिली. म्हातारीला लगेच वाचा फुटली. भयभीत नजरेने इकडेतिकडे पाहत तिने सात-आठ वर्षांपूर्वीची हकीकत सांगितली. आपण बेळगावातीलच एका फराळाच्या दुकानात मोलकरीण होतो. एके दिवशी तिथे काहीतरी घ्यायला आली. तिचे कोकणी बोलणे ऐकून आपण बाहेर आलो. आधीच नक्षत्रासारखे रूप. त्यात दिवस गेलेले! अंगावर फाटके लुगडे होते, पाय धुळीने भरले होते, तरीसुद्धा डोळ्यांत भरण्यासारखी दिसत होती ती. तिने सारी कर्मकथा आपल्याला सांगितली, आपणाला तिची दया आली. (सावळ्याला वाटलं– तिची म्हणजे तिच्याजवळच्या पैशाचीच असेल) पुढे बाळंतपण झाल्यावर तीही आपल्याबरोबर कामाला यायला लागली. आपल्या दुकानाच्या मालकाला नाटकाचा फार शोक होता. त्या वेळी एक कंपनी आली, तिच्या मालकाने मोलकरीण मागितली. आपल्याबरोबर सुरंगाही कंपनीत जाऊ लागली. त्या मॅनेजरने तिच्या जात्यावरच्या

ओव्या ऐकल्या, रूप पाहिले–''

सावळ्याला म्हातारीचा पाल्हाळ अगदी असह्य झाला. त्याने विचारले, ''पण घरातून बाहेर कुणी काढलं तिला?''

''दादानं!''

''कुठला दादा!'' सावळ्याचा स्वर अगदी घोगरा झाला होता.

''कामापूरचा.''

''काजूचा कारखाना आहे तो?''

''हो! अवलादच खराब भारी. त्याच्या बापाने माझ्या घरधन्याला–'' पण काशीचे आत्मचरित्र ऐकण्याची सावळ्याला इच्छा नव्हती.

''तू कुठे राहतीस?''

''कामापूरलाच ! घरात दिवा तरी लागतोय गेली पाच वर्ष.''

''कुठंसं आहे तुझं घर?''

''तळ्याच्या कुशीला.''

सावळ्याने वर पाहिले. प्रकाशाचे राज्य संपून काळोख हळूहळू पृथ्वीवर येत होता. त्याच्या चवताळलेल्या मनाचे जणू काही प्रतिबिंबच होते ते!

❖

मध्यरात्र व मध्यान्ह

✳✳✳

सकाळी मोटारीतून सुरंगा आंबोलीला आली तेव्हा ती स्तब्धच होती. पण सूर्य जसजसा वर येऊ लागला तसतशी आंबोली धुक्यातून आणि ती उदास मन:स्थितीतून बाहेर पडली.

"संध्याकाळी खूप लांब फिरायला जाऊ या हं आपण." असे ती जेव्हा म्हणाली तेव्हा रमाकांत हसला याचे कारण हेच होते.

"हसायला काय झालं?" तिने विचारले.

"धुकं वितळलं."

"पण संध्याकाळी नाही ना पुन्हा यायचं? सुलोचनेने प्रश्न केला.

"ते या सजीव आंबोलीला विचारा." सुरंगाकडे बोट दाखवीत रमाकांत उद्गारला.

"निर्जीव आंबोली उन्हाळ्यातसुद्धा थंड असते," सुलोचना सुरंगाकडे पाहत हसत म्हणाली.

"अन् ही हिवाळ्यातसुद्धा गरम होते." रमाकांतने तिचे वाक्य पुरे केले.

दुपारी जेवणे झाली न झाली तोच दारात बाप्पा व विद्याधर दत्त म्हणून उभे. सुलोचनेच्या मनात आश्चर्याची वा त्याच्या पाठोपाठ आनंदाची लाट उसळली.

"अगदी अचूक कसे आलात बाप्पा?" तिने विचारले.

"छान गुप्त पोलीस झालो असतो की नाही?"

"मग ह्या पंचाला मालक कोण मिळाला असता?"

"कर पोरी तू थट्टा! पण तुला कामापूरला न्यायला आलोय मी!"

"दादा फार रागावलेत वाटतं? परवा अगदी मोजक्या दोन ओळी होत्या त्यांच्या पत्रात."

"दादा आहेत तुझं लग्न जुळविण्याच्या घाईत!"

सर्व मंडळी आश्चर्याने पाहू लागली. सुलोचनेने फणकाऱ्याने विचारले, "माझं?"

"हो तुझं! आता काही त्याचं लग्नं व्हायचं नाही अन् माझंही नाही! तुझ्या लग्नाकरिता कारखाना बंद ठेवलाय त्यांनी."

"म्हणजे?"

"सध्या कारखान्यात काही फायदा नाही फारसा! तोटा सोसून चालवावा तर तुझ्या लग्नाकरिता राखून ठेवलेले पैसे खर्च होतात."

"विद्याधर, गांधींची सत्य, अस्तेय वगैरे व्रतं आहेत ना?" विद्याधरकडे पाहून सुलोचना म्हणाली.

"हो."

"त्यात आणखी एक घालायला हवं."

"कोणतं?"

"थट्टा!"

तिसऱ्या प्रहरी चहा होताच सर्व मंडळी फिरायला बाहेर पडली. सुलोचना पूर्वी उन्हाळ्यात एक-दोन वेळा आंबोलीला येऊन राहिली असल्यामुळे तिला सर्व वाटा ठाऊक होत्या. सर्वांच्या पुढे सुलोचना व विद्याधर, त्यांच्यामागून रमाकांत व सुरंगा आणि पिछाडीला बाप्पा अशी मंडळी चालली होती. नुकते कुठे तीन वाजून गेले होते. हवेत थंडी व उन्ह यांचे मोठे मजेशीर मिश्रण झाले होते. वाऱ्याबरोबर हलणारी झाडे आनंदाने नाचत असल्यासारखी वाटत. माणसांची चाहूल लागल्याबरोबर इकडेतिकडे चरत असलेली कोकरी एकदम उड्या मारून लांब जात. त्यांची कापलेली शेपटे, नाजूक तोंडे आणि धावण्यातली चपळाई मोठी मनोहर वाटे. पाखरांची मधुर किलबिल सारखी ऐकू येतच होती; पण कुजबुजणाऱ्या वर्गात एखाद्या वात्रट मुलाने मधूनच ओरडावे त्याप्रमाणे त्यातून कोंबड्यांचा कुकारा मधेच जोराने उमटे व लक्ष वेधून घेई. सोसाट्याबरोबर गळून पडणारी पाने गिरक्या घेत घेत जमिनीवर येत. जणू काही मरण हीसुद्धा त्यांच्या दृष्टीने आनंददायक कलाच होती.

सुलोचनेने हां हां म्हणता त्यांना एका सुंदर पॉईंटवर आणले. सिंहासनासारखाच खडक होता तो! खाली सिंहाप्रमाणे जबडा पसरून उभी असणारी दरी आणि भोवताली त्यांच्या आयाळीप्रमाणे नाचणाऱ्या वेली! विद्याधर त्या खडकावर गेला तो थेट अगदी निमुळत्या टोकापाशी जाऊन बसला. सुलोचना म्हणाली, "इतके पुढे बसू नका! तोल जाईल कदाचित!"

"आयतं वर्तमानपत्रात नाव येईल!"

सुलोचनेला त्याच्या त्या स्वाभाविक धैर्याचे कौतुक वाटले. ती किंचित

अलीकडे बसली. रमाकांत व सुरंगा फारशी पुढे गेली नाहीत. बाप्पांचा तर कुठेच पत्ता नव्हता.

विद्याधरने विचारले, "बाप्पा कुठं आहेत?"

"बाप्पा वाट चुकले तरी वाघ काही खायचा नाही त्यांना!"

"का?"

"अहिंसावादी आहेत ना ते!"

"पण वाघ कुठं अहिंसावादी झाले आहेत अजून?"

विद्याधर इतक्या खेळीमेळीने बोलू शकेल, अशी सुलोचनेची कल्पनाच नव्हती. जुहूच्या वेळेवर पौर्णिमेच्या रात्री मुखस्तंभासारखा बसलेला विद्याधर हाच का हे तिला कळेना! ती थट्टेने म्हणाली, "कामापूरची हवा मानवलीशी दिसतेय तुम्हाला–"

"मला की माझ्या तोंडाला–" तिचा रोख लक्षात घेऊन त्याने प्रश्न केला.

"कुठपर्यंत आलंय तुमचं यंत्र?"

"बाकी जुळतंय. पण मधल्या एका सांध्याचा प्रश्न–"

"माझ्या चित्रासारखंच म्हणानात! सुरंगाबाईसारखी लक्ष्मी मिळाली. पण मागची बाजू काही जमेना चांगली. म्हटलं आंबोली पाहावी आणि–"

रमाकांतला सुरंगा आंबोलीच्या सौंदर्यसागरातून बाहेर आलेल्या लक्ष्मीसारखीच भासली. एखाद्या पडद्यावर समुद्राच्या लाटा काढाव्या त्याप्रमाणे डोंगरामागे दिसणारे निळे डोंगर, विस्तीर्ण तलावाप्रमाणे भासणारी खोल दरी, अखंड नर्तन करणारा वृक्षवेलींचा समुदाय, आकाशातल्या सौम्य उन्हाच्या पिवळसर छटा-जणू काही सृष्टीच्या हृदयातच त्या वेळी त्यांना प्रवेश मिळाला होता. त्यांच्या मनात आले, सौंदर्याहून जीवनाला श्रेष्ठ मानणारे लोक वेडे असले पाहिजेत. जीवन! कुठे आहे जीवन इथे! जिकडे पाहावे तिकडे सौंदर्याचे साम्राज्य–

खुळखुळ आवाजाने दचकून त्याने मागे पाहिले. बाप्पा एका धनगराला घेऊन येत होते. त्याच्या हातातील काठीला लावलेले घुंगूर खुळखुळ आवाज करीत होते. सुलोचनेला ऐकू जाईल न जाईल अशा आवाजात तो म्हणाला, "समसमा संयोग की जाहला."

तो धनगर दूरच बसणार होता. पण बाप्पांनी त्याला ओढून आपल्याजवळ बसविलेच. त्याच्या काळ्या कुळकुळीत शरीरयष्टीवर चांदीचा जाड करदोडा मोठा उठून दिसत होता. कंबरेला लावलेल्या कासटीखेरीज त्याचे सगळे अंग उघडेच होते. पण ते भरदार असल्यामुळे उकडत असूनही कपडे घालणाऱ्या माणसांना त्याचा नि:संशय हेवा वाटला असता. त्याच्या मिटलेल्या मुठीमागचे दणकट मनगट, मुठीत घट्ट धरलेली काठी आणि पायांतल्या जाड वाहाणा चटकन डोळ्यांत भरण्याजोग्या होत्या. बड्या पांढरपेशा माणसांत येऊन बसल्यामुळे क्षणभर बावरल्यासारखे

होऊन त्याने बाजूला पाहिले. पण दुसऱ्याच क्षणी त्याची प्रसन्न दृष्टी सर्वांच्यावर फिरली. खांद्यावर टाकलेले कांबळे काढून त्यात त्याने स्वतःचे शरीर लपेटून टाकले.

"कुठं मिळाले हे स्नेही आपणाला?" रमाकांतने उपहासमिश्रित स्वराने विचारले.

"इथंच. म्हटलं आंबोली पाहायला आलाय् तुम्ही–"

"पाहण्यासारखं हे समोर पसरलं आहे."

"आणि समोर बसलंही आहे."

"रमाकांतने तुच्छतेने त्या धनगराकडे पाहिले. बाप्पांच्या ते लक्षात आले. ते म्हणाले. "हा धनगर काही विचारायला आलाय तुम्हाला–"

"मी काही शेळ्यामेंढ्यांचा डॉक्टर नाही, सुरंगाचा काही कांबळ्यांचा कारखाना नाही आणि सुलोचना–"

"ऐकून तर घ्याल त्याचं म्हणणं? विचार रे यांना."

"मला नको बाबा. या बाईंना विचार," सुरंगाकडे बोट दाखवीत रमाकांत म्हणाला.

"तसं काही मोठंसं नाही दादा–"

"अरे, या बाईंना काय दादा म्हणतोस?"

"बाई, गांधी सुटले का?"

हा प्रश्न ऐकताच बाप्पांशिवाय सर्वच चकित होऊन त्याच्याकडे पाहू लागले. जंगलातल्या खोपटात राहून शेळ्यामेंढ्या राखणारा हा जंगली प्राणी– याचा गांधींशी काय संबंध? रमाकांत आणि सुरंगा यांच्या बोलण्यात तर महिन्या महिन्यात गांधींचे नाव आले नव्हते आणि ते येण्याचे कारण तरी काय होते? गांधी काही कथालेखक नाटककार, चित्रकार अगर गवई नव्हते.

सुरंगाला गांधीजींचे अस्तित्व ठाऊक होते. पण त्या धनगराचा तो प्रश्न ऐकताच तिला वाटले– याच्यापेक्षा आपल्यात काहीतरी कमी आहे. त्याने गांधीजींची चौकशी करावी आणि आपल्याला गांधी तुरुंगात असले काय आणि बाहेर असेल काय सारखेच वाटावे! त्याच्या शरीरावर धड वस्त्रसुद्धा नसेल. पण त्याचे हृदय–

सुरंगा गप्प बसलेली पाहून रमाकांतने विचारले, "गांधींना पाहिलेस काय रे तू?"

"होय साहेब. या गिमाळ्यात सात वरसं होतील. इथल्या बंगल्यावर येऊन राहिले होते बघा ते. सांजवेळी मी असा लांब जाऊन उभा राहिलो आणि डोळे भरून बघितलं बघा."

सुरंगाने गांधींना कधीच पाहिले नव्हते. तिला स्वतःचा रागच आला थोडासा.

"कुणासारखे दिसतात रे गांधी?" रमाकांतने प्रश्न केला.

"अगदी साटंबुवासारखे?"

"कुठले काढले हे साटंबुवा?" रमाकांतने हसत हसत सुलोचनेला विचारले.

“घाटाच्या खाली राहतात!”

“काय करतात ते?”

“बुवाला काही करावं लागतं का?”

रमाकांत पुढे काहीतरी बोलणार होता इतक्यात दुरून कुकारा ऐकू आला. तो ऐकताच तो धनगर जागेवरून उठला व म्हणाला, “येतो साहेब.”

त्याच्या पाठमोऱ्या आकृतीकडे सर्व स्तब्धतेने पाहत होते. तो गेल्यावर कला आणि जीवन यांच्यावर रमाकांत व बाप्पा यांची अगदी घनचक्कर लढाई जुंपली. बाप्पा म्हणतात, “आंबोलीच्या सौंदर्यइतकेच या धनगराचे जीवनही महत्त्वाचे आहे.” रमाकांतने उत्तर दिले, “असल्या सुंदर जागी या धनगरांना राहू देणंच चुकीचं आहे मुळी! मघांचा तो काळाकुट्ट धटिंगण! या सृष्टीसौंदर्याला दृष्ट लागू नये, म्हणून ओढलेलं गालबोटच जणू काही!” सुरंगा मुकाट्याने सर्व वाद ऐकत होती. सुलोचनेने रमाकांतची बाजू उचलून धरली नाही. पण ती म्हणाली, “या धनगराच्या साध्या भोळ्या आयुष्यात एक प्रकारची मौज आहे खरी. पण या सृष्टिसौंदर्याचा त्याला काय उपयोग?” विद्याधर निम्माशिम्मा बाप्पांच्या पक्षाला होता. पण तोही म्हणाला, “गांधीविषयी त्यानं चौकशी केली तेव्हा खरोखरच नवल वाटलं मला. पण बाप्पा, त्याच्या दृष्टीने गांधी आणि एखादा बुवा सारखेच! जीवन म्हणजे हीच दृष्टी असली तर जीवनापेक्षा कलाच बरी वाटले माणसाला.”

रात्री जेवताना बाप्पा अगदी गप्प होते. जेवणे झाल्यानंतर ते म्हणाले, “झोप येतीय का साऱ्यांना?”

“नाही बाप्पा, गोष्ट सांगता ना एक?” हे बोलता बोलता सुलोचना अगदी त्यांच्याजवळ येऊन बसली.

“लहानपणी असाच हट्ट धरत होतीस तू सुलू.” बाप्पा म्हणाले.

“त्या राजाराणीच्या गोष्टी नकोत आता मला. काय म्हणे एक होता राजा, त्याला होत्या दोन राण्या. एक आवडती आणि दुसरी नावडती. मी म्हणते, नावडती राणी केलीन तरी कशी त्यानं? होय की नाही रमाकांत? रमाकांत वरकरणी हसला. पण वत्सलेची आठवण होऊन क्षणभर त्याला कसेसेच झाले.

बाप्पा गोष्ट सांगण्याकरिता जेठा मारून बसले. थंडीकरिता त्यांनी अंगात एक खादीचे वास्कुट घातले होते. बाकी मंडळी स्वेटर घालून वर रग पांघरून बसली होती. सुरंगाने पाहिले– बाप्पा आपल्याकडे पाहून बोलताहेत. ती किंचित बावरली.

“बाप्पांनी विचारले, संध्याकाळी आपला वाद चालला होता ना?”

“वाद नकोय, आठवणी हव्यात तुमच्या आम्हाला.”

“आठवणीच सांगणार आहे मी. चित्रकार, गवई वगैरे माणसांशी काही ओळखी नाहीत माझ्या फार . पण मूळपासून वाचायची मोठी आवड आहे मला!

थोडी सवड असली आणि एखादं काव्य हाताला मिळालं तर ते अजून वाचीत बसतो मी! शिवाय प्रोफेसरही होतो सहा महिने. कळलं का रमाकांत? मला नुसतं बाप्पा म्हणता कामा नये. प्रो. बाप्पा.''

हसण्याची लाट श्रोतृवर्गात येऊन गेली.

''तीन चांगल्या लेखकांचा अनुभव आहे मला. नावं तुमच्या लक्षात येतीलच. पहिल्यानं स्त्रीस्वातंत्र्याबद्दल अशा जोरदार गोष्टी लिहिलेल्या आहेत म्हणता, की बोलून सोय नाही. प्रत्येक गोष्टीत पुरुष वाईट, बायको चांगली. बायकांना उपदेश काय– तर लग्न करू नका, गुलाम होऊ नका, ''सौभाग्यवती'' शब्दाचा ''वेश्या'' शब्दाइतकाच तिटकारा माना! साऱ्या लिहिण्यातच एक मंत्र– पुरुषजात तेवढी निमकहराम!''

''बाप्पा, वाङ्मयावर व्याख्यान नाही हं तुमचं आंबोलीत.'' सुलोचना मध्येच म्हणाली.

''बरा ब्रेक लावलास. आता स्त्रियांचं मोफत वकीलपत्र घेणाऱ्या या महात्म्यानं आपल्या बायकोला कसं वागविलं असेल? तुम्ही म्हणाल, 'पूजा केली असे फुलांनी!' पूजा केलीन बेट्यानं! पण चमत्कार असा की, त्यानं हात लावला की फुलांचे रूपांतर बडग्यात होई. रत्नागिरीच्या लोकांना अजून जाऊन विचारा. मोठा विनोदी प्रसंग आहे तो. या 'हरामखोर' पुरुषानं आपल्या बायकोला खोलीत कोंडून बाहेरून भलं मोठं कुलूप कसं लावलं होतं आणि– आता दुसऱ्या कलावंत लेखकांची गोष्ट सांगतो हं! त्याची दारूवरची कादंबरी सुप्रसिद्ध आहे. बाटली जवळ ठेवूनच प्रत्येक प्रकरण लिहीत असे तो. माझ्यासारख्या स्नेह्यानं विचारलंच तर सांगे– कादंबरी संपली की दारू सोडणार आपण म्हणून! कादंबरीच्या आवृत्त्यांवर आवृत्त्या आणि त्याच्या घरात दारूच्या बाटल्यावर बाटल्या खलास झाल्या. शेवटी दारू संपली. पण ती याच्याबराबेरच!''

रात्रीच्या प्रशांत वातावरणात बाप्पांचे ते शब्द विलक्षण गंभीर वाटत होते. ''आता तिसरे गृहस्थ– प्रेमाचे बडे शाहीर! 'पवित्र प्रेम' हे खंडकाव्य आणि 'प्रेमांजलि' हा काव्यसंग्रह लिहिणारे! त्यांची बायको आजारी पडली मध्ये! डॉक्टरांनी काहीतरी कानात सांगितलं त्यांच्या. स्वारीनं तडक रस्ता सुधारला एका वेश्येच्या घरचा. ती वेश्या आमच्याच गावची म्हणून तर गोष्ट कळली ही मला! ती नेहमी म्हणे मला, 'बाप्पा, माझी सर्कस बघायचीय का तुम्हाला?'

'तिच्या घराचे उंबरठे किती लेखकांनी, गवयांनी आणि नटांनी झिजवले होते ते–'

रमाकांतची बाप्पा आपल्याला उद्देशूनच हे बोलत आहेत अशी समजूत झाली. तो शीळ घालीत बाहेर जाऊन उभा राहिला. सुलोचनेच्या ते लक्षात आले. सुरंगा

मात्र एखाद्या मंत्रमुग्ध नागाप्रमाणे स्तब्ध बसली होती. तिच्या मनात येते होते– बाप्पा आपल्यापासून चार हातांच्या अंतरावर बसले आहेत. पण खरोखरच त्यांच्या-आपल्यामध्ये जमीन-अस्मानाचे अंतर नाही का? प्रोफेसराची नोकरी लाथाडून लग्न न करता पंचा नेसून राहणारा हा बुद्धिमान मनुष्य कुणीकडे आणि रमाकांतसारख्या रंगेल तरुणाच्या सहवासात आयुष्य घालविण्याकरिता धडपड करणाऱ्या आपण कुणीकडे! बाप्पांच्या पोषाखाशी स्वत:च्या वेषाची तुलना करता तिची तिलाच लाज वाटली. ती दुसरीकडे पाहू लागली. रमाकांत बाहेर का गेला हे तिच्या लक्षात आले असावे, असे वाटून सुलोचना म्हणाली, ''या गोष्टीचं तात्पर्य काय बाप्पा? कलेला फाशी देऊन टाकावी हेच ना?''

''अं हं!''

''मग?''

''जीवन म्हणजे जमीन! काळी, उंचसखल, ओबडधोबड; पण तिच्यातून पिकं निघतात. कला ही आकाशासारखी! आकाशात नक्षत्रं चमकली तरी फळं जमिनीवरच पिकतात!''

''पण ती पिकवतं कोण? आकाशात पाऊसच पडला नाही तर?'' सुलोचनेने विचारले.

''आकाशात पाऊस जातो कुठून? जमिनीवरूनच ना?''

दाराबाहेर उभ्या असलेल्या रमाकांतला वाटले– बाप्पांची दिशा अजिबात चुकली! ते चांगले कवी झाले असते!

विद्याधरने मध्येच विचारले, ''बाप्पा, प्रेमही कलेप्रमाणेच वाटतं का तुम्हाला?''

विद्याधरचा हा प्रश्न सुलोचनेला थोडासा विचित्रच भासला. एका महिन्यात तो इतका बोलका कसा झाला याचे ती आतापर्यंत नवल करीत होती. या प्रश्नाने त्या गोष्टीवर प्रकाश पाडला.

स्वारी कुणाच्या तरी प्रेमात सापडली आहे. पण लगेच सुलोचनेच्या मनात आले– हा कामापुरात प्रेम करणार कुणावर? पांढरपेशांच्या मुलींचे चेहरेसुद्धा याला दिसताना मारामार! मग बोलणे-चालणे दूरच राहिले. दादा नेहमी म्हणतातच आपल्याला, ''सुले, या कामापुरात पुरुषी बायको म्हणतात तुला सारे!''

आपण जशास तसे म्हणून उत्तर देतो, ''म्हणणारे बायकी पुरुष आहेत.''

बाप्पांनी विद्याधरकडे वळून उत्तर दिले, ''छान प्रश्न केलात. कला आणि प्रेम! सध्याच्या तरुणांना आईबापांपेक्षा अधिक प्रिय वाटतात या गोष्टी! मला विचाराल तर प्रेम तीन प्रकारचं आहे– उपजत, उपभोगात्मक आणि उदात्त!''

सुरंगाला आपण एखादे प्रवचन ऐकत आहो असेच वाटले. बाप्पांनी सांगितलेल्या तीन प्रकारांचा स्पष्ट अर्थही तिला कळला नाही. पण बोलता बोलता बाप्पांच्या

मुखावर जे पवित्र हास्य खेळू लागले होते, त्याचे तिला आश्चर्य वाटले. एका नाटकात एक राजा राणीविषयी भलता संशय येऊन तिला अग्निदिव्य करायला लावतो व ज्या शांत हास्यमुद्रेने ती आगीत उडी टाकायला तयार होते ती पाहून त्याचा संशय फिटतो, असा प्रसंग होता. या प्रसंगाला अनुरूप असे हास्य मुद्रेवर आणण्याचा प्रयत्न सुरंगा आरशापुढे बसून वारंवार करी. पण प्रयोग पाहणाऱ्या प्रेक्षकांना तिचे हास्य नेहमीच खट्याळपणाचे व अर्धवट शृंगारिक भासे. आपणाला न साधणारे ते उदात्त पावित्र्य बाप्पांच्या मुद्रेवर विलसू लागलेले पाहून ती अधिक आदराने त्यांचे बोलणे ऐकू लागली.

''आईचं प्रेम कशात येतं?'' सुलोचनेने प्रश्न केला.

''उपजत.''

''उदात्त नाही ते?''

''त्यागावाचून प्रेम उदात्त होत नाही. प्रत्येक आईचं आपल्या मुलावर जर उदात्त प्रेम असतं तर सुनेचा छळ हे शब्दच जगात ऐकू आले नसते.''

''दादाचं माझ्यावरचं प्रेम? ते तरी उदात्त आहे की नाही?''

बाप्पा क्षणभर विचारात पडले.

''माझ्यासाठी म्हणून त्यांनी दुसरं लग्न केलं नाही. त्याचं वर्तनही किती पवित्र आहे–''

सुरंगा एकदम दचकली.

''काय झालं?'' सुलोचनेने विचारले.

''गोम दिसली तिथं?''

''कुठं? कानात गेली म्हणजे डोकं पोखरून टाकते म्हणे ती! लहानपणी एकदा जी दहशत बसलीय मला तिची–''

सुलोचनेने दिवा घेऊन इकडे तिकडे पाहिले. पण गोम कुठेच दिसेना.

बाप्पा म्हणाले, ''दादाचं तुझ्यावरचं प्रेम उदात्त आहे की नाही याची परीक्षा घेण्याकरिताच आलोय मी!''

''परीक्षा?''

''हो. कारखान्याला तोटा आला तरी तो चालवा असा तू हट्ट धर. मग पाहू या त्याचं प्रेम कोणत्या प्रकारचं आहे ते!''

सुलोचना अभिमानानं म्हणाली, ''बरं आहे– केवढ्याची पैज?''

''या वास्कुटाची नाही तर माझ्या पंचाची!''

बाप्पांच्या उत्तराने उत्पन्न झालेले हास्य शांत होते न होते तोच रमाकांत दारातून म्हणाला, ''बाप्पा, तुमचं हे तत्त्वज्ञान शिळं झालं फार आता. युरोप-अमेरिकेतली नवी नवी पुस्तकं वाचा जरा. उदात्तबिदात्त सारं थोतांड आहे असं म्हणतात ते. मानवी

जीवनात घडामोडी करणारी शक्ती फक्त एकच आहे, असं पाश्चात्त्य शास्त्रज्ञांचं मत आहे.''

"कोणती?''

'Sex. प्रणय– स्त्री-पुरुषांचं आकर्षण!''

"ते शास्त्रज्ञ परीक्षेत पास होतील.''

"नुसते पास! सुवर्णपदक दिलं पाहिजे त्यांना!''

"अं हं. एक तृतीयांशच उत्तर बरोबर आहे त्यांचं.''

"ते कसं?''

"प्रणयाबरोबर आणखी दोघांचा हक्क आहे मानवी जीवनावर!''

"कुणाकुणाचा?''

"Hunger and Soul! पोट आणि आत्मा!''

"पोट काय? कावळी कुत्रीसुद्धा भरतात! आणि आत्मा? पाश्चात्त्य लोक Soleला– बुटाच्या तळव्याला– जेवढे महत्त्व देतात तेवढे काही Soulला– आत्म्याला– देत नाहीत! हो, बुटाचा तळ नीट नसला, तरी घसरून पडायला होईल आणि कपडे मळतील. आत्मा नसला म्हणून काय बिघडणार आहे?''

"विशेष काही बिघडणार नाही. पशूहून मनुष्य निराळा करण्याचा सृष्टीचा खटाटोप फुकट जाईल.'' बाप्पांच्या स्वरातील तीव्रता रमाकांतखेरीज इतरांना जाणवल्यावाचून राहिली नाही.''

"हा आत्मा कुठं पिकतो बाप्पा?''

"हृदयात. पण ते पाषाणासारखं असून चालायचं नाही.''

"हृदय ही जमीन झाली या पिकाची! पण त्याला पाणीबिणी काही लागत असलेच की नाही?''

"त्याचं पाणी? दुसऱ्याच्या दुःखानं डोळ्यांत उभे राहणारे अश्रू!''

"आणि उन्ह?''

"त्या दुःखाच्या विचारानं तापलेलं कपाळ!''

रमाकांतला वाटले होते आपण बोलण्यात बाप्पांना सहज जिंकू! पण बंदुकीच्या बाराचा डोंगरात अधिक मोठा प्रतिध्वनी व्हावा, तशी त्याच्या बोचक प्रश्नांची खोचक उत्तरे बाप्पांकडून त्याला मिळाली. तो बाहेरील अंधारात चमचमणाऱ्या नक्षत्रांकडे पाहू लागला. बाप्पा विद्याधरकडे वळून म्हणाले, "भूक आणि प्रणय ही पशूतसुद्धा आढळतात. मनुष्याला आत्मा दिला आहे तो पशूपेक्षा श्रेष्ठ होण्याकरिता! पण या विसाव्या शतकात तो मरणाच्या पंथाला लागलेला दिसतो!''

"हे शतक म्हणजे कला व शास्त्र यांच्या उत्कर्षाचं युग मानतात.''

"उत्कर्ष? जगात कोट्यवधी लोक अर्धपोटी राहताहेत, रोगांनी तडफडताहेत

आणि पशूंच्या स्थितीचा हेवा करताहेत! हा काय लहानसहान उत्कर्ष झाला? मूठभर पांढरपेशे कला आणि शास्त्र यांचा उपभोग घेताहेत– पण इतरांना–''

''राहू दे ते बाप्पा. तुरुंगातल्या गमतीच्या गोष्टी सांगा एक-दोन आणि मग निजू या आपण स्वस्थ! कलेपेक्षा जीवन श्रेष्ठ आहे हे मी कबूल करते. चित्र काढायची लहर आली तर ती दाबता येईल, पण झोप आली तर...''

हा हा हा करीत सुलोचनेने जांभई दिली.

ऊन पाण्याचे भांडे थंड पाण्यात ठेवले म्हणजे जसे निवते तसे बाप्पा शांत झाले.

''तुरुंगांत जाणारी सगळीच माणसे वाईट असतात का?'' सुलोचनेने प्रश्न केला.

''तुरुंगाबाहेरील पुष्कळ माणसांपेक्षा ती बरी असतात.''

''मग तुरुंगात कशी जातात ती!''

''गरीब म्हणून!''

''म्हणजे गुन्हा करीतच नाहीत वाटतं ती?''

''करतात; पण तो पचविता येत नाही त्यांना! श्रीमंती हे जगातलं सर्वात मोठं पाचक औषध आहे.''

''ते कसं?''

''गरिबाला साक्षीदार उत्पन्न करता येत नाहीत, चांगले वकील मिळत नाहीत. न्यायाधीशाच्या तोंडाला बरोबर बसणारं कुलूप शोधून काढता येत नाही–''

''काही वेळा होत असेल तसं! पण साऱ्याच गोष्टी–''

''एक गोष्टच सांगतो! ऐक की. एका इंग्रजी शाळेतला शिपाई होता तुरुंगात माझ्याबरोबर.''

''काय केलं होतं त्यानं?''

''दारूची चटक लागली होती त्याला. शाळेतल्या लहानसहान वस्तू मधूनमधून चोरीत असे तो!''

''मग त्याला शिक्षा झाली यात वाईट काय झालं?''

''त्याच्याबरोबर त्या शाळेच्या हेडमास्तरला झाली नाही हे फार वाईट झालं!''

''ती का? हेडमास्तरही शाळेतल्या वस्तू चोरीत होते की काय?''

''अं हं! ड्रॉइंगच्या परीक्षा होत असत त्यांच्या शाळेत.''

''हा हेडमास्तरांचा अपराध वाटतं?''

''ऐकून तर घेशील माझं? हेडमास्तर आपल्या शाळेतली मुलं अधिक पास व्हावीत म्हणून ते पेपर आधी फोडून पाहत आणि–''

''अगंबाई!''

"तक्रार कशी केली नाही कुणी त्यांच्याविरुद्ध!" विद्याधरने विचारले.

"तक्रार झाली, बडे इन्स्पेक्टर चौकशीकरिता आले. इन्स्पेक्टरची उठबस अशी झाली की, आपण इन्स्पेक्टर आहोत की राजे आहोत याची भ्रांतच पडली असेल त्याला. निजायला नक्षीदार शिसवी पलंग, जेवायला तऱ्हेतऱ्हेची मासळी, एक न् दोन–"

"मग शेवट काय झाला या प्रकरणाचा?"

"हेडमास्तर निर्दोष ठरले."

क्षणभर बाहेरील व आतील शांतता सर्वांनाच भयंकर भासली. बाप्पा पुढे म्हणाले, "सुलू, माणुसकी काही पांढरपेशातच असते असं नाही. काहीतरी खुसपट काढून पहिल्या बायकोला टाकून देणारे पदवीधरसुद्धा मी दाखवून देईन. पण तुरुंगात एक कैदी होता माझ्याबरोबर. सात वर्षांची शिक्षा झाली होती त्याला. एके दिवशी रात्री तळमळू लागला तो. मी विचारलं त्याला, 'काय होतं रे?' 'काही नाही," तो म्हणाला, 'बायकोची आठवण झाली मला." त्याचं प्रेम उपभोगात्मक असेल. पण त्या वेळी तरी ते उदात्त वाटलं मला."

"नाव काय त्याचं?" सुरंगाने प्रश्न केला.

आतापर्यंत ती अगदी स्तब्ध होती.

"सावळ्या! सुटला असेल तो इतक्यात. कामापूरकडलाच आहे तो."

झोप आल्यामुळे सुरंगा डोळे चोळीत आहे असे सुलोचनेला वाटले. सर्व झोपण्याकरिता उठली. पण त्या दिवशी रात्री बाप्पांच्याखेरीज कुणालाच झोप आली नाही. दिव्यामुळे झोप येत नसेल असे वाटून सुलोचनेने तो मालवून टाकला. पण बाहेरच्या दिव्याप्रमाणे अंतरीचा दिवा कुणाला मालविता येतो का?

दुसऱ्या दिवशी सकाळी सर्व मंडळी हिरण्यकेशीचा उगम पाहण्याकरिता निघाली. झोप नसल्यामुळे येणारा अस्वस्थपणा प्रात:कालच्या गार वाऱ्याने क्षणार्धात कुठल्या कुठे नाहीसा करून टाकला. रात्रीच्या किर्र अंधाराऐवजी प्रात:कालचा प्रकाश बाहेर जसा जिकडेतिकडे पसरला तशी विचाराने जड झालेली या मंडळींची मनेही आता हलकी झाली. प्रात:काळचा देखावाही अत्यंत रमणीय होता. प्रदर्शनात एका कलाकुसरीची वस्तू पाहून पुढे जावे तो दुसरी तितक्याच कौशल्याची वस्तू दृष्टीला पडावी त्याप्रमाणे या मंडळींना विविधरम्य दृश्ये दिसत होती. कोळ्याच्या नाजूक जाळ्यांना लाजविणारी दंवाची जाळी, त्यातच सोनेरी माशाप्रमाणे चमकणारे जलबिंदू– जणू काही तारका रात्री पृथ्वीवर खेळायला येऊन दमल्यानंतर या रेशमी तंबूतच निजल्या होत्या आणि या तंबूतल्या जादूच्या आरशांनी त्यांची प्रतिबिंबे आपल्या पोटाशी धरून ठेवली होती. या जाळ्यांवरून दृष्टी थोडी वर गेली की,

धुक्याने आच्छादलेली वृक्षवेली दिसत. एका वृक्षाला बिलगलेली एक वेल वाऱ्याने हलत होती. तिच्याकडे बोट दाखवून रमाकांत सुरंगाला म्हणाला, ''पाहिलंस का?''

''काय?''

''धुक्याच्या मच्छरदाणीत निजलेली ती वेल वृक्षापासून दूर व्हायला पाहते आहे ती!''

''का?''

''पाखरांनी हाका मारल्या, वाऱ्याने शीळ घातली तरी जागं झालं नाही हे जोडप. म्हणून सूर्यानं किरणांना पाठविलं. त्यांनी मच्छरदाणीच वर उचलली– ती पाहा किती लाजली ती वेल!''

सुरंगाच्या मनात रात्रीच्या बाप्पांच्या बोलण्याचे धुके भरलेले होते. पण रमाकांतच्या या उद्‌गारांनी ते वितळू लागले. पाने व रानटी फुले यांचा संमिश्र सुगंध वाऱ्याच्या झुळकीबरोबर मधूनच येई. जणू काही त्या दोघांच्या अंत:करणातील लाजऱ्या इच्छाच लपतछपत बाहेर पडत होत्या. दवाने भरलेले गवत तुडविताना धुक्याने आच्छादिलेल्या डोंगराकडे पाहताना, पालवीने नटलेल्या झाडांच्या फांद्यांना हात लावताना, पदोपदी रमाकांतला आनंद होत होता. या आनंदाचा उगम सभोवतालच्या सुंदर सृष्टीत होता, की त्याच्याजवळून चालणाऱ्या सुंदर सुरंगात होता हे त्याचे त्यालासुद्धा सांगता आले नसते. त्याच्या कानावर पाखरांची गोड किलबिल पडत होती. आपल्या हृदयातील अस्फुट मधुरभावांचे प्रतिध्वनीच आहेत असा क्षणभर भास झाला त्याला. सुरंगा व रमाकांत रेंगाळत आहेत असे पाहून सुलोचनेने विचारले, ''मागच्या मागं पळून जायचा बेत आहे की काय?''

''चालवत नाही म्हणते सुरंगा!''

सुरंगाने 'पदरचंच सांगता तुम्ही' असे अभिनयाने दर्शविले. पण रमाकांतने तिला डोळ्याने खुणविले. शेवटी सुरंगाच्या सोबतीकरिता रमाकांतने मागे राहायचे ठरून बाकीची मंडळी पुढे गेली.

पायवाटेपासून दूर सावलीत रमाकांत व सुरंगा जाऊन बसली. गळून पडलेल्या एका पानाशी हाताने खेळत सुरंगाने विचारले, ''कामापूरहून परत केव्हा येणार?''

''माझं काय? गाव बरं दिसलं तर राहीन चार दिवस अधिक.''

''चार दिवस! आणि मी बेळगावला एकटीच राहू?''

''तू चल कामापूरला.''

''छान! लग्न करणार कधी तर बायको आणि आधी!'' सुरंगा हसत हसत म्हणाली. ''तुमच्यावाचून करमणार नाही मला बेळगावला.''

''चांगलाच विदूषक आहे म्हणायचा मी!''

"कसा?"

"करमणुकीकरिता पूर्वीचे राजे विदूषक पदरी बाळगीत, सध्याच्या राण्या–"

"विदूषकाहूनही राणीला अधिक आवडतं एक माणूस!"

"कोणते ते?"

खाली पाहत पाहत सुरंगा हळूच उद्गारली, "राजा!"

रमाकांतची धुंद दृष्टी तिच्या सुंदर केशकलापावर खिळली. भरतीच्या लाटांची किनाऱ्यापाशी जशी शोभा दिसते त्याप्रमाणे तिने कानांवरून वळविलेले व वाऱ्याने किंचित स्वैर झालेले केस त्याला वाटले. किनाऱ्याच्या बाजूला मासे टिपणारा एखादी पक्षी धडधड करीत इकडून तिकडे पळतो त्याप्रमाणे तिचा पदर तिच्या स्कंधापासून कर्णापर्यंत उडत होता. ती मान वर करून पाहायला तयार नाही, असे पाहून तो म्हणाला, "या अंधारात बंदर गाठायचं कसं बोटीनं?"

"कप्तानापाशी यंत्र असतं की काही!"

"होकायंत्र? त्याचा काय उपयोग? ध्रुव असतो आकाशात. तो फक्त दिशा दाखवील. पण किनारा–"

"किनाऱ्यापाशी बत्ती असते."

"तीच दिसेना म्हणून तर–"

"पण बत्ती अगदी उंचावर लावतात."

"नाही कोण म्हणतो?"

"तितक्या उंचावर न्याल ना मला?" सुरंगाने नजर वर करीत विचारले.

झाडीतून अष्टमीच्या सुंदर चंद्राचे एकदम दर्शन व्हावे तसे तिचे मुख रमाकांतला भासले. त्याला उत्तर देण्याचे देखील भान राहिले नाही. त्याने चटकन पुढे होऊन तिचे चुंबन घेतले.

परत येताना सुलोचना दमली होती. पण नदीच्या मुळापर्यंत जाऊन आल्याचा आनंद तिच्या चेहऱ्यावर दृग्गोचर होत होता. विद्याधर मधूनमधून गमतीने बोलत असल्यामुळे तर तिचा निम्मा शीण नाहीसा झाला. बाप्पा मात्र कसल्यातरी विचारात गढून गेल्यामुळे त्या दोघांच्या मागून सावकाश येत होते.

रमाकांत व सुरंगा यांच्या आनंदी मुद्रा पाहून सुलोचनेला आश्चर्य वाटले. पुढे जायला मिळाले नाही म्हणून ती दोघेही हळहळत असतील, अशी तिची कल्पना होती.

"किती किती गंमत आहे रमाकांत तिथं जाण्यात?"

"अस्सं? मी आपला पोक्त विचार केला. नदीचं मूळ आणि ऋषीचं कूळ शोधू नये म्हणतात." "ऋषी होतेच की तुमच्याबरोबर." मागून येणाऱ्या बाप्पांनी हे शब्द

ऐकले. ते हसत हसत म्हणाले. "जुन्या म्हणी झाल्या या रमाकांत."

"नवीन ऐकू द्यात की! एखाद्या गोष्टीत घालता येतील."

"कलेचं मूळ आणि श्रीमंताचं कूळ शोधू नये."

"रमाकांत एकदम गप्प बसला. सुरंगाही एकदम दुसरीकडे पाहू लागली. थोडेसे चालल्यावर तो सुलोचनेला म्हणाला, "परत बेळगावला जावं म्हणतो मी!"

"दादा आधीच रागावलेत माझ्यावर! त्यात तुम्ही आला नाही तर–"

"चार दिवसांनी येईन म्हणतो–"

"दादा वाटेकडे डोळे लावून बसलेत तुमच्या. त्याचं ते पुस्तक-विद्याधरचे फोटो– अगदी तयार असतील, होय ना हो?"

विद्याधरने नकारार्थी मान हलविली. सुलोचनेला आश्चर्य वाटले. विद्याधर पुस्तकाला लागणारे फोटो काढीत असल्याचे दादांनी पूर्वीच तिला कळविले होते. तिने विस्मयाने विचारले, "काढले होते ना फोटो!"

"हो."

"चांगले आले नाही?"

"स्वत:ला चांगले फोटो काढता येत नाहीत हे सांगणेही विद्याधरच्या जिवावर आले. पण लगेच कृष्णेची मूर्ती त्याच्या डोळ्यांपुढे उभी राहिली. ते फोटो पुस्तकात घेतले तर तिच्या दुष्ट नवऱ्याला तिचा पत्ता लागेल– छे! ते उपयोगीच नाही.

"काचाच फुटल्या त्या साऱ्या." त्याने उत्तर दिले.

"कशानं?"

"कृष्णा म्हणून मोलकरीण येते माझी भांडी विसळायला."

"कृष्णा? माझ्या ओळखीची आहे का?"

"अलीकडेच आलीय कामापुरात. तिच्या हातून त्या काचा जमिनीवर पडल्या–"

"त्या पुस्तकाला काही चांगला मुहूर्त दिसत नाही."

रमाकांत सुलोचनेला म्हणाला, "मी येत नव्हतो ते एवढ्यासाठीच!"

"अगदी भविष्यच कळलं होतं तुम्हाला."

"भविष्य नाही तर काय?"

"मी सांगू?"

"हं."

"दृष्टिलाभ."

'दृष्टिलाभ' ही बेळगावला आल्यावर रमाकांतने लिहिलेली एक गोष्ट होती. दोन दिवसांपूर्वीच्या 'बकुला'त ती प्रसिद्ध व्हायची होती! तिचे कथानक असे होते– नायकाचे दोन सुंदर मुलींवर प्रेम बसते. दोन सारख्या वजनाचे सारख्या आकाराचे

हिरे दिले तर त्यातला एक पसंत करणे कठीणच नाही का? एकदा त्याला एक तरुणी बरी वाटते, एकदा दुसरी श्रेष्ठ वाटते. चिठ्ठ्या टाकून निवड करण्यापर्यंत त्याची मजल येते. इतक्यात आंधळेपणाचं सोंग करणाऱ्या रस्त्यातल्या एका भिकाऱ्यावरून त्याला एक कल्पना सुचते. तो एका डॉक्टरच्या साहाय्याने एक गोड कपट करतो. डॉक्टर त्याचे डोळे गेल्याचे निदान करून ते बांधून ठेवतात. त्या दोन्ही तरुणींपैकी एक डॉक्टरकडे जाऊन त्याच्या आंधळेपणाविषयी चौकशी करते. तो जन्माचा आंधळा झाला असे ऐकताच पुन्हा त्याला भेटायलासुद्धा जात नाही. दुसरी तरुणी त्याच्या अंथरुणाशी येते आणि सुस्कारा सोडून हळूच त्याचे चुंबन घेते. तो विचारतो, 'कोण ते?' ती बोलत नाही. तो डोळे सोडून तिच्याकडे पाहतो व तिला हाक मारतो.

'आपण ओळखलं कसं मला?'

'धडधडीत तू दिसतेस की मला?'

'अगबाई, पण आपले डोळे–'

'डोळे गेले होते– पण जसे गेले तसे आले!'

'म्हणजे?'

'औषध मिळालं ना रामबाण?'

'डॉक्टरनी दिलं का?'

'छे! तू!'

'इश्श!'

'इश्श काय? रोग डोळ्यांत आणि औषध ओठात!'

या संवादाने त्या गोष्टीचा शेवट झाला होता.

सुलोचनेने ती गोष्ट तीनदा वाचली होती. तिच्या डोळ्यांपुढे ती अक्षरशः उभी राहिली. तिला वाटले– रमाकांत आणि सुरंगा मुद्दामच मागे राहिली. दुखावलेल्या मनाने तिने सभोवार पाहिले. हवेत रखरखीतपणा आला होता. सत्य अनुभवाने कल्पनेला हुसकून लावावे त्याप्रमाणे खूप वर आलेल्या सूर्याने धुके दशदिशांना पिटाळून लावले होते. रमाकांत व सुरंगा यांच्या कलागुणांचा तिला त्या क्षणी मनस्वी राग आला. तिचे सहज आपल्या सावलीकडे लक्ष गेले. सकाळी ती कितीतरी मोठी होती! आता तिचा पत्ताच नव्हता. रात्रीच्या बाप्पांच्या बोलण्यामुळेच की काय– तिला वाटले, कला ही जीवनाची सावली आहे.

❖

दृष्टिलाभ

***

काशी सोन्याला घेऊन गेल्यानंतरचे वत्सलेचे दोन दिवस जाता जाईनात. कारखाना बंद, विद्याधर आंबोलीला गेलेला, घरात सोन्या नाही. काशीने सांगितलेली कामे– कुठे फुले बाजारात नेऊन विकायची, कुठे तुळशीपुढे संध्याकाळी दिवा लावायचा– हां हां म्हणता संपत. पहिल्या दिवशी फुले विकताना आलेला अनुभव मात्र एकसारखा तिच्या मनात घोळत होता.

गुलाब लहानशा टोपलीत घालून ती बाजारात गेली. रस्त्याच्या कडेला धुळीतच बसावे लागे तिला. तिने पाहिले, चार-चार मैलांवरून लाकडाच्या मोळ्या अगर करडाच्या भाऱ्या घेऊन बायका येत होत्या. गुडघ्यापर्यंत धुळीने भरलेले त्यांचे पाय आणि तोंडावरून वाहणाऱ्या घामाच्या धारा पाहून तिला कसेसेच झाले. पण लाकडे अगर गवत विकत घ्यायला येणाऱ्या माणसांना ती धूळ आणि तो घाम कुठे दिसत होता? मोळीचे तीन आण्यांऐवजी सव्वातीन आणे द्यायलासुद्धा कुणी तयार नव्हता! 'तापू दे उन्हात बारा वाजेपर्यंत म्हणजे आपोआप येईल अडीच आण्यांना!' हे ज्याचे त्याचे उद्गार! तिला वाटले, पांढरपेशांना आपल्या पैशांची किंमत कळते. पण गरिबांच्या श्रमांची? जिकडे घाम तिकडेच दाम नको का?

ती फुले विकायला बसली न बसली तोच एक चांगला जाडेलासा तरुण तिथे आला. त्याला रस्त्याच्या मागच्या बाजूला जायचे होते. पलीकडे चार हातांवर जायला मोकळी वाट होती. पण तिकडे जाण्याचे श्रम तो डबल ब्रेस्टचा कोट आणि धैर्यधर पद्धतीचे कट त्यांनी नटलेला पांढरपेशा तरुण थोडेचे घेणार? वत्सलेपुढे उभा राहून तो ओरडला, ''ऊठ गो!''

त्याचा तो हुकमी आवाज– वत्सलेला वाटले, काडकन् एक थोबाडीत द्यावी त्याच्या! पण लगेच तिला आठवण झाली. आपण पडलो कुरवाडी! तो पांढरपेशा!

हां हां म्हणता पंचवीस-तीस माणसे जमा होतील. दादा, कारखान्यात या गृहस्थाला लफंगा म्हणत असले तरी या वेळी त्याचीच बाजू सावरून धरतील. तिरस्काराने त्याच्याकडे पाहत टोपली उचलून ती बाजूला झाली. तो सभ्य गृहस्थ ऐटीने पलीकडे गेला.

या गृहस्थाचा सर्व इतिहास तिने दादांच्या कारखान्यात ऐकला होता. शिक्षण इंग्रजी चार-पाच इयत्तांपर्यंतचेच; पण पोषाखावरून वाटे, नुकताच इंग्लंडच्या बोटीवरून उतरला आहे. घरची काही शेतीभाती होती. ती घरी केली असती तर कर्जवाम न करता संसार चालला असता त्याचा. पण जेवून उठल्यानंतरसुद्धा साबणाने हात धुणारे असले साहेब, घरी शेती कसली करणार? तीन वर्षांमागे चळवळीची लाट आली. बाप्पांनी दारूला माड द्यावयाचे नाहीत असे ठरविले. त्या वेळी बाप्पांच्या गळ्यातील अगदी ताईत बनली होती ही स्वारी. पण पुढल्याच वर्षी दारूला माड देण्यातही याचाच पहिला नंबर होता. बाप्पांनी कुठूनसे भांडवल गोळा करून हजार रुपयांचे 'खादीभांडार' काढून दिले होते त्याला. त्या हजार रुपयांची दोन वर्षांत खादी करून याने दुकानाचे नाव सार्थ केले. खादीखरेदीला मुंबईला गेल्यानंतर नवी नाटके पाहून, बोलपटातील संगीत ऐकून, इराण्याच्या दुकानातील पदार्थांची लज्जत घेऊन आणि शिंप्याकडून नवीन फॅशनचे कपडे शिवून घेऊन मग स्वारी परत यायची! गावात तर काही बोलायलाच नको! देणे हे माहीतच नाही! शिंप्यापासून हजामापर्यंत सर्वांची उधारी!

पण असे असून दररोजचा कार्यक्रम काय? स्टोव्ह बंदीजनाप्रमाणे गाऊ लागल्यावर राजेसाहेबांनी उठायचे, चहा पिऊन आणि खिशात सिगारेट असल्यास त्या ओढून प्रातर्विधी झाल्यावर बाजार गाठायचा! बाजारात या नाही तर त्या दुकानात दोन-तीन तास कुटाळक्या केल्यानंतर चहाचे एक-दोन मोफत डोस मिळाल्यास ते घ्यायचे व खरेदी केलेली मासळी घेऊन घर गाठायचे. जेवण, वामकुक्षी आणि चहा पाचापर्यंत आटोपून बाजारात यायचे. आठापर्यंतच पत्ते कुटून परत घरी यायचे.

हे चित्र आणि वत्सला गुलाब विकताना भोवताली पाहत होती ती चित्रे यात आकाश-पाताळाचे अंतर होते. फुले, भाजी, नारळ जे म्हणून विकण्यासारखे ते घेऊन आठ वाजता बाजारात यायचे, बारा वाजेपर्यंत तळमळत बसायचे, मिळेल त्या भावाने जिन्नस विकायचा आणि मग चार पैशांचे तांदूळ, पैशाचा गूळ आणि अर्ध्या पैशाचे कांदे घेऊन परत जायचे. विक्रीच्या वेळेलासुद्धा न्याय नाही. रिकामटेकड्या ढेरपोट्यांनी येऊन बराबरा माल निवडून काढावा, तो आपल्या दुकानात नेऊन ठेवावा आणि तिथून पैसे घेऊन जाण्याचे फर्मान सोडावे. हे लब्धप्रतिष्ठित लोक करतील तो त्या मालाचा दर.

वत्सलेच्या जवळ आठ-नऊ वर्षांची मुलगी मुळ्याच्या पेंड्यांची पाटी घेऊन बसली होती. एका तासात तिची एकसुद्धा पेंडी खपली नाही. ती मुळूमुळू रडू लागली.

वत्सलेने विचारले, ''काय गं झालं?''

ती बिचारी काय उत्तर देणार? वत्सलेने दोन-तीन वेळा प्रेमळ स्वराने तोच प्रश्न विचारला. तेव्हा ती म्हणाली, ''एकसुद्धा पेंडी खपत नाही माझी.''

''आई का आली नाही तुझी?''

''शीक आहे ती.''

''भाजी शिंपली कुणी?''

''मीच.'' तिच्या रडव्या चेहऱ्यावर हे उत्तर देताना जी अभिमानाची छटा आली, ती वत्सलेला फार मोहक वाटली.

तिच्या रडण्याचे खरे कारण आता वत्सलेला कळले, पांढरपेशांची आठ-नऊ वर्षांची मुले तिच्या डोळ्यांपुढे उभी राहिली. दाया नाही तर नोकर माणसे यांच्यावाचून एक पाऊल पुढे पडत नाही त्यांचे. कुठे फिरायला जायचे असले, तरी मनुष्य बरोबर हवे. या पोरीइतके काम त्यांच्या हातून होईल का? पण त्यांतली निर्बुद्ध मुलेसुद्धा सुरेख पोशाख करून दिवसभर खेळत बसतात आणि फाटका परकर नेसून आलेल्या ह्या मुलीवर बाजारात आणलेली भाजी खपत नाही म्हणून रडत बसायची पाळी येते. विकलेल्या गुलाबांतून त्या मुलीला चार पैसे द्यावे, असे वत्सलेच्या मनात आले. पण लगेच काशीची हिशोब मागणारी मूर्ती डोळ्यांपुढे उभी राहिली. पहिल्या दिवशी काशीविषयी तिच्या मनात उत्पन्न झालेली कृतज्ञता आता बरीच कमी झाली होती. काशी तिला जेवायला घाली हे खरे. पण मजुरीचा पैसान्‌पैसा तिच्याकडून वसूल करी. काशीच्या या लोभी स्वभावाचा तिला अतिशय तिटकारा वाटे, पण लगेच तिच्या मनात येई– काशीच्या या लोभाच्या मुळाशी गरिबीचा अनुभवच नसेल काय? हातपाय चालत असताना जिथे अन्न मिळण्याची मारामार तिथे ते थकल्यावर कोण विचारणार होते तिला? मूलबाळ नाही, जवळचे कुणी नातलग नाही. तेव्हा म्हातारी धूर्तपणाने मिळेल तेवढा पैसा जवळ करून ठेवत आहे. यात चुकले काय? श्रीमंत लोक आणि शिकली सवरलेली माणसे तरी जन्मभर दुसरे काय करीत असतात?

गुलाब विकून वत्सला घरी परत यायला निघाली. रस्त्यावरच तिच्याजवळच्या आवाठांतील एक बाई तिला भेटली. तिचा मुलगा तापाने फणफणत होता. वत्सला त्याला पाहण्याकरिता तिच्या घरी गेली. निखाऱ्यासारखे अंग लागत होते पोराचे. काडवाप्रमाणे चाललेली त्याची तळमळ पाहून तर वत्सलेच्या पोटात भडभडून आले. तिने म्हटले, ''डॉक्टरला दाखवा की याला.''

"कसा न्यायचा त्याला असल्या तापात?"

"डॉक्टरला आणावा घरी."

"तीन रुपयांवाचून हलत नाही डागदर!"

कारखाना बंद पडलेला. घरात पेजेला तांदूळ मिळण्याची पंचाईत. अशा स्थितीत ती बाई डॉक्टरला तीन रुपये देणार कुठून? आपल्या लक्षात ही गोष्ट प्रथमच कशी आली नाही, याचे वत्सलेला आश्चर्य वाटले. पण त्यात आश्चर्य वाटण्यासारखे नव्हतेच काही. तिने गेला महिना दीड महिना खालच्या लोकांत मिळून मिसळून काढला असला, तरी तिचा पिंड पांढरपेशाचा होता. तिच्या पांढरपेशा रक्ताला तीन रुपये म्हणजे कोण्या झाडाचा पाला असे वाटले. पण त्या आजारी मुलाच्या आईला त्यांच्या अभावी त्रिभुवन आठवत होते.

वत्सलेने किंचित बारकाईने त्या मुलाच्या चेहऱ्याकडे पाहिले. तोंडावर तीन-चार पुळ्या स्पष्ट दिसत होत्या. ती एकदम चरकली. मुंबईला देवी सुरू झाल्याचे तिने ऐकले होते. कामापूरची माणसे पोटापाण्याच्या निमित्ताने नित्य मुंबईला जात-येत. तिच्या मनात आले– मुबंईहून हे बी या खेड्यात तर नाही ना आले? चाचरत चाचरत तिने विचारले, "मुंबईचा कुणी मनुष्य आलाय का हल्ली?"

"तो पलीकडचा रामा–"

"आजारीबिजारी होता की काय तो?"

"देवी आल्या होत्या त्याला मुंबईला. पण कमळेश्वरीचं नाव घेऊन तो तसाच उठला घरी यायला. देवीच्या तीर्थाचा गुण! चार दिवसांत खडखडीत बरा झाला तो."

वत्सलेने मुलाकडे पाहत भीत भीत विचारले, "देवी टोचल्यात का याला?"

भयभीत मुद्रा करून ती बाई म्हणाली, "असलं काही बोलू नकोस बाई. तुमच्या शहरात करा काय वाटेल ते, पण इथं– कमळेश्वरीची पाखर आहे सगळ्यांवर."

"देवी टोचल्या तर काय होतं?"

"देवीला राग येतो आणि–"

वत्सला मुलाच्या चेहऱ्याकडे निरखून पाहत आहे, असे दिसताच त्या बाईने त्याच्या तोंडावर पांघरूण घातले.

सुन्न मनाने वत्सला घराकडे वळली. सूर्य अगदी डोक्यावर आला होता. तापलेल्या जमिनीचे चटके बसत होते. मधूनच वाऱ्याच्या झोतासरशी धूळ उडे आणि डोळ्यांत जाई. जिकडे पाहावे तिकडे रुक्ष, भयाण, भयंकर दिसले तिला. कावळ्याच्या कावकावीखेरीज दुसरा कुणाही पक्ष्याचा शब्द ऐकू येत नव्हता. तिने सहज बाईकडे पाहिले. निवलकांडी आणि पटकुळीची फुले ह्यांच्याखेरीज तिच्या दृष्टीला काहीच पडले नाही. तिला वाटले, आपण आता पाहिलेले खालच्या वर्गाचे

जीवन भोवतालच्या सृष्टीत दिसत आहे. काहीतरी वाजले, म्हणून तिने मागे वळून पाहिले. तिला आपली सावली कुठेच दिसली नाही. रखरखीत दुपार आणि जीवन! यात सावलीचा– कलेचा– मागमूससुद्धा लागत नाही.

तिला ऐकू आलेला आवाज कशाचा झाला ते तिला लगेच कळले. कमळेश्वरीला बळी द्यायचा रेडा मागाहून येत होता. चांगला धष्टपुष्ट झाला होता तो. न व्हायला तरी काय झाले? तो शेतात शिरून उभे पीक खाऊ लागला, तरी शेतकरी त्याला ते खुशाल खाऊ देत. त्याचे तोंड लागले की धान्य दुप्पट येते अशी त्यांची समजूत होती. वाटेल तिथे शिरायचा आणि वाटेल त्याच्यात तोंड घालायचा परवाना मिळाला होता त्याला. त्याचा तो काळा कुळकुळीत स्थूल देह, पसरट शिंगे, बटबटीत डोळे– समाजातल्या अज्ञानाची सजीव मूर्तीच वाटली ती तिला. ती विचार करू लागली– या रेड्याला लोक बळी देतात. पण समाजाला ग्रासून टाकणारे अज्ञान– त्याचा बळी लोक केव्हा देणार? रेडा मान हलवीत पुढे आला. भिऊन वत्सला किंचित बाजूला झाली. रेडा पुढे निघून गेला. तिला वाटले– समंजस लोक समाजातल्या अज्ञानाला भिऊन असेच दूरदूर राहत आहेत. पण असे दूरदूर राहून ते अज्ञान नाहीसे कसे होणार? दुसऱ्याच क्षणी त्या मुक्या प्राण्याची तिला कीव आली. देवीला संतुष्ट करण्याकरिता मुक्या प्राण्यांचे बळी माणसांनी द्यावे, यात अधिक दुर्दैवी कोण? देव, माणसे की मुके प्राणी?

त्या रात्री वत्सलेला धड झोपसुद्धा आली नाही. मध्यरात्रीपर्यंत ती तळमळत होती. शेवटी ती उठून बाहेर आली. आपल्या एकटेपणाची जाणीव तिला अत्यंत तीव्रतेने झाली. लकाकणाऱ्या झुंबरांनी अलंकृत झालेल्या देवळाच्या सभामंडपाप्रमाणे आकाश तिला वाटले. लगेच तिच्या मनात कल्पना आली. ह्या देवळात तरी जागृत देव कुठे आहे? दररोज हजारो गरीब माणसांचे बळी या देवळात दिले जात आहेत. हे सारे देवाला आवडते का? खळकन् एक तारा गळून पडला. तिने पुन्हा वर पाहिले. आकाशातले इतर तारे पूर्ववत् चमकत होते. ताऱ्यांत सौंदर्य आहे, पण जीवन– जीवन खास नाही. तिची दृष्टी पृथ्वीवर वळली. शिरावर नारळांचे ओझे घेऊन माड निश्चल उभे होते. राईमधला एक कवाथा तर तिला कारंजासारखाच भासला. कला आणि जीवन यांचा संगम त्यांच्यात दिसल्यामुळे तिचे मन क्षणभर शांत झाले.

स्वस्थ मनाने धुरकटलेल्या जस्ताच्या दिव्याच्या उजेडात ती लिहू लागली. लिहिता लिहिता तिला पूर्वीच्या मध्यरात्रीची आठवण झाली. त्या मध्यरात्री ही वही घेऊन आपण घराबाहेर पडलो. त्याच वहीवर आपण आपले अनुभव टिपीत आहोत. रमाकांतने वहीत एका बाजूला आपल्या कलात्मक जीवनाची वकिली केली होती. त्याच्या पाठीमागच्या बाजूला वत्सला आपली जीवनकला फुलवीत होती.

बराच वेळ लिहिल्यानंतर तिचे मन हलके होऊन तिला गाढ झोप लागली, ती इतकी की, सकाळी सात वाजता विद्याधरची हाक ऐकून ती दचकूनच जागी झाली. दार उघडीत बाहेर येत असताना तिची तिलाच लाज वाटली.

"उद्यापासून नाही असं झोपायला मिळणार!'' विद्याधर हसत उद्गारला.

"का? काम नाही काही नाही! झोप काढण्याखेरीज काय करायचं दुसरं गरिबांनी?''

"उद्यापासून काम आहे की.''

"कसलं?''

"कारखान्याचं!''

"म्हणजे?''

"बाप्पा सुलूबाईंना घेऊन आले आणि मुलीच्या हट्ट्यासाठी दादा पुन्हा कारखाना सुरू करायला तयार झाले. प्रेम असं आहे!''

"कसं?''

"अगदी आवडीची गोष्टसुद्धा सोडून द्यायला तयार होतं ते.''

"पाहिलं पाहिजे एकदा या सुलूताईंना!''

"आत्ताच दिसल्या असत्या! फिरायला येणार होत्या बरोबर!''

"मग?''

"मीच नको म्हटलं!''

"का?'' हा प्रश्न करताना वत्सलेची छाती धडधडू लागली.

"यंत्राविषयी विचार करीत बसणार आहे मी एकटा!''

"अस्सं. मग आज टेकडीवर बंदी म्हणायची माझ्यासारखीला!''

"तू येणार नाहीस टेकडीवर!''

"का?''

"हे पाहा–'' बकुलाचा अंक तिच्या हातात देत विद्याधर म्हणाला.

तिने तो उघडून पाहिला. रमाकांतची गोष्ट... 'दृष्टिलाभ.'

ते रमाकांत भेटले होते आम्हाला.

"कुठं?''

"आंबोलीला. मोठी रंगेल आहे स्वारी!'' वत्सला स्तब्ध राहिली.

"सुलूताईबरोबर इकडे येणार होती पहिल्यानं! ते पुस्तक लिहायचं आहे की दादांचं! पण स्वारी पडली त्या बरोबरच्या बाईच्या अगदी मुठीत–''

"बरोबर बाई होती त्यांच्या?''

"हो. सुरंगा! मोठी नावाजलेली नटी आहे म्हणे!''

"रमाकांत परत का गेले?''

“सुरंगाला ठाऊक! विद्याधर हसत म्हणाला. पण त्या हसण्याने वत्सलेच्या हृदयाला वेदना झाल्यावाचून राहिल्या नाहीत. पण त्याचे तिकडे लक्षच नव्हते. तो पुढे म्हणाला, “बिचाऱ्याची बायको कुठंतरी त्याची आठवण करीत असेल.–”

वत्सलेने तोंड फिरविले. विषय बदलण्याकरिता तिने विचारले, “बाप्पा कुठं आहेत?”

“आताच गेले रत्नागिरीला.”

“का?”

“रेड्याला वाचविण्याकरिता.”

“कुठल्या?”

“इथल्या. आठ दिवसांनी जत्रेत बळी जायचाय् तो. देवस्थान आहे सरकारच्या ताब्यात. तीन वर्षांपूर्वी रेडा बळी द्यायचा नाही असं कबूल केलं होतं म्हणे गावकऱ्यांनी!”

“रेडा बळी दिला नाही तर देवी रागावते अशी समजूत आहे साऱ्या गावाची!”

“तुझीही आहे का?”

“माझी नाही.”

“ती का?”

“नाही खरी!”

“भाग्यवान दिसतोय रेडा. बाप्पांसारखा वकील मिळाला आहे त्याला.” जाता जाता विद्याधर म्हणाला.

संध्याकाळी वत्सलेने काशीची वाट कितीतरी वेळ पाहिली. मोटारीची वेळ टळून गेली तरी ती तशीच बसली होती. आता काशी येत नाही अशी खात्री झाली, तेव्हा ती उठून आत आली. पण या वेळी तिचे मन नुसत्या निराशेनेच भरले नव्हते. त्या निराशेच्या सोबतीला आनंदही होता. काशीबरोबर सोन्या येणार, सोन्या ‘मावशी मावशी’ म्हणून आपल्याला बिलगू लागणार आणि आपले मन म्हणणार, ‘वेडे, कुणाच्या पोराला मिठ्या मारतेस? तुझ्या सवतीच्या– तुझ्या संसारात विष कालविणाऱ्या सुरंगाच्या...’

सकाळी विद्याधरने दिलेली रमाकांतची गोष्ट तिने वाचली. लगेच त्याच नावाची दुसरी गोष्ट ती लिहायला बसली. दुपारी दोन-तीन वाजेपर्यंत गोष्ट पुरी होत आली. शेवटचा थोडा भाग लिहायचा राहिला होता. इतक्यात पोस्टमन काशीची चौकशी करीत आला. तिच्या नावाने मनिऑर्डर आली होती. वत्सलेने ती हातात घेऊन पाहिली. मुंबईहून नाटक कपंनीच्या मॅनेजरांनी पाठविली होती ती! कूपनमध्ये लिहिले होते, ‘सुरंगा बेळगावला गेली आहे. तिचे पत्र आले. तरी मुलाला तिकडे घेऊन जाऊ

नये. तिची प्रकृती बरी नाही. मुलाची उगीच काळजी करीत बसण्याची सवय आहे तिला. तरी या वेळी मुलाला दूर ठेवावे.'

पोस्टमन आला तसा गेला. पण त्या क्षणापासून संध्याकाळपर्यंत वत्सला नुसता विचार करीत बसली होती. गोष्ट पुरी करायचा तिने तीन-चारदा तरी निश्चय केला. पण दुःखाने हृदय भरून आले की, भरल्या ताटावरूनही मनुष्य उठतो. तिला दुसरे काहीच सुचेना. दैवाची गती सर्पाप्रमाणे वक्र असते असे तिने कुठेतरी वाचले होते. पण दंश धरून पाठलाग करणे हा सर्पाचा दुसरा गुणही त्याच्या अंगी असेल, अशी तिची कल्पना नव्हती. अनुभव हा अनेकदा कल्पनेपेक्षाही विचित्र असतो. तिच्या मनात विचार येऊ लागले.

सुरंगाच्या नादी लागलेल्या रमाकांतच्या जगातून नाहीसे व्हायचे म्हणून आपण देश सोडून, जात सोडून, सुखाच्या सर्व आशा सोडून इथे आलो, पण हरीण कितीही धावले तरी वायुवेगाने पाठलाग करणाऱ्या पारध्याच्या बाणाला बळी पडतेच. इकडे सुरंगाच्या मुलाच्या खस्ता आपण काढीत आहोत आणि तिकडे सुरंगा रमाकांतबरोबर ऐषआरामात गुंग आहे. उद्या सोन्या आला, 'मावशी, मावशी' म्हणून चोबाळायला लागला तरी त्याला जवळ घ्यायचे नाही. पण ज्या मुलाला आज दीड महिना प्रेमाने पोटाशी धरले त्याच्याकडे अशी पाठ करून आपल्याला राहता येईल का? त्यापेक्षा हे घर सोडून गेलेले काय वाईट? पण जायचे कुठे? कुठे?

एकदम विद्याधरची आठवण तिला झाली आणि तिच्या अंगावर काटा उभा राहिला. विद्याधरला एक हुशार मोलकरीण म्हणून आपण आधीच प्रिय आहोत. त्याला अधिक प्रिय होऊन... वत्सलेने बाहेर पाहिले. संध्याकाळच्या कृष्णछाया माडांवरून खाली उतरू लागल्या होत्या. आपल्या मनातही तसा बदल होत आहे, असा तिला भास झाला. तिने आपले हृदय दोन्ही हातांनी घट्ट धरले, जणू काही विद्याधरविषयीच्या विचारांना ती म्हणत होती, 'माझ्या हातांनी मी माझ्या हृदयाचं दार बंद करीत आहे. पाहू या तुम्ही कसे आत शिरता ते!' पाण्याबाहेर काढलेली मासोळी परत पाण्यात जाण्याकरिता जशी धडपडत असते त्याप्रमाणे त्या गोड विचारांकडे तिचे मन पुनःपुन्हा धाव घेई. पण कोळ्याच्या क्रूरपणाने प्रत्यके वेळी ती त्याला मागे खेची.

ती दिवा पुढे ठेवून दृढ निश्चयाने लिहायला बसली. जादूच्या त्या नव्या सृष्टीत प्रवेश करताच तिचे मन शांत झाले. झरझर लिहून तिने ती गोष्ट पुरी केली आणि वर पाहिले. ढळढळ जळणाऱ्या त्या दिव्याच्या ज्योतीच्या डोकीवर काजळी धूर थै-थै नाचत होता. आपल्या मघाच्या मनाचे प्रतिबिंब वाटले ते तिला. तिने स्वत:चे समाधान केले– मनुष्यप्राणी असाच आहे. हा दिवा अंधार उजळतोय आणि त्यात काजळीची भरही टाकतोय. आपल्या मनात मघाची उभी राहिलेली विद्याधरची मूर्ती–

अंगणातून हाक आली– "कृष्णा!"

विद्याधरचा आवाज तिने ओळखला. तिला वाटले, आपण घरी एकट्या आहोत हे पाहून विद्याधर या कातरवेळी मुद्दाम आला असेल काय? लगेच त्याच्याविषयी असली भलती शंका घेतल्याबद्दल तिचे तिलाच वाईट वाटले. बाहेर येत ती म्हणाली, "आताच आठवण काढली होती मी तुमची! अगदी शंभर वर्षे आयुष्य आहे तुम्हाला–"

"शंभर वर्षे आहे की चार घटका आहे–" किंचित कापऱ्या स्वराने विद्याधर म्हणाला.

वत्सलेच्या काळजात एकदम चर्र झाले. विद्याधर पायऱ्या चढून आला तो थेट आतल्या दिव्यापाशी गेला. खाली बसताच त्याने उजव्या पायाची खोट उचलून वर धरली.

"काय झालं?"

"चावलं काहीतरी."

"कुठं?"

"इथं!" खोटेच्या डाव्या बाजूवर एके ठिकाणी बोट ठेवीत विद्याधर म्हणाला. वत्सलेने पाहिले. पैशाएवढी जागा निळी झाली होती. 'अगबाई!' असा भयाचा उद्गार एकदम तिच्या तोंडून उमटला. दुसऱ्याच क्षणी तिने इकडेतिकडे पाहिलं. लगेच आत जाऊन आपले लुगडे फाडून त्याचे दोन-तीन फडके तिने तयार केली आणि विद्याधरच्या मांडीपर्यंत दोन-तीन ठिकाणी ते घट्ट बांधले.

"पाय जड वाटतो का?" तिने विचारले.

"हो."

तिने तोंड फिरविले. तिच्या डोळ्यांत पाणी उभे राहिले आहे, हे विद्याधरने ओळखले. लगेच ती म्हणाली, "ही अश्शी जाऊन येते मी!"

"कुठं!"

"पलीकडच्या आवाठात! तो– मणी घेऊन येते नागाचा!"

"अंधारात एकटी कशी जाशील तू?"

पण विद्याधरचा प्रश्न ऐकायला वत्सला जागेवर होती कुठे? तीराप्रमाणे ती केव्हाच धावत निघाली होती.

कृष्णेच्या त्या धाडसाचे विद्याधरला कौतुक वाटले. टीकाकार एकाच विषयावरच्या दोन ग्रंथांची तुलना करतो तशी त्याच्या मनाने सुलोचनेची व कृष्णेची केली. रमाकांतवर रागावल्यामुळे असो, अगर दुसऱ्या काही कारणाने असो, पण सुलोचना आपल्याविषयी अधिक आपलेपणा दाखवीत आहे, असे आंबोली सोडल्यापासून त्याला दिसत होते. पण त्याला वाटले यावेळी सुलोचना अशी एकटी असती, तर

मुळुमुळू रडत बसली असती. सुलोचना कृष्णेहून सुंदर असेल, पण सौंदर्य– नुसत्या निर्जीव सौंदर्याने माणसे जगू शकतात काय?

या विचाराबरोबर गुडघ्यापर्यंत बधिर झालेल्या आपल्या पायाकडे त्याने पाहिले. लगेच धूर ओकीत बसलेल्या त्या दिव्याकडे त्याची दृष्टी गेली. त्याच्या मनात आले वाऱ्याची एक झुळूक येईल आणि हा दिवा विझून जाईल. मनुष्य तरी या दिव्यापेक्षा मोठा कुठं आहे? यंत्राची संपूर्ण रचना आपल्याला सुचते काय आणि नंतर पाच मिनिटांनी टेकडी उतरताना आपल्याला जिवाणू चावते काय! त्या पाच मिनिटांत आपण सुलोचना बरी की कृष्णा बरी हा विचारही करीत होतो. प्रेम म्हणजे जीवनसागराच्या भरतीची सीमा! पण या सीमेवरच आपल्या आयुष्यात एकदम सुकती सुरू झाली. मरण–

त्या मंद दिव्याच्या प्रकाशात भिंतीवर घरातील अनेक वस्तूच्या छाया मोठ्या भयाण दिसत होत्या. यमदूतांचे थवेच वाटले ते विद्याधरला. त्याच्या डोक्यात प्रत्येक विचार, शरीरातला रक्ताचा थेंबन्‌थेंब, आक्रोश करीत होता– 'मला जगायचंय! मला जगावंसं वाटतंय!'' विद्याधरला लहानपणातल्या आपल्या आवडत्या मांजराचे मरण आठवले. त्याला खड्ड्यात ठेवून त्याच्यावर कुणीतरी माती लोटली तेव्हा त्याचे मन म्हणाले होते– मांजर खरोखरीच मेले होते ना की–

त्या मांजराकरता तो कितीतरी देवांना नवस बोलला होता. ते मेल्यावर रात्री कुठे म्यांव म्यांव ऐकले की, आपलेच मांजर ओरडत आहे, असा त्याला कितीतरी वेळा भास होई. ते बेशुद्ध पडून शेपटी आपटू लागले तेव्हा त्याला बरे करता येत नाही म्हणून तो एकसारखा रडत होता. असल्या सर्व आठवणी त्याच्या मनात उलटसुलट नाचू लागल्या. त्यांनी व्याकूळ झालेले त्याचे हृदय म्हणाले, 'मला जगायचंय– जगावंसं वाटतंय मला.'

मृत्यूचे द्वार दिसत नाही तोपर्यंत आपण त्याच्यातून सहज पलीकडे जाऊ असे मनुष्याला वाटते. पण ते दिसू लागले की, त्याच्याकडे तो तत्काळ पाठ फिरवितो. मनुष्याचे जीवन आणि झाडांचे पान सारखेच. दोन्ही कधी तरी गळून पडणार, हे पुस्तकात वाचताना विद्याधरला त्यात वावगे असे काहीच दिसले नव्हते. कुणीही मेला म्हणजे जगात दररोज एक लाख प्राणी मरतात असा हिशोब करून तो ती गोष्ट क्षुल्लक मानी. पण आज स्वत:वर प्रसंग आला तेव्हा जिवाची किंमत किती मोठी असते, याची त्याला पूर्ण कल्पना आली.

त्याने बाहेर पाहिले. कुणाचीही जाग नव्हती. माणसाविषयीच्या विचारांनी आपले डोके फुटते की काय असे त्याला वाटू लागले. दुसरीकडे लक्ष घालावयाचे म्हणून तो इकडेतिकडे पाहू लागला. दिव्याजवळ एक कागद पडला होता. त्याच्यावर लिहिले होते, 'श्रीमंतांची चैन म्हणजे गरिबांचे मरण.'

गरिबांचे मरण! त्याच्या डोळ्यांपुढून गरिबांनी भरलेली शेते, कारखाने, गिरण्या भराभर गेल्या! जीवनाकरता मरण! किती विचित्र गोष्ट!

त्याने पलीकडचे कागद उचलले. क्षणभर आपण शुद्धीत नाही असे त्याला वाटले. पहिल्या कागदावरच लिहिले होते–

दृष्टिलाभ

लेखिका– कृष्णा.

'देव तसा भाव' व 'सुंदर चित्र' या गोष्टी लिहिणारी कृष्णा आणि ही कृष्णा एकच! एकच नव्हे तर हे हस्तलिखित येथे कसे आले?

इतक्यात कुणाची पावले अंगणात वाजली. कृष्णा एका म्हाताऱ्याला घेऊन आली होती. त्याने एक केस घेऊन तो त्या चाव्याच्या निळ्या पडलेल्या भागावरून फिरविला. नंतर कापलेला कांदा घेऊन त्याने तो भाग पुसून काढला. खडीसाखरेच्या खड्याएवढा एक काचेचा तुकडा त्याने त्या ठिकाणी लावला. तो चटकन चिकटला.

सुमारे दोन तासांनी विद्याधरची चौकशी करण्याकरिता सुलोचना गडी घेऊन आली. तो तुकडा अजून चिकटलेलाच होता. ती सद्गदित कंठाने म्हणाली, "बरं तर बरं! वेळेवर मणी मिळाला म्हणून!"

"पण मणी काही वाटेल त्याला मिळत नाही!"

"मग कुणाला मिळतो?"

"रत्नाकडेच रत्न जातं." कृष्णेकडे पाहून हसत विद्याधर उद्गारला.

❖

विष ठरलेले अमृत

***

कामापूरला आले की, उजाडल्याबरोबर तळ्याच्या बाजूला एक फेरी टाकून यायची, असा सुलोचनेचा क्रम होता. पहिल्या पहिल्यांदा गावात खूप थट्टा झाली. दादांच्या कारकुनांनी एक-दोनदा हे बरे दिसत नाही असे तिला सुचविलेही होते. ''मुंबई-पुण्याकडे बायका फिरायला जात असतील, पण इकडं–'' चाचरत त्यांनी सल्ला दिला.

''तिकडं बायका फिरायला जातात, अन् इकडं पळून जातात.'' सुलोचनेने उत्तर दिले.

त्यानंतर कारकून तिला उपदेश करण्याच्या भानगडीत कधीच पडले नाहीत.

आज फिरायला निघताना तिचे मन भोवतालच्या सृष्टीइतकेच प्रसन्न झाले होते. तिच्या बोलण्याला मान देऊन दादांनी आजपासून कारखाना सुरू केला होता. सुरंगाच्या सहवासात राहूनही आपल्या मुलीचा आपल्याविषयीचा आदर कमी झाला नाही म्हणून दादांना झालेल्या आनंदाचे ते फळ होते. पण सुलोचनेला ते कुठे ठाऊक होते? काल रात्री विद्याधरला नेण्याकरिता आलेल्या मृत्यूला हात हलवीत निराशेने परत जावे लागले होते. आनंद– जिकडे-तिकडे आनंदीआनंद दिसत होता. झाडांवर चाललेली पाखरांची नाजूक किलबिल, झोपलेल्या बाळाच्या अंगावरून हात फिरविणाऱ्या आईचे अनुकरण करणाऱ्या मृदू वायुलहरी, पृथ्वीचे पुष्प क्षणोक्षणी उमलत आहे असे दर्शविणारा वाढता सूर्यप्रकाश, पूर्वेकडे गुलाबी आणि सोनेरी छटांनी रंगून गेलेले मेघ, आईला लुचण्याकरिता धावणारे वासरू, फार काय रस्त्याच्या बाजूच्या एका चहाच्या दुकानात दुकानदाराची चाललेली गडबड, प्रत्येक दृश्यात आपल्या अंत:करणात उचंबळलेल्या आनंदाचे प्रतिबिंबच भासत होते तिला. एका खोपटातून जात्यांच्या घरघरीबरोबर ओव्यांचे गोडे सूरही ऐकू येत होते. ती त्या

खोपटापुढे थांबली. स्पष्ट शब्द तिला काहीच ऐकू आले नाहीत. पण घरघर व ते सूर... जीवन आणि कला यांचा मूर्तिमंत संगमच वाटला तो तिला.

इतक्यात कृष्णा समोरून येताना दिसली. दोघीही एकमेकींकडे पाहून हसल्या. कृष्णा झपझप निघून गेली. सुलोचनेने वळून पाठमोऱ्या आकृतीकडे पाहिले. काल रात्रीचे विद्याधरचे शब्द तिला आठवले. 'रत्नाकडेच रत्न जाते.' विद्याधर हे थट्टेने म्हणाला की– ? आज महिनाभर ती त्याचे काम करीत आहे. रमाकांत आणि सुरंगा यांच्या बाबतीत आपण फसलो नाही का? कलेचा कलेकडे असलेला ओढा! पण हा ओढा मिळाला कुठल्या नदीला? जी सृष्टी पूर्वीच्या सागरातून उगम पावली आहे आणि जी प्रलयकालच्या सागराला मिळणार आहे त्या नदीला! गेल्या दोन महिन्यांतले आपले सारे अनुभव ती आठवू लागली.

तळ्याजवळच्या एका खडकावर ती सावलीत बसली! कडेची कमळे अजून मुळीच उमलली नसल्यामुळे तिथे नुसते शेवाळच आहे, असे दुरून दिसत होते. समोरचे माड शांत होते, तळ्यातले पाणी शांत होते, पूर्वेकडून येणाऱ्या आकाशांतही विलक्षण शांतता. ती शांतपणाने आपल्या मन:पटलावर झर्रकन् येऊन जाणारी चित्रे पाहू लागली.

परवा दिवशीच्या रात्रीचे बोलणे. दादांचे आपल्यावर खरेखुरे प्रेम आहे, आपल्यासाठी त्यांनी दुसरे लग्न केले नाही, वय असून संसारसुखावर पाणी सोडले; पण त्यांचे प्रेम यापुढे आपल्या मनाचे समाधान करू शकेल का? जुन्या पिढीचा चष्मा नव्या पिढीला लागत नाही. पण तसे म्हटले तर बाप्पा जुन्या पिढीतलेच. ते आपल्याशी समरस होतात. आपण त्यांच्याशी होऊ शकतो. पण दादांच्या बाबतीत तसे होत नाही. बाप्पांच्या 'उपजत, उपभोगात्मक आणि उदात्त' ह्या भेदात या प्रश्नाचे उत्तर सापडेल का?'

बाप्पा दादांना म्हणाले, "तुम्ही कारखाना बंद ठेवला तर गोरगरिबांनी काय करावं?"

दादांनी उत्तर दिले, "मरावं. मी काय करू त्याला? उद्या सुलीच्या लग्नाला दहा-वीस हजार रुपये खर्च लागेल. गोरगरीब काही फंड करून देणार नाहीत. त्या वेळी मला."

नेहमीप्रमाणे 'मला लग्नच करायचं नाही' हे शब्द काही आपल्या तोंडातून बाहेर पडले नाहीत. लग्न करायचे नाही म्हणजे दादांच्याबरोबर राहायचे! बेळगावला त्या लक्ष्मीच्या चित्राकरिता राहिले तर किती टाकून बोलले ते त्याबद्दल. यापुढे आपले आणि त्यांचे कसे जुळणार? पण आजपर्यंत त्यांनी प्रेमाने आपल्याला वाढविले. त्याची फेड–

समोरच्या एका कमळकळीकडे तिने पाहिले. तिला वाटले– हे कमळ चिखलात

आणि पाण्यात उगवते. पण त्याला उमलविते कोण? आकाशातला सूर्य! चिखलाने कमळाला वाढविले म्हणून ते तोडून चिखलात टाकीत नाही कुणी. दादांच्या स्वभावाची आपल्या मनाने चिखलाशी तुलना करावी याचा तिचा तिलाच राग आला. पण लगेच तिचे मन विचार करू लागले. आपल्या आयुष्यातील सूर्य कोण? चित्रकला ही ध्येयदेवता झाली. कमळ हवे तर देवाच्या पूजेला वाहावे. पण ते आधी उमलायला नको का? सूर्य आकाशात उगवला नाही तर कळी उमलणारच नाही. आपली जीवनकलिका–

रमाकांतची आपली पहिली भेट त्या 'बकुल' साप्ताहिकाच्या कचेरीत झाली. तो परिचय त्याने वाढविला. आपण वाढूही दिला. केवळ कथालेखक म्हणून त्याच्याविषयी प्रेम वाटत होते म्हणूनच का आपण त्याच्याकडे जाऊ-येऊ लागलो? परवा रात्रीचे बाप्पांचे शब्द– 'गरिबांना भूक लागते त्याला त्यांनी काय करावे? काम मिळत नाही म्हणून भूक थांबते थोडीच!' दररोज मध्यान्हकाळी प्रत्येकाला भूक लागते– आयुष्याच्या मध्यान्हकाळी तशी तहान लागली तर त्यात नवल काय? तोंडाने 'मला लग्न करायचे नाही' असे आपण म्हणत होतो. पण रमाकांतकडे तारुण्यातली तृषा शांत करणारे अमृत या दृष्टीने आपण पाहिले नसेल काय? दृष्टीने– मनाने– अंतर्मनाने?

पण ते अमृत विष ठरले. सुरंगाविषयीचे त्याचे प्रेम केवळ कलासक्तीचे असेल अशी आपली कल्पना होती. पण आंबोलीचा तो अनुभव! तहान लागली म्हणून दारू प्यायची की काय? रमाकांतची लेखनकला म्हणजे मद्याचा मनोहर रंग, त्याचा सहवास म्हणे मद्याचा उत्तेजकपणा– पण दारू– अमृताची सोडा, पाण्याची जागा तरी भरून काढू शकेल काय?

रमाकांतच्या बाबतीत आपली फसवणूक झाली म्हणूनच विद्याधरकडे आपले मन ओढू लागले. आंबोलीचा तो मधूर सहवास, घाटातला प्रवास आणि काल रात्रीची प्रश्नोत्तरे–

''काळोख पडला तरी बसलात कशाला टेकडीवर?''

''काळोख पडला हे कळलंच नाही मला.''

''अगदी कवीसारखं बोलताय की.''

''कवीच आहे मी. हे काजीचं यंत्र म्हणजे महाकाव्य होईल माझं. इतर काव्यांनी पोटं भरत नाहीत– पण या काव्यानं–''

रमाकांतच्या लेखनकलेइतकीच– किंबहुना त्याहूनही विद्याधरची ही शोधक बुद्धी अधिक आकर्षक नाही का? यंत्राचे चिंतन करता करता स्वत:ला विसरून जाणे हे महत्त्वाकांक्षेचे लक्षण नाही का? रमाकांतपेक्षाही विद्याधर नाव गाजवील उद्या. ज्याच्या यंत्रामुळे कारखान्याला नवे स्वरूप मिळणार त्याला आपली मुलगी द्यायला–

ह्या कल्पनाचित्रात गुंग झालेल्या आपल्या मनाला हसत हसतच ती उठली. विद्याधरच्या खोलीकडे प्रथम जाऊन त्यांच्या प्रकृतीची चौकशी करावी व मग कारखान्यातले काम पाहण्याकरिता जावे असा तिने विचार केला. उन्ह काही अजून म्हणण्यासारखे तापत नव्हते. भाजीने भरलेल्या टोपलीजवळ उभी राहून एक किरिस्तावीण इकडेतिकडे पाहत होती. पाटी डोकीवर चढवायला तिला मदत हवी होती. मन प्रसन्न असल्यामुळेच की काय, सुलोचना तिला हात लावण्याकरिता आपण होऊन पुढे गेली. ती उचलता उचलता चटकन् तिच्या तोंडून उद्‌गार बाहेर पडले, ''अगबाई! किती जड आहे ही पाटी!''

''मासळीची पाटी नाही पाहिलीस अजून?'' ती किरिस्तावीण हसत हसत म्हणाली.

दोन-दोन चार-चार मैलांवरून असली ओझी माणसे डोक्यावरून वाहून आणतात तेव्हा आपणाला मासळी आणि भाजी मिळते. तिच्या मनात आले, ''बाप्पा म्हणतात तेच खरं. कला सुखाकरता आहे. पण आधी भूक, मग सुख!''

ती विद्याधरच्या खोलीपाशी आली. तेव्हा आत कुणीतरी बोलत आहे असे तिला वाटले. ती थबकली आणि ऐकू लागली.

''काल रात्री वस्तू हरवलीय एक माझी.''

''माझीसुद्धा हरवलीय एक.''

''थट्टेनं नाही. खरं सांगते.''

''मी कुठं थट्टा करतोय? माझी हरवलेली वस्तू तू दे म्हणजे तुझी मी देतो.''

पुढे काही ऐकू आले नाही. थोडा वेळ थाबूंन सुलोचना आत गेली आणि तिने कृष्णेकडे पाहिले. ती आपल्याला पाहून लाजली असा तिला भास झाला. विद्याधरकडे तिने विचित्र दृष्टीने पाहिले. जणू काही ती स्वत:लाच प्रश्न करीत होती, हे मद्य आहे की शुद्ध पाणी आहे?

विद्याधरने पाय हळूच उचलला. सुलोचनेने विचारले, ''पाय सुजलाय वाटतं!''

''थोडासा! जाता जाता चुणूक दाखविली त्यानं.''

''त्याला उपाय!''

''कृष्णा पाळ घेऊन आली मघाशीच! उगाळून लावलंय तिनं ते. ती होती म्हणून बचावलो मी काल. नाही तर या वेळेला टेकडीवर पाटीभर राख तेवढी दिसली असती!''

''दादा आले होते का सकाळी!''

''अं हं! ते रागावलेत माझ्यावर!''

''का?''

''फोटोच्या काचा फुटल्या ना माझ्या हातून!''

"या कृष्णेच्या हातूनच फुटल्या ना त्या?"

"हो."

"मग हिचेच फोटो घेऊन टाका पुन्हा!"

"पाय बरा झाल्यावर पाहीन. रमाकांत तरी कुठं येताहेत इतक्यात?"

"ते आले नाहीत म्हणून दादा किती किती बोलले मला."

"माझ्यावरचा राग चुटकीसरशी घालवीन मी आता."

"तो कसा?"

"यंत्र तयार करून दाखवून."

"इतकं नक्की झालं का सारं?"

"हो. कागद दाखवितो तुम्हाला. त्या माझ्या कोटाच्या खिशात आहेत पाहा–"

सुलोचनेने उठून त्याच्या पाठीमागच्या बाजूला असलेल्या खिशात हात घातला. कागद बाहेर काढून तिने ते उघडून पाहिले, कुठले यंत्र न् कुठले काय?

'दृष्टिलाभ.'

लेखक– कृष्णा

आश्चर्य आणि आनंद यांनी तिचे मन भरून गेले. विद्याधरची गंमत करण्याचे ठरवून चटकन घडी करून तिने ते पोलक्याच्या खिशात घातले.

"सापडले की नाही? त्या उजव्या खिशात पाहा." विद्याधर मागे पाहत म्हणाला.

सुलोचना त्याच्या उजव्या खिशातील कागद घेऊन आली. काही चिटोऱ्यांवर पेन्सिलीने काढलेल्या आकृती होत्या. त्यांच्याकडे पाहत ती उद्‌गारली, "या वेड्यावाकड्या रेघोट्यात काय समजणार मला?"

"तुम्ही तरी दुसरं काय करता? वेड्यावाकड्या रेघोट्याच काढता की–"

"पण त्यातून आनंद जन्माला येतो."

"अन् यातून येत नाही का?" चित्रकलेचे सौंदर्य सेवन करून धुंद झालेली आपली दृष्टी सुलोचनेने कागदावरील यंत्राच्या त्या आकृतीकडे वळविली. सुंदर मनुष्य आणि भयंकर भूत यांच्यात जेवढे अंतर तेवढेच चित्रात आणि यंत्रात आहे असे तिला वाटले.

विद्याधरने विचारले, "उन्हातून पाच-दहा मैल पायी चालण्यापेक्षा मोटारीतून जाणं बरं वाटतं की नाही?"

"हो."

"तो आनंद असल्या वेड्यावाकड्या रेघोट्यांतूनच उत्पन्न झाला नाही का?"

सुलोचनेने कौतुकाने त्याच्याकडे पाहिले. तोही अभिमानाने तिच्याकडे पाहत

होता. त्यांच्यापुढे चहाचे पेले आणून ठेवताना वत्सलेच्या मनात मात्र निराळेच विचार आले. सुलोचनेचे चित्र अथवा विद्याधरचे यंत्र याचा आनंद कुणाला? त्यांच्यासारख्या माणसांना. गोरगरिबांना त्याचा काय उपयोग? कला आणि बुद्धी नक्षत्रांसारखी असली तर त्यांचा सर्वांना आनंद. आज ती राजवाड्यातील जडजवाहिरासारखी आहेत. घरी जाताना सुलोचनेने खिशातील कागद काढून ती गोष्ट वाचायला सुरुवात केली.

दृष्टिलाभ
लेखक– कृष्णा

गोष्टीचे कथानक असे होते– एक सुरूप नवरा आपल्या कुरूप बायकोशी कठोरपणाने वागतो. पुढे देवी येऊन त्याचे डोळे जातात. आंधळेपणा आल्यावर बायकोचे त्याच्यावरचे प्रेम कमी होण्याऐवजी वाढतेच. त्यामुळे त्याच्याही मनात तिच्याविषयीही प्रेम उत्पन्न होते. तो म्हणतो, 'माझे चर्मचक्षू गेले; पण प्रेमचक्षू मिळाले!'

गोष्ट वाचून होताच सुलोचना स्वत:शीच म्हणाली, 'अस्सं काय! बरीच आतल्या गाठीची दिसतेय स्वारी. ही गाठ युक्तीनं सोडवीन तरच नावाची सुलोचना!'

स्वत:शीच हसत ती खिडकीकडे गेली. काजीच्या भट्टीतून धुराचे ढग बाहेर पडत होते. क्षणभर ते आकाशातल्या ढगांप्रमाणे वाटत. पण लगेच हवेतल्या हवेत ते नाहीसे होत. रमाकांतविषयी आपल्याला वाटलेले आकर्षण या धुराच्या लोटासारखे होते असे तिच्या मनात आले. तिने आकाशात दूरवर पाहिले. एक निळसर मेघ तिला दिसला. ती टक लावून पाहू लागली. त्या मेघांच्या पडद्याआडून विद्याधर डोकावून पाहत आहे, असा तिला भास झाला.

ऊन-चांदणे

***

संध्याकाळी सुलोचना आली तेव्हा तिच्या हातात कॅलेंडरसारखे काहीतरी दिसले. त्याने हसत हसत विचारले, ''कसलं कॅलेंडर आहे हे?''

''नव्या वर्षाचे!''

''कधी सुरू होणार हे वर्ष? परवा फाल्गुनी पौर्णिमेला?''

''अं हं! आज!''

''आज सुलोचना शके चित्रनाम संवत्सरे–''

''तसं नाही. विद्याधर शके–''

''शककर्ता होण्याइतका काय पराक्रम केलाय बुवा मी!''

''अर्जुनाखेरीज दुसऱ्या कुणाच्याही हातून घडला नाही तो. एवढे मोठे शिवाजी महाराज! पण त्यांनासुद्धा साधलं नाही ते काम.''

विद्याधर बुचकळ्यात पडला. त्याने विचारले, ''हा पराक्रम मागच्या जन्मीचा की याच जन्मातला?''

''अगदी याच! कामापूरला येऊन केलेला!''

''काजीचं यंत्र!''

''छट्! यंत्र काय हजारो लोक शोधून काढतात? एडिसन, मार्कोनी–''

''काही लक्षात येत नाही बुवा?''

''लहानपणी नाटकात काम केलं होतं का कधी!''

''नाही. हौस होती मोठी. पण धीर होत नसे काही केल्या!''

''ती हौस फेडून घेतली वाटतं? पण सोंग घ्यायचं तर पुरुषाचं तरी घ्यायचं हो पण स्त्रीपार्टची हौस राहून गेली असेल लहानपणी.''

विद्याधर सारे नकळल्यावर घालीत आहे, असे वाटून सुलोचनाने हातातून

आणलेले चित्र उघडले व त्याच्या हातात दिले. भाताच्या मळ्यातले चित्र होते ते! एक मेरेवर एक शेतकरी पेरलेल्या कुणग्याकडे पाहत उभा होता. त्याच्या जवळच उडणाऱ्या कबुतरांकडे पाहत असलेला एक पांढरपेशा गृहस्थ काढला होता.

''सुंदर चित्र!'' विद्याधर उत्तरला.

''तुमचं!''

''चोराची पावलं चोराला ओळखतात!''

''म्हणजे दोघेही चोर झालो आपण!''

''मी तर आहेच!''

''ती कशी?''

सुलोचनेने 'दृष्टिलाभा'चे कागद त्याच्या हातात देत म्हणाले, ''हे कागद सकाळी खिशातून नेले होते मी!''

''आणि मी कसा चोर?''

''कृष्णा हे आपलं नाव आहे हे माझ्यापासून चोरून ठेवलंत म्हणून.''

''मी नाही लिहिली ती गोष्ट!''

''मग कुणी? त्या कृष्णेनं?'' खो खो करून हसत सुलोचनेने प्रश्न केला.

'कृष्णेनेच' हे उत्तर विद्याधरच्या अगदी ओठाशी आले होते, पण सुलोचनेला ते खरेसुद्धा वाटणार नाही, असे मनात येऊन तो स्तब्धच राहिला.

''कसं पकडलं?''

''चोराला नाही, संन्याशाला!''

''संन्याशी चोऱ्या करीतच नाही की काय?''

विद्याधर तिला उत्तर देणार होता. इतक्यात कारखान्यातून परत येणारी कृष्णा दिसली त्याला. ती खोलीत येताच तो म्हणाला, ''कृष्णा, पाहिलंस का हे चित्र?''

मोलकरणीला चित्र दाखवून तिचा अभिप्राय घेणारा विद्याधर सुलोचनेला विलक्षणच वाटला. कृष्णा ते चित्र पाहण्यात तल्लीन झाली तेव्हा तर तिच्या आश्चर्याला सीमाच राहिली नाही.

काळोख पडू लागलेला पाहून सुलोचना म्हणाली, ''जाते मी आता. नाही तर लगेच कुणाला तरी शोधायला पाठवतील दादा. दीपमाळेच्या कठड्यावर जाऊन मी बसते ना? त्यामुळे अशी धुकधूक होते त्यांच्या पोटात! अन् कालपासून तर काळोखाचं भयच वाटायला लागलंय सगळ्यांना.'' खुर्चीवरून उठता उठता तिने विचारले, ''गडीबिडी पाठवून देऊ का सोबतीला?''

''काही नको. कृष्णा राहील की! नाही तरी घरी एकटीच असते ती.''

सुलोचना निघून गेल्यावर 'दृष्टिलाभा'चे कागद वत्सलेच्या हातात देत विद्याधर म्हणाला, ''हे घे कागद. सकाळपासून अगदी करमत नव्हतं तुला!''

"सुलूताईंना सांगितलंत की काय–"

"ती कुठं तयार आहे ऐकायला? तिनं मलाच कृष्ण बनविलंय."

वत्सलेची हसता हसता पुरेवाट झाली. विद्याधर पुढे म्हणाला, "मीही आनंदाने बनलो. खरंच कृष्णा, कालपासून मला वाटायला लागलंय– तुझं माझं जवळचं नातं आहे काहीतरी!"

वत्सला दिवा लावण्याकरिता काडी ओढीत होती. काडी जळत येऊन बोटाला चटका बसला तरी तिचा हात काही वातीकडे गेला नाही. तिने दुसरी काडी ओढली, दिवा लावला आणि तो टेबलावर ठेवून ती खिडकीजवळ उभी राहिली; अगदी करकरीत तिन्हीसांज झाली होती. यावेळी लक्ष्मी घरात येते असे लहानपणी तिने ऐकले होते. आपल्या मनाचे दरवाजेसुद्धा तिच्याकरिता उघडण्याचा ती प्रयत्न करू लागली.

"कृष्णा, तुझ्याइतकी हुशार मुलगी पांढरपेशांतसुद्धा मिळणार नाही!"

"हुशारी घेऊन काय करायचीय? रूप कुठं आहे मला?"

"रूप!" विद्याधर हसून उद्गारला– "फळांचा रंग पाहतात; फुलाचा नाही!"

थोडा वेळ स्तब्ध राहून विद्याधर म्हणाला, "कृष्णा, माझ्या प्रश्नांची उत्तरं न लाजता देशील?"

वत्सलेने होकारार्थी मान हलविली.

"तुझ्या नवऱ्याला तू आवडत होतीस का?"

"आवडत असते तर इथं कशाला आले असते?"

"सुखानं संसार करावा असं वाटत नाही तुला?"

"मी मनुष्यच आहे!"

"मग–"

विद्याधर पुढे बोलला नाही. पण त्याच्या स्वरावरून आणि दृष्टीवरून त्याचा भावार्थ वत्सलेने ओळखला. तिने समोर पाहिले. खिडकीतून आकाशाचा थोडासा भाग दिसत होता. त्या भागातील दोन चांदण्या डोळे मिचकावून तिला म्हणत होत्या, 'वेडे, अमृतानं भरलेल्या प्याला विद्याधर तुझ्या हातात देत आहे, तो भिरकावून देऊ नकोस.'

त्या चांदण्यांप्रमाणे तिच्या अंतःकरणात आशा नाचू लागल्या. विद्याधरचा प्रेमळ स्पर्श, त्याच्या बाहुपाशात येणारी आनंदमय निद्रा, चिमण्या मुठी वळवून मांडीवरून टक लावून पाहणारी तिची चिमुकली प्रतिमा– विद्याधरकडे पाहायचा तिला धीरच होईना. खिडकीतून दिसणाऱ्या एका भव्य वृक्षाकडे तिची नजर गेली. त्याच्यावरील पाखरांचा किलबिलाट आता थांबला होता. तिच्या डोळ्यापुढे घरट्यात चोचीला चोच लावून निजलेले पक्ष्यांचे जोडपे उभे राहिले. पक्षिणीच्या कुशीत उबेत

निजलेली एक-दोन चिमणी पिले– डोळे मिटून हे चित्र विसरण्याचा ती प्रयत्न करू लागली. इतक्यात लांबून कुठून तरी आलेले वासरांचे 'हम्मा' असे हंबरणे तिच्या कांनावर पडले. लुचायला जाण्याकरिता दाव्याशी धडपडणाऱ्या लाडक्या वासराची मूर्ती तिच्या मिटलेल्या डोळ्यांपुढे उभी राहिली. तिला वाटले– खरेच; जीवनाला आधार हवा. आकाशाच्या पोकळीत फिरणारे हे ग्रह! यांनासुद्धा एकमेकांचे आकर्षण आहे. समोरचा हा भव्य वृक्ष! धरणीने आपल्या हृदयात त्याची पाळेमुळे घट्ट धरून ठेवली आहेत म्हणूनच तो डौलाने डुलतो. तिच्या हृदयात आधार नसता तर– मघाशी हंबरणाऱ्या त्या वासराची आई! त्याच्याकरिता तिला पान्हा फुटतो. वासरू नसले तर ती पान्हा सोडील का? ग्रहांचे तेज, वृक्षांची सावली, गाईचे दूध हे सारे जगाचे जीवन आहे. पण जग या जीवनाचा आधार आहे का? छे!

तिने मागे वळून पाहिले. विद्याधर तिच्याकडे टक लावून पाहत होता. क्षणभरच तिला वाटले– एकदम धावत जावे आणि त्याच्या खांद्यावर मान ठेवून अश्रू ढाळीत आपले हृदय हलके करावे. पण लगेच तिच्या मनात आले– जगात विद्याधर आणि आपण दोघेच आहोत का? विद्याधर आणि आपल्यामध्ये रमाकांत उभा आहे. पण रमाकांत आणि सुरंगा यांच्यामध्ये आपण नव्हतो का? आपल्याला दूर लोटूनच रमाकांत सुरंगाकडे धावला नाही का? मग आपण विद्याधरवर प्रेम केले, तर त्यात कसले पाप आले आहे?

पाप असेल नाही तर नसेल; पण बाप्पांची एकदम तिला आठवण झाली. टेकडीवरचे त्यांचे व विद्याधरचे भाषण तिच्या कानांत घुमू लागले. कामापूरला पहिल्याने ऐकलेल्या आणि अनुभवलेल्या साऱ्या गोष्टी तिच्या डोळ्यांपुढे नाचू लागल्या. पुन्हा पांढरपेशा वर्गात जाऊन पडायचे? नवऱ्याच्या जिवावर चैन करीत जन्म घालवायचा? 'कृष्णा' ही आपली एखाद्या नाटकातली भूमिकाच होती की काय? बाहेर चांदणे पसरले होते. पण तिला मात्र आपल्या हृदयात जिकडेतिकडे काळोखच दिसू लागला.

"बाप्पा कधी येणार?" तिने बाहेर पाहतच विद्याधरला प्रश्न केला.

"नक्की ठाऊक नाही काही. पण रेडा मारू नये असा बंदीचा हुकूमच घेऊन येतील ते!"

"हा रेडा कारखान्याच्या उपयोगी पडला चांगला!"

"कसा?"

"त्याच्या निमित्ताने बाप्पांना बाहेर काढलं इथून दादांनी?"

"ते का?"

"मजुरी कमी करायची होती म्हणून! बाप्पांनी सुलूताईंना पुढं काढलं. दादांनी रेड्याला–"

"सुलोचना ही तुलना ऐकेल तर–"

"तुलना कसली? मुलीच्या हट्टापुढं दादा नमतं घेतील, अशी बाप्पांची खात्री होती. आणि रेड्याला वाचविण्याच्या नादात बाप्पा सारं विसरून जातील हे दादांना–"

"पण चार दिवस बाप्पा दूर गेले म्हणून काही–"

"ते या मजुरांच्या मनातून उतरावेत अशीच युक्ती आहे ही!"

"म्हणजे?"

"रेडा बळी दिला नाही तर देवी कोपेल असं या अडाणी लोकांना वाटतंय. बाप्पांनी बंदीचा हुकूम आणला की, हे सारे लोक उलटतील त्यांच्यावर!"

"पण देवीचा कोप दिसायला नको का?"

"आधीच दिसायला लागलाय तो!"

"कुठं?"

"देवीनं दोन-तीन मुलं गेली आमच्या आवाठात!"

"दादा एक अक्षरसुद्धा बोलले नाहीत माझ्याकडे."

"ते कशाला बोलतील? कारखान्यातली मजुरी कशी कमी करता येईल हे ते पाहणार. गावातली माणसं मरेनात देवीनं. यांना काय त्याचं? वेंगुर्ल्याचा डॉक्टर चार घटकांत येऊन उभा राहतोय यांच्या दारात!"

"पण सगळ्या लोकांना देवी टोचल्या तर–"

"टोचून कोण घेणार?"

"का?"

"टोचलं की देवी रागावते अशी!"

"छान! मला कल्पनासुद्धा नव्हती ही–"

"असणार कुठून?"

"याच गावात राहतोय की मी?"

"गावात राहून नाही ह्या गोष्टी कळणार! या लोकांमध्ये त्यांच्यासारखं होऊन राहिलं तर–"

"बाप्पा त्यांच्यासारखेच झाले आहेत की, पण त्यांना तरी कुठे आहे ही कल्पना?"

"बाप्पा पडले गांधींचे भक्त. त्यांच्या दृष्टीनं आमच्या आवाठात देवांची दाटी झालीय नुसती!"

"देवांची?"

"हो, दरिद्रनारायण आणि त्यांच्या लक्ष्मी!"

"खोटं का आहे हे?"

"अर्धं खरं आहे. गरिबी खरी आहे. पण नारायण कुठं आहे?"

विद्याधर वत्सलेकडे विस्मयाने पाहू लागला. दादांच्या तोंडून त्या कामकरी लोकांची निंदा त्याने अनेकदा ऐकली होती. आळशी, कामचुकार, ऐतखाऊ, चोर इत्यादी पदव्यांची खैरात त्याच्यासमोर कारखान्यात अनेकदा होई. बाप्पांशी बोलताना अगदी विरुद्ध गोष्टी त्याला ऐकायला मिळाल्या होत्या. दादांच्या दृष्टीला राक्षस वाटणारे लोक बाप्पांना देव दिसत. कामकऱ्यांना उद्योगी, प्रामाणिक, दयाळू वगैरे विशेषणे बाप्पा अगदी सढळपणाने बहाल करीत, दादा व बाप्पा यांची भाषणे ऐकून विद्याधरला एकच प्याल्यातील डॉक्टर-वैद्यांच्या झगड्याची आठवण झाली होती. त्यांच्यापैकी खरे कोण आणि खोटे कोण हे ठरविणे अशक्य आहे. म्हणून त्याने त्यांच्या बोलण्याचा अधिक विचारच केला नव्हता.

वत्सलेच्या बोलण्याचे आश्चर्य वाटत असतानाच विद्याधरच्या लक्षात आले, कृष्णा देवीची साथ असलेल्या भागातच राहत आहे. त्याचे मन चरकले. त्याने एकदम विचारले, "तू का टोचून घेत नाहीस?"

"पाण्यात राहून माशांशी वैर कसं करायचं?"

"मग पाण्याबाहेर यावं!"

"कशाला? तडफडून मरायला?"

तिच्या या मार्मिक टोमण्याचे विद्याधरला कौतुक वाटले. पण लगेच गंभीर मुद्रा करून तो म्हणाला, "खाऱ्या पाण्यातली मासळी गोड्या पाण्यात जगते, नाही का?"

वत्सला स्तब्ध राहिली. पृथ्वीप्रदक्षिणा करून मनुष्य पुन्हा मूळ जागीच येतो त्याप्रमाणे विद्याधरचा हा प्रश्न तिला वाटला. तिनं खिडकीतून बाहेर पाहिले. रात्रीचा अंधार चांदण्याने उजळला होता. तिला वाटले– आयुष्यातील एकलकोंडेपणा हाही या अंधारासारखाच नाही का? पलीकडे कुणाच्या तरी घरी लावलेल्या फोनोग्राफवरून गाणे ऐकू येऊ लागले–

'प्रेमभावे जीव जगि या नटला ।
एकचि रस प्याला ॥'

त्या एका रसाच्या लहरी वत्सलेच्या हृदयात उचंबळू लागल्या. मामा, मामी, मामेबहिणी, रमाकांत, काशी, आपल्याशी निकट संबंध आलेली सारी माणसे आपल्या हृदयापासून दूर– फार दूर– आहेत याची जाणीव तिला अत्यंत तीव्रतेने झाली. हृदयाच्या पतंगाने जगाच्या अफाट अंतराळात नाचायचे, तर त्याला मागे ओढून धरणारा कुणी नको का? तिने स्नेहपूर्ण दृष्टीने विद्याधरकडे पाहिले. हिरव्या चाफ्याच्या वायुलहरीवरून वास यावा त्याप्रमाणे तिच्या नजरेतील स्निग्धता त्याला

कळली. तो मृदू स्वराने म्हणाला, ''कृष्णा, उद्याच्या उद्या टोचून घेण्याची व्यवस्था करू या तुझी!''

''नाही घेतलं तर–''

''तर–'' विद्याधरच्या स्वरातील कंपाने तिच्या हृदयाच्या तारा छेडल्या.

''तर काय? मला देवी येतील!''

''अशुभ बोलू नये माणसानं!''

''फार तर मरेन मी! आयतं बरं होईल.''

''कृष्णा, कृष्णा...''

''मी मेले म्हणून जग थोडंच बुडणार आहे?''

''माझं जग तरी बुडेल!''

''मी मेले तर माझी आठवण होईल तुम्हाला?''

विद्याधरच्या डोळ्यांत पाणी उभे राहिले. एवढा पुरुषासारखा पुरुष! जिवाणू चावले तरी त्याच्या मुद्रेवर भीतीचा लवलेशसुद्धा दिसला नाही. पण स्वतःच्या मरणापेक्षा आपल्या मरणाचे दुःख त्याला अधिक होते. असे का? वत्सला रमाकांतपाशी जे प्रेम मागत होती ते लाभल्याची तिला खात्री झाली. विद्याधरजवळ जावे आणि त्याच्या डोळ्यांतील पाणी आपल्या पदराने पुसावे म्हणून ती वळली देखील. सुलोचनेने मघाशी आणलेले ते चित्र एकदम तिला दिसले.

शेतकरी आणि चित्रकार!

पेरलेले धान्य खाणारी कबुतरे आणि उडून जाणारी कबुतरे!

त्याच्या डोळ्यांतील पाणी तिच्या हृदयाची आग शांत करीत होते. या प्रेमाची फेड कशी करायची?

कुणीतरी दार ठोठावले, वत्सला लगबगीने ते उघडण्याकरिता गेली. दार उघडताच तिची नजर काशीवर पडली. काशी कर्कश स्वराने ओरडली, ''अगदीच ताळ सोडलास तू पोरी! काळोख पडला तरी पत्ता आहे का तुझा? मी आपली दारात वाट बघत बसलेय! कंटाळून गेला अगदी सोन्या. त्याला पलीकडल्या आवाठात नेऊन निजविला–''

''पलीकडल्या?'' वत्सलेच्या तोंडातून उदगार निघून गेला.

''हो. आठ आण्याचं कुलूप तर फोडायचं नाही? इतका वेळ कशाला गं राहिली इथं पोरी?''

''पाय सुजलाय त्यांचा.'' वत्सला हळूच म्हणाली.

''गडीमाणसं मेली वाटतं कारखान्यातली?''

काशीच्या तोंडाच्या तोफेपुढे कारणांचे तट फार वेळ टिकाव धरणार नाहीत, हे वत्सलेने ओळखले. दादांच्या घरी जाऊन विद्याधरच्या सोबतीला गडी पाठविण्याची

तिने व्यवस्था केली व ती काशीबरोबर घरी जायला निघाली. चांदणे अगदी पिठासारखे पडले होते. दिवसा बेढब दिसणारी मातीची घरेसुद्धा जणू काही चांदण्याच्या जादूने मोहक बनली होती. विद्याधरशी मघाशी झालेला संवाद वत्सलेला या चांदण्यासारखाच भासला. काशी– काशीचे घर– मुलाला देवी आल्या तरी त्याला तडपडत मरू देणाऱ्या मजुरांच्या बायका– या साऱ्या गोष्टी तिला उन्हासारख्या वाटल्या. सृष्टीप्रमाणे मानवी जीवनातही ऊन हवं आणि चांदणं हवं. तिला रमाकांतची आठवण झाली. या चांदण्याच्या जादूमुळेच तो सुरंगावर लुब्ध झाला नाही का? आपण उन्हासारख्या! जन्मापासून त्याच्या डोळ्यांना उन्हाची सवय नव्हती, मग ते पाहिल्यावर त्याने डोळे मिटून घेतले यात नवल कसले? ऊन आणि चांदणे यांचा संगम– पण सृष्टीत तरी तो कुठे होतो? तिने आकाशातील चंद्राकडे पाहिले. जणू काही ती रमाकांतला सांगायचा संदेशच त्याला सांगत होती.

याच वेळी रमाकांत हा वत्सलेची आठवण काढून बुधगाव स्टेशनवर चंद्राकडे पाहत उभा होता. तो व सुरंगा बेळगावला परत आली तेव्हा मुंबईचा शिक्का खाऊन आलेले सांगलीचे एक पत्र त्याची वाट पाहत होते. त्याने पत्र फोडून वाचले. वत्सलेच्या मामांचे पत्र होते ते! कुठल्या तरी वर्तमानपत्रात त्यांच्या नावाने आलेला वत्सलेचा गृह्यसंस्कार त्यांना अलीकडे कुणीतरी दाखविला होता. तो वाचून ते थक्कच झाले. वत्सला आपल्याकडे आलीच नाही असे त्यांनी पत्रात स्पष्ट लिहिले होते. या पत्राचा खुलासा करण्याकरिता रमाकांत सांगलीला आला होता व आता मेलने मुंबईला चालला होता. बिचारे डॉक्टर मामा त्यांच्याकडे न आलेल्या वत्सलेच्या मरणाची हकीगत त्याला कुठून सांगणार? त्यांनी कानांवर हात ठेवून त्याची बोलवण केली.

सुरंगा बेळगावला असताना मुंबईकडे जाणारी मेल रमाकांतला– खरे म्हटले तर– शत्रुपक्षाची वाटावी! पण बुधगाव स्टेशनवर तो तिचीच वाट पाहत उभा होता. त्याला सुरंगा हवी होती. पण तिचे ते कुणापासून तरी झालेले पोर नको होते! त्याला कोकिळेचे जीवन हवे होते; पण ते तिचा मूर्खपणा वगळून! कोकिळा गोड गळ्याने गाता गाता कावळ्याची अंडी उबविते. त्याला वाटले– सुरंगा त्या पोराला अशीच आपल्या गळ्यात बांधीत आहे.

स्टेशनवर फेऱ्या घालता घालता बेळगावचा संध्याकाळचा तो प्रसंग त्याला आठवला. सुरंगाने विचारले, 'माझ्यावर तुमचं खरंखुरं प्रेम आहे ना?'

'प्रेमाच्या कागदावर सरकारी शिक्का छाप बसल्यानंतर सुद्धा–'

सुरंगाने डोळे वटारले, फुललेल्या बटमोगऱ्यांप्रमाणे मोठे गमतीदार दिसत होते ते!

'प्रेमासाठी मनुष्य काय वाटेल ते करतं ना?'

आपण गडकऱ्यांच्या ओळी मोठ्या गंभीरपणाने तिला म्हणून दाखविल्या :

'प्रेमासाठी, रामासाठी सीता वनवासी ।
वृंदेस्तव हरि स्मशानातला वृंदावनवासी ॥
रघुवीरांनी जलनिधिवरती पर्वत नाचविले ।
सांग कोणते संकट दुसरे याविण ओढवले ॥
का ब्राह्मणपद बादशहाला राणी मस्तानी ।
का धर्मावर लाथ मारिली पंडितरायांनी ॥ '

सुरंगा हसत हसत म्हणाली, 'समुद्रावर पर्वत नाचविण्याइतकं काही कठीण नाही माझं काम!'

'पण थोडं तरी कठीण आहे!'

तिने होकारार्थी मान हलविली.

'म्हणजे मोत्यांचा दागिना नको! हिऱ्यांचा हवा!'

'अं हं! मीच हिरा देते तो सांभाळावा!'

तिने एक फोटो काढून आपल्या हातात दिला. लगेच ती त्या मुलाला आत घेऊनही आली. रूपाने छान होता तो. पण त्याला पाहताच मत्सराचा बाण आपल्या हृदयात घुसला. सुरंगाच्या पूर्वीच्या प्रियकराची– त्याच्या छोट्या प्रतिमेची मी पूजा करायची! ती का म्हणून? ती मला वश झाली ती माझ्यावर प्रेम जडले म्हणून नव्हे! तर त्या पोराचा चांगला सांभाळ करणारा मनुष्य पैदा करण्याकरिता! मन असे वाटेल त्या जिवावर जडविता येते काय?

येत असते तर?

तर वत्सलेवर मी प्रेम केले असते का?

वत्सला? कुठे असेल ती या वेळी?

त्याने चंद्राकडे पाहिले.

वत्सलाही याच वेळी चंद्राकडे पाहत होती.

❖

उन्हाळ्यातील पूर

***

दोन-तीन दिवसांत विद्याधरच्या पायाची सूज बरीच उतरली. त्याला साधारण चालता येऊ लागले. त्याला सर्वांत आश्चर्य वाटले ते कृष्णेचे. या दोन-तीन दिवसात ती एकदासुद्धा त्याच्या खोलीकडे फिरकली नाही. आपण तिच्याविषयी स्नेहभाव व्यक्त करताना फार वाहवलो म्हणून ती रागावली नसेल ना. अशीही शंका त्याला आली. तो कारखान्यापर्यंत हळूहळू चालत गेला. पण तिथे कामाला आलेली कृष्णा काही त्याला दिसली नाही. दादा मात्र प्रसन्न मुद्रेने म्हणाले, ''दोन दिवस भार घालू नका पायावर. जडावेल उगीच!''

त्या फोटो-प्रकरणापासून दादा त्याच्यावर रागावलेच होते. त्यामुळे त्यांच्या वृत्तीतील हा बदल त्याला आश्चर्यकारक वाटला. पण नंतर त्याच्या लक्षात आले– सकाळ-संध्याकाळ येऊन आपल्याशी हसत खेळत बसणारी सुलोचना! तिनेच कळ फिरवलीय त्यांच्या मनाची! एरवी दादांच्या कारंज्यातून हास्यतुषार बाहेर पडणे शक्यच नव्हते!

अजून दादांनासुद्धा न दाखविलेले लक्ष्मीचे चित्र तिने विद्याधरला आपल्या चित्राच्या खोलीत नेऊन दाखविले. अजून अपुरेच होते ते. त्याच्या पुढच्या गोष्टीतील प्रसंगाचे चित्र काढण्याची इच्छाही तिने दर्शविली तेव्हा मात्र विद्याधरला काही केल्या हसू आवरेना. तिने विचारले, ''हसता का? इतकी का वाईट चित्रे काढते मी?''

''चित्रं छान असतात तुमची. पण गोष्ट–''

''गोष्ट काय, हां हां म्हणता लिहाल तुम्ही. आता दोन दिवस पडूनच राहिलं पाहिजे तुम्हाला. लिहा की एक छानदार गोष्ट!''

''स्फूर्तीवाचून नाही लिहिता येत मला!'' त्याने हसून सांगितले.

"कुठं आहे ही स्फूर्ती?"

"दोन-तीन दिवसांत दर्शन दिलं नाहीन् तिनं मला!"

"परत केव्हा येईल?"

"कुणाला ठाऊक? कदाचित कधीच येणार नाही!"

सुलोचनेने 'काहीतरी बोलता झालं,' असं मानेने दर्शविले.

त्या दोन-तीन दिवसांतल्या गावातल्या गमतीच्या घडामोडीही सुलोचनेकडून विद्याधरला कळल्या. रेडा बळी द्यायचा नाही असा हुकूम बाप्पांनी पाठवून दिला. गावकऱ्यांनी देवीला अंवसरी आणि प्रसादी विचारले, 'रेडा दिला नाही तर मी सबंध गाव जाळून टाकीन.' असे देवीने सांगितले. भयभीत झालेला भक्तगण काही करून रेडा बळी द्यायचाच असा बेत करू लागला. शेवटी दादांना बाप्पांच्या आड राहून उद्या सकाळी पोलीस पार्टी इथे येईल अशी व्यवस्था करावी लागली. आज पौर्णिमा! उद्या रेडा बळी द्यायचा! पण पोलीस आले की अंवसर आणि प्रसाद जागच्या जागी थंड होणार!

या सर्व गोष्टी ऐकताना विद्याधरच्या मनात मधूनच येई– कृष्णेला देवीबिवी तर आल्या नसतील ना? एकदा तर सुलोचनेलाच तिच्याविषयी चौकशी करायला सांगावे असे त्याच्या मनात आले. पण ते आपल्यालाही वाईट आणि कृष्णेलाही वाईट म्हणून तो गप्प बसला.

रात्री त्याच्या सोबतीला असणारा गडीही जत्रेतली पालखी आणि दारूकाम पाहण्याकरिता निघून गेला. विद्याधरचे मन अगदी अस्वस्थ झाले. कृष्णेने आपल्या त्या दिवशीच्या बोलण्याचा विपरीत अर्थ घेतला असला तर, काही करून तिची गाठ घेतलीच पाहिजे. अजून त्याला झपझप चालते येत नव्हते तरी तो काठी घेऊन बाहेर पडला. पौर्णिमेच्या या प्रशांत चांदण्यात चालताना त्याला विलक्षण आनंद वाटू लागला. अर्धीअधिक वाट चालून गेल्यावर त्याच्या लक्षात आले– कृष्णा बहुतेक जत्रेला गेली असावी. तिच्या घरात तो सोन्या आहेच की. जत्रा म्हटल्यावर लहान मुले काय गप्प बसतात?

निराशेने तो काशीच्या घरापाशी आला. दार उघडे होते. आत दिवा दिसत होता. त्याने हाक मारली, "कृष्णा–"

वत्सलेने दारातून डोकावून पाहिले. लगेच ती आत गेली व हातात एक वही आणि पत्र घेऊन बाहेर आली.

विद्याधरने विचारले, "काशी कुठे आहे?"

"जत्रेला गेलीय."

"सोन्याला घेऊन?"

"सोन्या कसला जातोय जत्रेला!"

"का?"
"तापाने फणफणलाय तो!"
"ताप?"
"हो. देवीचाच. तोंडावर चार-चार पुळ्या दिसताहेत!"
"मला वाटलं तू विसरलीस मला!"
"विसर कुणाला पडतो?"
"प्रेम नसलेल्या मनुष्याला!"
"मी काही तशी नाही!"
"खरंच?"
"खरचं! माझं तुमच्यावर प्रेम आहे."
"कृष्णा–" तिच्याजवळ जाऊन विद्याधरने हाक मारली.
"मला नाही ना तुम्ही विसणार?"
"जवळ असलेल्या मनुष्याचा विसर पडतो का कधी?"
"मी जवळ कशी राहणार तुमच्या?"
"म्हणजे?"
"तुम्ही उत्तर ध्रुवावर! मी दक्षिण ध्रुवावर! पण इतकं दूर असूनही वर्षातून एक दिवस तरी तुमची मला आणि माझी तुम्हाला आठवण होईल."
"कुठला दिवस तो?"
"भाऊबिजेचा!"
"कृष्णा– कृष्णा–"
त्याच्या हातात ते पत्र व वही देत वत्सला म्हणाली, "घरी जाऊन हे सारं वाचा. तोंडानं जे सांगता येणार नाही ते यात आहे!" लगेच त्याच्या पायाकडे दृष्टी जाऊन तिने म्हटले, "किती निर्दय बहीण आहे मी! तुमच्या पायाची चौकशीसुद्धा केली नाही!"
आतून सोन्याने कण्हत कण्हत हाक मारली, "मा-व-शी!"
वत्सला आत जायला वळली.
"सोन्याला औषध कुणाचं?"
"औषध द्यायला काशी तयार नाही!"
"का?"
"देवीचा कोप होईल म्हणून!"
"त्याची शुश्रूषा कोण करतंय?"
"दुसरं कोण करणार? मी! त्यानं ध्यास घेतलाय आईचा! पण–"
"त्याच्या संसर्गानं तुला देवी आल्या तर?"

"तुम्ही माझी सेवा कराल.''

"कृष्णा! थट्टेची गोष्ट नाही ही! भयंकर सांसर्गिक रोग आहे हा! तुझ्यासारख्या प्रेमळ बहिणीचा त्याला उघड्या डोळ्यांनी बळी देऊ की काय मी?''

"मी बळी गेले तरी ओवाळणी चुकणार नाही भाऊबिजेची! मृत्युपत्रात लिहून ठेवीन!''

पुन्हा 'मावशी' म्हणून आतून हाक आली.

वत्सला आत गेली.

विद्याधर अंगणाच्या पायऱ्या उतरणार इतक्यात एक इसम त्या पायऱ्या चढू लागला. दारूचा भयंकर भपकारा आल्यामुळे विद्याधरने तोंड फिरविले.

"कोण रे तू?'' दारुड्याने विचारले.

विद्याधर स्तब्ध राहिला. काशीच्या घरी कुणीच पुरुष नाही हे त्याला ठाऊक होते. त्याला वाटले– हा रस्त्याने जाणारा कुणी दारुड्या असावा.

"तू-तू- तुळशीकडे आलास होय? थांब, टक्कुरच फोडतो तुझं–''

इतक्यात वत्सलेने बाहेर येऊन दरडावणीच्या स्वरात हाक मारली, "सावळ्या–''

दारुड्या जागच्या जागी थबकला. त्याने विद्याधरकडे बोट दाखवून विचारले, "कोण हे?''

"माझे भाऊ!''

"भाऊ! हा: हा:! भाऊ रात्री चोरून येतो बहिणीला भेटायला? हा: हा: हा:!''

वत्सला विद्याधरला म्हणाली, "चला तुम्ही–''

विद्याधर सावळ्याकडे तिरस्काराने पाहत तिथून निघून गेला.

बिऱ्हाडी येईपर्यंत विद्याधरचा पाय दुखू लागला होता. पण त्याची त्याला शुद्धच नव्हती. आत येताच त्याने बारीक करून ठेवलेला दिवा मोठा केला आणि प्रथमत: पत्र वाचले.

प्रिय बंधू विद्याधर,

'तुमच्याइतके प्रेम करणारे मनुष्य उभ्या आयुष्यात मला मिळाले नाहीत. म्हणूनच माझे मन मी आज तुमच्यापाशी उघड करीत आहे. इतके दिवस काही गोष्टी मी तुमच्यापासून लपवून ठेवल्या, त्याची क्षमा करा.

प्रख्यात कथालेखक रमाकांत यांची मी पत्नी. मी इथे का आले व कामकरीण होऊन पोट का भरू लागले हे सोबतच्या वहीवरून कळून येईल. त्यात एका बाजूला रमाकांतचे अनुभव आहेत. दुसऱ्या बाजूला मी माझे लिहिले आहेत. खरे कोण, ते का मी, ते ईश्वराला ठाऊक! पण ईश्वर जगात आहे का?

त्या दिवशी रात्री काशीबरोबर मी परत आले हे माझे भाग्य! नाही तर...

तो तुमचा दोष नाही आणि माझाही नाही! पण त्या रात्री उन्मादाच्या पेल्यात माझे उद्दात्त ध्येय बुडून गेले असते. दुसऱ्या दिवशी सकाळी सोन्या घरी आला तो कुरमुरतच होता. संध्याकाळी त्याला ताप भरला. 'मावशी, मावशी' म्हणून तो तळमळू लागला. माझ्या पतींना मोहिनी घालणाऱ्या सुरंगाचा तो मुलगा! असे असूनही त्याची ती तळमळ मला पाहवेना. त्याची शुश्रूषा करता करता कदाचित मलाही देवी येतील ही भीती माझ्या मनात उत्पन्न झाली नाही असे नाही. पण विद्याधर... लगेच माझ्या मनात आले, तो माझा मुलगा असता तर...?

मी तुमची पत्नी असते, मला दोन मुलेबाळे झाली असती, तर आज सोन्याची शुश्रूषा करण्याचे धैर्य मला झाले असते का? तुम्हीच सांगा!

एकट्या सोन्याचे दुःख पाहून माझे मन इतके कळवळले. पण सारा कामकरीवर्ग या सोन्यासारखाच आहे. सोन्याला जन्मापासून बाप ठाऊक नाही. त्याला जन्म देणारा नरपशू कदाचित याच गावात चैनीत राहत असेल. कामकरीवर्गही पांढरपेशांच्या मिजासीमुळेच उत्पन्न झालेला नाही का? पण तो उपाशी मरत असला तरी त्याची फुकटची चौकशीसुद्धा कुणी करीत नाही. सोन्याच्या आईचे गाणे फार गोड आहे म्हणे. पण त्या गोड गळ्यातून निघालेली अंगाई या दुर्दैवी पोराने एकदा तरी ऐकिली आहे का? कामकरीवर्ग अन्न, वस्त्र आणि इतर वस्तू निर्माण करतो. पण त्यांचा उपयोग कोण घेतात? कलेच्या नावाखाली चैन करणारे पांढरपेशे.

तापाने तळमळणाऱ्या सोन्याकडे पाहून असले विचार माझ्या मनात थैमान घालू लागले. याच कामकरीवर्गात जायचे आणि त्यांच्याकरिताच मरायचे, असा मी निश्चय केला. म्हणून अधिक काही लिहीत नाही. सुलोचनेसारखी सुंदर पत्नी उद्या तुम्हाला मिळेल. तुम्ही मला विसरूनही जाल. पण–'

तुम्हाला कधीही न विसरणारी,

तुमची बहीण,
वत्सला (कृष्णा)

पत्रामागून विद्याधरने ती वही उघडली. वत्सलेचे अक्षर त्याच्या परिचयाचे होते. तो भराभर पाने उलटून वाचू लागला. आकाशातले तारे पटापट निखळून पडू लागले तर जी शोभा दिसेल ती आपण तिच्या वाक्यात पाहत आहोत असे त्याला वाटले–

'कलेसाठी कला!' 'धर्मासाठी धर्म!' या तत्त्वाचे भावंडच हे! पण कला, धर्म, नीती, संस्कृती ही सारी जीवनासाठी आहेत.

जीवन– जगणे– नुसत्या जगण्यात केवढा आनंद आहे. जीवन! हिरव्यागार

गवताकडे बघण्यात, पाखरांचा किलबिलाट ऐकण्यात आणि पिकलेल्या आंब्यांचा वास घेण्यातसुद्धा आनंद आहे. माणूस म्हणजे जीवन! जीवनाचे ध्येय आनंद! अखंड अविनाशी आनंद! हा आनंद कला आणि धर्म यांनी मिळवून दिला पाहिजे, वाढविला पाहिजे.'

'नदी पर्वताला म्हणाली, मंजुळ गीते गात आणि नाजूक पावलांनी नाचत नाचत जन्म घालविणार आहे मी. भसाड्या आवाजाने गर्जना करणाऱ्या त्या समुद्राकडे मी जाणार नाही. माझं पाणी गोड. त्याचं पाणी खारट. माझं पाणी त्याच्या पाण्यात नेऊन ओतणं म्हणजे वेडेपणा नाही का?

पर्वताने काही उत्तर दिले नाही.

नदी फीर फीर फिरली. तिने पुष्कळ वेडीवाकडी वळणे घेतली. आता आपण समुद्राला चुकविले असे तिला वाटे. पण खूप फिरून तिला शेवटी एकच अनुभव येई. नदीने कुठे ना कुठे तरी समुद्रालाच मिळाले पाहिजे.'

'कला आणि जीवन यांचे सबंध असेच नाहीत का? पांढरपेशा वर्ग आणि कामकरी यांचा ऋणानुबंध तरी काय निराळा आहे? नदी समुद्राला मिळाली नाही म्हणून तो काही आटत नाही. पण त्याने जर आपल्या पाण्याची वाफ होऊ दिली नाही तर... तर एका वर्षात साऱ्या नद्यांची वाळवंटे बनतील.'

'कारखान्यात काही खिळे आणले होते एके दिवशी! एका कामकरणीने त्यातले दोन-तीन हळूच काढून आपल्या डोक्यात लपविले. तिची ती चोरी मी कधीही विसरणार नाही. गरीब लोक अशाच चोऱ्या करतात; त्या वस्तूची त्यांना त्या वेळी जरूर असते असेही नाही. पण जन्मापासून प्रत्येक बाबतीत नकारघंटा घरात वाजत असते. त्यामुळे नकळत ती हातलासी बनतात. श्रीमंतही चोऱ्या करीत असतील. पण त्या चोऱ्या निराळ्या! आपल्यापेक्षा अधिक श्रम करणारी माणसे अर्धपोटी ठेवून स्वत: चैन करणारे सारे लोक एका दृष्टीने चोरच नव्हेत काय?'

आईच्या पोटातून बाहेर आल्याबरोबर बालक रडू लागते. त्याला कोण रडविते? भूक?

तरुण-तरुणींची हृदये मूकरूदन करतात. त्यांना कोण रडविते? भूक.

वृद्धांच्या डोळ्यांतूनही अश्रूधारा वाहतात त्यांना कोण रडविते? भूकच!

जीवन म्हणजे काय? या तीन भुकांसाठी चाललेली धडपड! सुख म्हणजे काय? या भुकांची तृप्ती! या तीन भुकांचा त्रिवेणी संगम म्हणजे आनंदमय जीवन! पण या तिन्ही भुकांचे प्रमाण मोठमोठ्या माणसांनासुद्धा कळत नाही. बाप्पांसारख्या गांधींच्या भक्तांना दुसऱ्या भुकेचे महत्त्व समजत नाही, तर आजच्या रशियासारख्या देशात तिसऱ्या भुकेला जागा नाही. पांढरपेशांची सारी शक्ती दुसरी भूक भागविण्यात खर्च होते, तर पहिली भूक भागवितानाच कामकऱ्यांच्या नाकीनऊ येतात. प्रत्येक

व्यक्तीला या तीन भुकांचे समाधान करून घेण्याची संधी दिल्याशिवाय कुठलाही समाज सुखी होणार नाही.'

'रमाकांतची कला! तिला दुसरी भूक– हृदयाची. भूक तेवढी ठाऊक आहे. पण या तिन्ही भुकांचा एकमेकांवर किती परिणाम होतो याची त्यांना कल्पनाही नाही. ज्यांना मध्यान्हकाळाची काळजी नाही त्या श्रीमंत पांढरपेशा वर्गाची कला सुंदर तरुण-तरुणींभोवती घुटमळत राहावी यात नवल कसले? पण शरीरसौंदर्य अगर प्रणय हा कोणत्याही कलेचा आत्मा होऊ शकेल का? प्रणयाचे पर्यवसन वात्सल्यात करून निसर्ग नकळत एक मोठा धडाच शिकवीत असतो. उपभोगाशिवाय मनुष्य जगणार नाही. पण उपभोग हेच काही मानवी जीवनाचे ध्येय नाही! या व्यापक ध्येयाच्या जीवनाशी समरस होईल तीच कला.'

'मेल्यावाचून स्वर्ग दिसत नाही म्हणतात ते खरे. पांढरपेशा जगात मी मेले म्हणून कामकऱ्यांचा हा स्वर्ग (स्वर्ग आणि नरक यात काहीच अंतर नाही. हेच खरे!) माझ्या दृष्टीला पडला. या स्वर्गातले देव दारू पितात, देवी खांडगळ्या शिव्या घालतात, छोटे देव नागडेउघडे फिरतात आणि धुळीत लोळतात. मऊ सापडले की कोपराने खणावे एवढे त्यांना कळते. गरिबांना सालस, कृतज्ञ, प्रामाणिक वगैरे विशेषणे गोष्टींत खुशाल द्यावी. पण व्यवहारात माझा तरी अनुभव तसा नाही, दूरचे उदाहरण कशाला हवे? ही काशी! पैशासाठी काय वाट्टेल ते करील ती! गरीब आणि श्रीमंत दोघेही पापे करतात! एक पैसा नाही म्हणून व दुसरे पैसा फार झाला म्हणून! बाप्पांच्या तत्त्वज्ञानाचा काही उपयोग नाही इथं! जगात पैशाची वाटणीच योग्य रीतीनं व्हायला हवी!'

'कामकरी लोकांत देव दारू पितात म्हणून त्या दिवशी मी किंचित तिटकाऱ्यानेच लिहिले. पण पांढरपेशे तरी काय? एक काळा दगड तर दुसरा पांढरा! पहिल्यावरील रेघ उठून दिसते एवढेच. पांढरपेशांच्या रिकामटेकड्या बायका पाहाव्यात. रांधलं वाढलं की झाल्या निंदा आणि भांडण करायला मोकळ्या! लावालावी करतील. खोटं बोलतील, निर्लज्जपणाने वाटेल ते भकतील. परवा त्या ब्राह्मणाच्या बाईच्या तोंडून शेजारणीशी भांडताना काय काय मुक्ताफळं बाहेर पडत होती. 'ये, इकडे ये, म्हणजे वस्तऱ्यावाचून हजामत करते तुझी!' हिंदू धर्म, उच्च जाती आणि संस्कृती यांच्या विजयाची पताकाच नाही का ही? भाषा बदलली म्हणून अर्थ बदलत नाही! पैशामुळे पोशाख आणि खाणेपिणे निराळे झाले तरी बहुतेक पांढरपेशे आतून कुरवाड्याइतकेच रानटी असतात. खूप खायचे-प्यायचे आणि बायकापोरांना घेऊन मजा करायची! पहिल्या दोन भुका ठाऊक! तिसरीचा पत्ता आहे कुणाला?

बाप्पा काही म्हणोत, पहिल्या दोन भुकांकरिताच बहुतेक माणसे धडपडतात. त्या दिवशी रात्री मुंबईला घरातून बाहेर पडेपर्यंत तिसरी भूक मला तरी कुठे लागली

होती? रमाकांत एवढे बुद्धिमान, लहानपणापासून सर्व सुखसोयी त्यांना अनुकूल, पण दुसऱ्या भुकेच्या पलीकडे त्यांना कधीच काही दिसले नाही. दादा कारखानदाराने दुसरी भूक मारली असे म्हणतात. पण तो पुन्हा पहिलीकडेच वळलेला दिसतो! मनुष्यस्वभावच आहे हा. तिसऱ्या भुकेची जाणीव वाटेल त्याला होत नाही. बाप्पांत ती स्पष्ट आहे; विद्याधरात अस्पष्ट आहे.'

मान वर करून विद्याधरने बाहेर पाहिले. बाहेरील पौणिमेचे मध्यरात्रीचे चांदणे त्याला फिक्के वाटले. त्याने शेवटचे पान उघडून वाचले—

'तिन्ही भुका लागणे हा मनुष्याचा देहधर्म आहे. पण एकाने आपली कुठलीही भूक दुसऱ्याच्या रक्तमांसाने भागविणे यात माणुसकी नाही. आज जगात खरी माणसे थोडी आहेत. मूठभर मानवदेहधारी राक्षस आणि त्यांच्याकरिता राबणारे कोट्यवधी मनुष्यदेह धारण करणारे पशू यांनीच जग भरून गेले आहे. बाप्पांसारखी माणसं या राक्षसांना देव करू पाहताहेत. राक्षसांचे देव होत असते, तर प्रल्हादाच्या वेळी नरसिंहाला अवतार कशाला घ्यावा लागला असता?

या पशुकोटीला तळमळत ठेवून राक्षस त्यांच्या जिवावर चैन करीत आहेत.

पहिली भूक– अन्नाची! जे ते पिकवितात त्यांना ते पोटभरसुद्धा मिळत नाही; पण गाद्यागिरद्यांवर लोळत पडणाऱ्यांना सुग्रास अन्न पचविण्याकरिता औषधे घ्यावी लागत आहेत.

दुसरी भूक– पैशाच्या बळावर सुंदर नवरे आणि बायका मिळविता येतात; वाटेल तशा व्यभिचारावर पांघरूण घालता येते!

तिसरी भूक– ही भूक तरी शुद्ध स्वरूपात कुठे आहे? देवीला संतुष्ट करण्याकरिता तिला रेडा बळी द्यायचा! धर्म म्हणजे काय? हृदयाचा विकास नव्हे, तर पैशांनी विकत घेता येणारे पुण्य!

कोट्यवधी मुकी माणसे आज पहिल्या भुकेने व्याकूळ होऊन तळमळताहेत. अशा वेळी कुणाला हवी ती रमाकांतची दुसरी भूक!

कुणाला हवी बाप्पांची ती तिसरी भूक?

देवा, गोरगरिबांची ही पहिली भूक भागविण्यात मला मरण आले तरी मी ते आनंदाने पत्करीन! जीवन! अनेकांच्या जीवनासाठी एकाचे मरण! मरण कसले? चिरंजीवनच ते!'

पहाटेपर्यंत विद्याधरला झोप आली नाही. वत्सलेच्या अनुभवाच्या अग्नीच्या त्या ठिणग्या क्षणोक्षणी त्याच्या मनाला चटके देत होत्या. अवघी वीस वर्षांची पोरगी! असली तेजस्वी मुलगी पत्नीपेक्षा बहीण असलेलीच बरी, असाही विचार त्याच्या मनात क्षणभर आल्यावाचून राहिला नाही.

''विद्याधर, विद्याधर'' या हाकेने तो एकदम दचकून जागा झाला. खिडकीतून

ऊन आत आले आहे, हे त्याला डोळे न उघडताच कळले.

"कोण, कृष्णा?" त्याने विचारले.

"कृष्णेशिवाय सुचत नाही वाटतं काही दुसरं!" शब्दांच्या मागोमाग खट्याळपणाने हसणे.

विद्याधरने दार उघडून पाहिले. सुलोचना! एवढ्या सकाळी ही आपल्याकडे कशाला आली? त्याला रात्रीची आठवण झाली. कृष्णा ही बहीण म्हणूनच चांगली तर मग–?

"गेली का कृष्णा डोक्यातून?" सुलोचनेने विचारले.

"अं हं."

"मग मी आल्या पावलीच परत जाते कशी!"

"डोक्याशी काय करायचंय तुला?"

"बसायला जागा नको का मला?"

"डोक्यावर बसावं."

"छान! ती कृष्णा डोक्यात आणि मी डोक्यावर–"

"डोकं काही राहायचं नाही मग जागेवर!"

"मग मला कुठली जागा देणार?"

"दुसरी आहे! खालचा मजला!"

"तो रिकामा आहे ना? की दुसरी एखादी–"

"छे! अगदी रिकामी! पाटी लावली आहे त्याच्यावर– भाड्यानं देणे आहे,"

"भाड्यानं–"

"अरे हो! चुकलोच की! बिनशर्त यावच्चंद्रदिवाकरौ फुकट देणं आहे."

❖

दोन मांत्रिक

✳✳✳

जत्रेचे जागरण असूनही सुलोचना सकाळीच उठून आली होती ती विद्याधरच्या पायाकरिता. जत्रेला जमलेल्या बायका-बायकांत बोलता बोलता फुरशाच्या विषाविषयी बरीच चर्चा झाली. फुरसं चावलं की, तिखटाण खाता कामा नये, दिवा बघू नये वगैरे सामान्य नियमांपासून– मळभ आलं की, अंगात शिरलेलं फुरशाचं विष चढाव करतं इत्यादी सिद्धांतापर्यंत त्यांच्या गोष्टी झाल्या. एका बाईने तर फुरसे चावल्यानंतर चांगला बरा झालेला एक मनुष्य महिनाभराने रक्त ओकून मेल्याची गोष्ट सांगितली. भयानकरसाच्या गोष्टी सांसर्गिक रोगासारख्याच असतात. लगेच दुसऱ्या बाईने फुरसे चावल्यानंतर एका मनुष्याच्या केसागणिक रक्त फुटून हाल हाल होऊन तो कसा मेला याचे वर्णन केले. थोडे तरी विष रक्तात आल्यावाचून पाय सुचणार नाही, असे एका म्हाताऱ्या आजीबाईचे मत पडले. हे सर्व ऐकून सुलोचना अगदी भिऊन गेली. विद्याधरच्या अंगात गेलेले विष असेच उलटले तर? इतक्या तीव्र बुद्धीचा तरुण नाहीसा होणे ही देशाची केवढी हानी? कुणीतरी तिच्या कानात गुणगुणले, 'देशाच्या काळजीचं सोंग कशाला करतेस? ती तुझी हानी आहे म्हणूनच तुझं मन अस्वस्थ झालं आहे. नाही का?'

संभाषणाच्या समुद्रमंथनातून आतापर्यंत हलाहल व चाबूक असलीच रत्ने निघाली होती. पण योगायोगाने अमृत बाहेर आले आणि सुलोचनेचा जीव खाली पडला. कामापुराहून पंधरा-वीस मैलांवर एक मांत्रिक राहत होता. मोठमोठ्या नागांवरसुद्धा त्याचा मंत्र चालतो अशी माहिती मिळाली. झो! त्याच्या मंत्राच्या प्रभावाने जगलेल्या माणसाच्या गोष्टी सुरू झाल्या. सुलोचनेने विद्याधरला तिकडे घेऊन जाण्याचा निश्चय केला. दादांचीही परवानगी मिळाली. त्या मांत्रिकाच्या गावापर्यंत मोटार जात नव्हती. मोटार एका खाऱ्या पाण्याच्या नदीपाशी थांबे.

तिथून त्याचे गाव दोन-अडीच मैल लांब होते. पण नदीतून गावापर्यंत होडीने जाता येत असल्यामुळे विद्याधरच्या दुखऱ्या पायाची अडचण येण्याचा संभव नव्हता.

मंत्रांवर विद्याधरचा मुळीच विश्वास नव्हता. पण मंत्राच्या सामर्थ्यापेक्षा सुलोचनेच्या गोड बोलण्यानेच त्याने मन वळविले. त्या मांत्रिकाचे तोंड पाहण्याची उत्सुकता त्याच्या मनात उत्पन्न झाली नाही. पण सुलोचनेच्या सहवासात होडीत बसून प्रवास करण्याच्या कल्पनेने मात्र त्याच्या मनाला मोहिनी घातली. फारसे आढेवेढे न घेता त्याने संध्याकाळी सुलोचनेबरोबर जायचे कबूल केले.

विद्याधर व सुलोचना होडीत बसली तेव्हा सहा वाजायला आले होते. दुपारी कडकपणामुळे बापासारखा वाटणारा दिवस आता सौम्य आजोबासारखा भासत होता. होडी सुरू झाली. तिची हालचाल एखाद्या नर्तकीप्रमाणे सुंदर होती. वल्ह्यांच्या तालावर खळखळणाऱ्या जलरंगाचे चाळ पायात बांधून ती नृत्य करीत होती. एखाद्या वळणावरती चटकन इतक्या नाजूकपणे वळे की, तिच्यापेक्षा नर्तिकेची गिरकीसुद्धा कमी मनोहर वाटावी. मांजर आरशातल्या आपल्या प्रतिबिंबाशी खेळत बसते त्याप्रमाणे दोन्ही काठांवरची झुडपे आपल्या प्रतिमांशी खेळत होती. माशाकरिता टपून बसलेले बगळे आणि तसलेच काही पक्षी वल्ह्यांचा आवाज ऐकताच किंचित दूर उडून जात. त्यांना उडताना आणि पुन्हा ध्यानस्थ बसताना पाहण्यातही एक प्रकारची गंमत होती. आईचा पदर धरून लडिवाळपणाने लहान मुलाने बागडावे त्याप्रमाणे लाटा काठाशी नाचत होत्या. आकाशात नुकत्याच रंगू लागलेल्या ढगांपैकी एखाद्याचे पुसट प्रतिबिंब पाण्यात मध्येच दिसे. जाता जाता नदीच्या मध्यभागी असलेल्या एका झाडाला वळसा घालून होडी गेली. त्या झाडाकडे विद्याधर व सुलोचना यांची नजर एकाच वेळी गेली. त्या झाडाचे प्रतिबिंब पाण्यातही इतके स्पष्ट पडले होते की, पाण्यातले झाड खरे; आणि खरे झाड त्याचे प्रतिबिंब असेच दुरून पाहणाऱ्याला वाटे. विद्याधर व सुलोचना दोघेही ते दृश्य पाहून हसली.

मांत्रिकाने सर्व विधी यथासांग केले. उंडलीचा पाला आणून मंत्र म्हणत त्याने तो विद्याधरच्या अंगावरून वरून खाली असा झाडला. नंतर एक पाळ उगाळून त्याने ते पाण्यातून दिले. ते पाळ सात दिवस घेतल्यानंतर कसलेही विष उतरल्याशिवाय राहणार नाही, अशी हमीही त्याने दिली. दादांच्या ओळखीच्या एका व्यापाऱ्याच्या घरी विद्याधर व सुलोचना रात्री राहिली. बारा वाजून गेले तरी विद्याधरला झोप येईना! कालची रात्र आणि आजची रात्र! दोन्हीतला विलक्षण विरोध राहून राहून त्याला आश्चर्यकारक वाटत होता.

सुलोचना– पहिल्या भुकेचा तिच्याशी काय संबंध आहे? ती दुसरी भूक!

आणि– आणि तिसरी? तिसरी भूक न लागण्याइतके आपले अंत:करण दगडाचे आहे का? ते तसे असते तर तीनशे रुपयांची ती नोकरी आपण का नाकारली असती? जगात पहिल्या भुकेने कासावीस झालेल्या माणसांना मदत करणे हीच आपली तिसरी भूक. सुलोचनेसारखी पत्नी मिळाली तर– तर जगात जो संगम होत नाही म्हणून वत्सला म्हणते तो आपल्यात होईल.

त्याने बाहेरच्या चांदण्याकडे पाहिले. जाईजुईचा मधुर गंधच वातावरणात मूर्तिमंत दिसत आहे, असे त्याला वाटले.

सकाळी उठताना त्याचे मन उल्हासाने इतके भरून गेले होते की, आदल्या दिवसापेक्षा त्याचे पाऊल चांगले जमिनीला लागू लागले. होडीवाल्याच्या ते लक्षात येऊन तो म्हणाला, ''पाहिलंत दादा! असा आहे मंत्राचा गुण!''

सुलोचनेकडे पाहून विद्याधर हसला. जणू काही तो म्हणत होता, ''खरं आहे बाबा! माझ्यासमोर बसलेल्या या मांत्रिकाचा गुण आहे हा सारा!''

वल्हे हातात घेऊन ते पाण्यात घातला घालता होडीवाला सुस्कारा टाकून उद्‌गारला, ''कलियुग!''

सर्व सनातन्यांचे आत्मे त्या होडीवाल्याच्या अंगात संचारले आहेत, असे वाटून विद्याधरने विचारले, ''काय रे झालं बाबा!''

''मंत्राचा आणि देवाचा असा अनुभव येतो बघा? पण माणसं.''

''काय केलं माणसांनी?''

''काल रेडा बळी दिला नाही कामापूरला!''

''देवाघरचा प्राणी वाचला एक!''

''पण माणसं पटापट मरतील ना आता साहेब? देवीचा कोप तो–''

''काय करील रे देवी?''

''काय करील? साहेब, कामापुरातल्या तळ्यालगतच्या आवाठात लाह्यांसारख्या फुटताहेत देवी माणसांच्या अंगावर! देवीचा कोप!''

त्याचे अंधश्रद्धेचे उद्‌गार ऐकून विद्याधरचे मन क्षणभर विषण्ण झाले. पण त्यावेळचा देखावा इतका रम्य होता की, तो पाहून मूर्तिमंत उदासीनतासुद्धा उल्हासाच्या हातात हात घालून नाचायला लागली असती. वाऱ्याने भाताच्या मळ्यातली लेंबरे खाली-वर व्हावी तसे पाण्यावर तरंग उठून नाहीसे होत होते. आकाशातल्या विविध रंगांचे प्रतिबिंब पडल्यामुळे नदीचे पात्र एखाद्या सुंदर गालिचाप्रमाणे शोभत होते. कुठे गुरे हाकीत 'आके मथुरा हा कान्हाने'चे सूर काढणारा सात-आठ वर्षांचा छोटा गुराखी, कुठे सर्कशीतल्या पटाईत खेळाडूप्रमाणे माडीकरता माडावर चटाचट चढणारा किरिस्ताव, कुठे शेतात डिफळे फोडता फोडता कुतूहलाने होडीकडे पाहणारी एखादी शेतकरीण काठावर मधून दिसत. समोर बसलेल्या

सुलोचनेकडे पाहताना तर तिने यावेळचे सृष्टिसौंदर्य आत्मसात केले आहे, असे विद्याधरच्या मनात आल्यावाचून राहिले नाही. पाण्यावरील तरंग आणि तिचे केस दोन्हींचाही नाचरेपणा अवर्णनीय होता. दोन्ही बाजूंचा देखावा पाहण्याकरिता होणारी तिची हालचाल होडीच्या हालचालीप्रमाणे मोठी मौजेची वाटे. विद्याधरच्या मनात आले– यावेळी हा होडीवाला इथे नसता तर!

'तुला वल्हवायला शिकवू का?' म्हणून आपण विचारले असते.

तिने मौनाने संमती दिली असती.

पण तिचे हात हातात घेतल्यानंतर वल्ह्याचा स्पर्श आपल्याला इतका राकट वाटला असता की–

ती म्हणाली असती, 'होडी बुडवायचा बेत आहे की काय?'

होडी काठाला लागली. त्या धक्क्याने विद्याधर आपल्या जागेपणीच्या स्वप्नातून भानावर आला. मोटार आधीच त्यांची वाट पाहात राहिली होती. ड्रायव्हर बाहेर उभा होता. पण आत पुढल्या बाजूला कुणीतरी बसले असे दिसले. दादाच मुद्दाम आले असावेत असे वाटून सुलोचना धावतच मोटारीकडे गेली.

"बरेच आहात की–"

पुढले शब्द तिच्या तोंडातून बाहेर आले नाहीत. तिच्या कपाळाला आठ्या मात्र पडल्या. मोटारीत रमाकांत धूम्रपान करीत बसला होता.

विद्याधर व सुलोचना मोटारीत मागच्या बाजूला बसली. विद्याधरला जुहूवर रमाकांतने केलेल्या मोटारीच्या अदलाबदलीची आठवण होऊन हसू आले. सुलोचनेजवळ बसण्याकरिता त्याची चुळबूळ चाललेली पाहून तर त्याला हसू आवरेना! 'कालचक्र फिरतं ते असं' विद्याधरच्या मनात विचार आला. मोटार चालू झाली.

सुलोचनेने रुक्ष स्वराने रमाकांतला विचारले, "केव्हा आलात?"

"पहाटे. बोटीने."

"बेळगावहून बोटी कधीपासून सुटू लागल्या?"

"मुंबईला गेलो होतो मी!"

"अन् सुरंगा–"

"बेळगावला आहे ती. बोटीचा प्रवास फार मजेचा झाला बघा विद्याधर. खालून फेसाळत नाचणारा समुद्र, वर शांत चांदण्याचा सागर आणि मध्ये डुलत जाणारी बोट. बोट कसली? सृष्टिदेवतेचा सुंदर पाळणाच म्हणानात! पुढच्या गोष्टीचं कथानकच बोटीवर घडलेलं दाखविणार आहे मी!" आतापर्यंत रमाकांतने नव्या गोष्टीची कल्पना सांगितली की सुलोचना त्यातले चित्र काढण्याचे मोठ्या उत्साहाने कबूल करी. या वेळी ती शांत बसलेली पाहून रमाकांतला कसेसेच वाटले. त्याला

वाटले, 'ही वादळापूर्वीची शांतता आहे?'

लगेच त्याने स्वत:चे समाधान करून घेतले. 'वादळ झाले तरी ते चहाच्या पेल्यातील होईल. विलक्षण मत्सरी असतात या बायका! पण वेलदोड्याने झालेल्या थंडीवर लवंगेचं औषधही चालतं. बायकांना संशय येतो लवकर आणि जातोही लवकर!'

असा विचार करीत त्याने मागे वळून पाहिले. सुलोचना आणि विद्याधर एकमेकांकडे पाहत होती. नाटकातल्या शृंगारिक भाषणापेक्षाही त्या पाहण्यात काहीतरी अधिक होते. ती भाषणे म्हणजे कृत्रिम वीज! पण रमाकांतला त्यांच्या दृष्टिमीलनात वीज दिसली ती आकाशातली. नुसती दिसलीच नाही ती! त्याच्या मनातल्या आशावृक्षावर ती कडकडून पडली. सुलोचनेचे मन यांत्रिक विद्याधरकडे ओढ घेईल, अशी त्याला स्वप्नातही कल्पना आली नव्हती. आंबोलीहून आपण सुरंगाबरोबर बेळगावला परत गेल्यामुळे ती आपल्यावर रागावली असेल, असा तर्क त्याने केला होता. पण सौंदर्यलोलुप रमणीचा राग म्हणजे काही डांबराचा डाग नव्हे, की तो सुखासुखी नाहीसा करता येणार नाही. ते नुसते काजळाचे गालबोट अशी त्यांची कल्पना होती. त्यातूनही या देवीचा कोप नाहीसा व्हावा म्हणून अनुष्ठान करण्याकरिता तो घाईघाईने मुंबईहून आला नव्हता का?

सुलोचना व विद्याधर यांची नेत्रपल्लवी त्याला असह्य झाली. ती बंद पडावी म्हणून त्याने म्हटले, ''पुनर्जन्मच झाला म्हणायचा तुमचा विद्याधर!''

''हो! नुसत्या शरीराचाच नाही तर मनाचाही!''

''म्हणजे!''

''ते जिवाणू चावलं तेव्हा मरणाच्या दारात गेल्यानंतर माणसाला काय वाटतं याची कल्पना आली मला.''

''काव्य लिहिताय की काय त्या प्रसंगावर? कराल कालाच्या काळोखात–''

''काव्य लिहिणार नाही मी! पण पूर्वीपेक्षा काव्य अधिक आवडायला लागलं मला.''

''काव्य काय वाचलंत या आजारात?''

''तुमची खाजगी वही,'' असे उत्तर अगदी विद्याधरच्या जिभेवर आले. पण ते आवरून तो म्हणाला,

''एकच पुस्तक!''

''कुठलं?''

''जीवनाचं.''

रमाकांतने क्षणभर थांबून विचारले, ''आवडलं का ते तुम्हाला?''

''खूप! त्या पुस्तकाचाच अभ्यास करणार आहे मी जन्मभर आता!''

“एखादं छानसं वाक्य तरी ऐकू द्या त्या पुस्तकातलं.”

“जीवन ही एक महानदी आहे!”

“वा! चांगलंच दिसतंय काव्य!”

“आणि कला हा त्या नदीवर उभारलेला भव्य पूल आहे!”

रमाकांत हसत हसत म्हणाला, “शेवटी यंत्र घुसलंच की काव्यात!”

त्याच्या या बोलण्याने सुलोचनेलाही हसू आले. ते कायम ठेवण्याकरिता तो म्हणाला, “विद्याधर, तुमचं अभिनंदन करण्याचा पहिला मान मीच घेतो.”

“अभिनंदन? ते कशाकरिता?”

“त्या यंत्राच्या कल्पनेबद्दल!”

“कुणी सांगितलं तुम्हाला हे?”

“दादासाहेबांनी!” ते म्हणाले, “फोटोच्या काचा काय! फुटल्या तर फुटल्या! तुमच्या पुस्तकात घालायला विद्याधरांच्या यंत्राचा फोटो देऊ या आता!”

“मी काही त्यांच्यापाशी बोललो नाही अजून तसं.”

“त्यांच्यापाशी नसेल; पण स्वत:शी तरी?”

“हां.”

“झालं मग. तुमच्या न् त्यांच्यामध्ये तारायंत्र आहेच की,” सुलोचनेकडे पाहून रमाकांत म्हणाला.

“बिनतारी असेल!”

“अं हं! दोन तारा असलेलं!” सुलोचनेच्या डोळ्यांवर आपली नजर रोखून रमाकांत उदगारला.

“तारायंत्राची माहिती लेखकापेक्षा यंत्रशास्त्रज्ञालाच अधिक असते,” किंचित तीव्र स्वराने सुलोचनेने उत्तर दिले.

❖

टोकांची गाठ

***

रमाकांत कारखान्यासंबंधी पुस्तक लिहिण्याकरिता आला असल्यामुळे दादा त्याची उत्तम बरदास्त ठेवीत होते. पण ती त्याला एखाद्या लाकडी फळासारखी नीरस वाटली. सुलोचना त्याच्यापासून दूरदूर राहत होती. लक्ष्मीचे चित्र आपल्याला अगदी लवकर पुरे करावयाचे आहे म्हणून ती चित्राकरिता स्वंतत्र राखून ठेवलेल्या खोलीत स्वत:ला कोंडून घेऊन तास तास बसे हे तर झालेच. पण फुरसतीच्या वेळी ती चटकन उठे आणि विद्याधरच्या बिऱ्हाडाची वाट धरी. एकटी गेली तर ती दोन-तीन तासांनी परत येई. पण रमाकांत बरोबर असला की 'पाय दुखत नाही ना आता?' 'यंत्राच्या सगळ्या कल्पना पक्का झाल्या का?' असली मामुली चौकशी करून पाच मिनिटांतच परत फिरे. त्यामुळे पूर्वी सुलोचनेच्या सहवासात सेकंदकाट्याच्या गतीने धावणारा काळ आता तासकाट्याप्रमाणे चालत आहे, असे रमाकांतला वाटू लागले. विद्याधरविषयी सुलोचनेच्या मनात आदर उत्पन्न होईल असे त्याला पूर्वी कधीच वाटले नव्हते. रुक्ष, घुमा मनुष्य तो! पण यंत्राच्या बाबतीत त्याला यश मिळाल्यामुळे तो उत्पन्न झाला असावा, अशी त्याने आपली समजूत करून घेतली. बायकांचे मन म्हणजे विलक्षण सुपीक जमीन! आदराने त्यात एकदा मूळ धरले की, हां हां म्हणता वाढ होऊन त्याला प्रेमाचे फळ येते!

सुरंगाच्या पायी त्याने वत्सलेला लाथाडली होती. सुरंगाच्या मुलाचा सांभाळ करण्याचा प्रश्न येताच त्याला वाटले, 'घराचं नंदनवन बनवायचंय मला. ते अनाथ मुलांचे बोर्डिंग करायचे असते, तर वत्सला काय वाईट होती त्या कामाला?' सुरंगाचे रूप, तिचा लाडकेपणा, तिचा गोड गळा त्याला हवा होता. पण तिचा तो बिनबापाचा मुलगा दिसताच त्याचे विलासी मन बिचकले. त्याच्या मताने कला ही स्वच्छंद फिरणाऱ्या हरिणीसारखी! तिच्या गळ्यात लोढणे बांधून घ्यायला त्याचे

मन तयार होईना. सुरंगापेक्षा सुलोचनाच आपल्याला अधिक सुखी करू शकेल, अशा कल्पनेने तो बेळगावहून निघाला. मुंबईत आठ-पंधरा दिवस राहून कामापूरला जाण्याचा त्याचा पहिला बेत होता. पण तिथे एक तर देवीची साथ होती आणि दुसरे त्याला सुरंगाच्या सहवासाची– सुरंगाच्या म्हणण्यापेक्षा तरुणीचा सहवासाची– पदोपदी आठवण होई. त्याचे सौंदर्यासक्त मन स्त्रीसौंदर्याचाच मुख्यतः विचार करी. आपली ही भूक काव्यात्मक आहे अशी सुरंगाशी संबंध येईपर्यंत त्याची समजूत होती. पण बेळगावला तिच्या संगतीत अहोरात्र राहताच आपल्या काव्याचे खरे स्वरूप त्याला कळून चुकले. या सत्यदर्शनाने तो फारसा घाबरला नाही. पण भुकेलेल्या माणसाच्या तोंडात पहिला घास जातो न जातो तोच त्याला भरलेल्या ताटावरून उठवावे तशी त्याची स्थिती झाली. मुलाला सांभाळण्याचे कबूल केल्याशिवाय सुरंगाशी स्नेह ठेवणे अशक्य! सुलोचनेसारखी मोगरीची कळी मिळण्यासारखी असताना हा काटेरी गुलाब पत्करण्यात काय अर्थ, असा पोक्त विचार करून तो मुंबईला आला.

आतापर्यंत प्रेमाचे मद्य त्याने कल्पनांच्या बाटल्यांत भरले होते आणि मासिकांच्या पेल्यांत ओतून ते वाचकांना येथेच्छ पाजले होते. त्याचा सुंदर रंग त्याने पाहिला होता आणि उन्मादक गंध हुंगला होता. पण आंबोलीला सुरंगाचे चुंबन घेईपर्यंत तो प्याला त्याने कधी ओठाला लावला नव्हता. त्याचे चार–दोन घोट त्याने घेतले– आणखी खूप खूप घ्यावे असे त्याला वाटू लागले. तोच दैवाने तो प्याला त्याच्या हातून हिसकावून घेतला. मुंबईला आल्यानंतर चार-दोन दिवसात त्याला आढळून आले– त्या मद्याशिवाय आपल्याला काही काम करता येणे शक्य नाही. त्याचे मन कुठेच लागेना.

पुन्हा सुरंगाला शरण जायचे? छे! त्याला चंद्र हवा होता पण त्याचे उपग्रह नको होते.

त्याचे त्यालाच आश्चर्य वाटले. सुलोचनेचे चिंतन करीत तो झोपी जाई. पण स्वप्नात सुरंगा आणि सुलोचनाच नव्हे तर वत्सला, उषा खरे, त्याच्या लहानपणीची चंद्री मोलकरीण, यासुद्धा त्याला दिसू लागत आणि त्यांच्यापैकी कुणीही प्याल्यात प्रेमाचे मद्य भरून तो त्याच्या तोंडाकडे नेत. थोडीशी जाग आली की, तो क्षणभर स्वतःवर रागावेदेखील. ज्या वत्सलेला काळी आणि कुरूप म्हणून पहिल्या भेटीच्या वेळीसुद्धा स्पर्श केला नाही तिने स्वप्नात येऊन आपली हृदयदेवता म्हणून मिरवावे? आपले मन इतके दुबळे कशाने झाले? लगेच स्वतःचे तो समाधान करून घेई. 'वत्सला जिवंत आहे हे नुकतेच आपल्याला कळले. त्यामुळे ती आपल्या मनात घोळते आणि स्वप्नात दिसते. एरवी तिला जवळ उभीसुद्धा करणार नाही आपण–'

तो कामापूरला आला तो सुलोचनेने दिलेला प्रेमाचा प्याला तिच्याकडे धुंद दृष्टीने पाहत आपण पीत आहोत, अशी चित्रे रेखाटीतच! पण वस्तुस्थितीनं त्याच्या या कल्पनाचित्रावर क्षणार्धात काळा रंग फासला. अरुंद वाटेने व वळणावळणांनी दीपमाळेवर चढता चढता आपले अंग तिच्या अंगाला लागेल आणि टेकडीवरून उतरताना तिने पाय घसरल्याचे सोंग केले की, आपण चटकन तिचा हात धरू आणि– ह्या 'आणि'ची जागा 'पण परंतु'नी घेतली. सुलोचनेने फिरायला जाण्याची गोष्ट एकदासुद्धा काढली नाही. आपल्या गोष्टीवर एवढी खूष असलेली, 'बकुल' कचेरीत आपली मुद्दाम ओळख करून घेऊन त्या ओळखीचे स्नेहांत रूपांतर करणारी, श्रीमंत, सुंदर सुलोचना हातची जाते असे दिसताच रमाकांतला विलक्षण चेव आला. कस्तुरी हरिणाच्या पोटात असली पाहिजे. वाघ शूर असेल मोठा! म्हणून काही कस्तुरी त्याला मिळत नाही. लगेच त्याच्या मनात आले, हा विद्याधर खराच वाघ आहे की वाघाचे कातडे पांघरणारा– तसेच असले पाहिजे. या द्रव्यलोभी दादावर छाप बसवायला यंत्राची युक्ती बरी आहे, हे न कळण्याइतका काही तो मूर्ख नाही. यंत्र साधतेय म्हणून सांगावे आणि या पोरीचे प्रेम पदरात पाहून घ्यावे असाच कावा असेल त्याचा! पुढे यंत्र साधले नाही म्हणून तिचे प्रेम उडून जाईल अगर झालेले लग्न रद्द होईल असे थोडेच आहे? खास असेच कपट असले पाहिजे त्याच्या मनात! त्याचा कावा हाणून पाडायचा?

रमाकांतचे हृदय सुलोचनेच्या लोभाच्या आशेनेही नाचू लागले. दादांच्या मनात भरवून द्यावे– पुस्तकात यंत्राच्या फोटोप्रमाणे त्याचे वर्णनही हवे. ते करायचे म्हणजे विद्याधरने ते सर्व आपल्याला समजून दिले पाहिजे. बस्स! दादा आणि सुलोचना यांच्यासमोर त्याला सारे वर्णन करायला लावावे, आपण शक्य तितक्या शंकाकुशंका काढाव्यात, कुठून तरी दादांच्या आणि सुलोचनेच्या मनात यंत्राच्या यशस्वीपणाविषयी संशय उत्पन्न झाला म्हणजे झाले. विद्याधरपाशी काही खरे भांडवल असेल की नाही याची वानवाच आहे. आयते बेंड बाहेर फुटेल त्याचे. गुढीपाडवा लवकरच येतोय. त्या शुभमुहूर्तावर या कामाला प्रारंभ व्हावा असे सांगितले की, ते दादांना पटायला हरकत नाही. यंत्र यशस्वी होत नाही असे वाटले की, दादा काही या विद्याधरला दारात उभे करणार नाहीत. मग आपण आहोत आणि सुलोचना आहे. कला जीवनाला नि:संशय जिंकेल. संध्याकाळी सूर्याच्या जवळ राहून त्याच्या रंगाने न रंगणारी मेघमाला कधी कुणी पाहिली आहे काय?

विद्याधरने हाक मारली, "कृष्णाताई–"

लगेच त्याचे लक्ष अंगणातल्या कोपऱ्यात आलेल्या मोगरीकडे गेले. याच मोगरीचे पहिले दोन कळे कृष्णेने त्याला दिले होते. त्याला वाटले– आज या

मोगरीला बहर आलेला दिसतोय्. पण आणखी महिना दोन महिन्यांनी तो भर जाईल आणि–

अंगणाच्या पायऱ्यांवर येऊन उभी राहिलेल्या वत्सलेकडे त्याने पाहिले. जागरणाने तिचा चेहरा सुकून गेला होता. डोळ्यांच्या खाली रेषा स्पष्ट दिसत होत्या. 'तिसरी भूक!' विद्याधरच्या मनात शब्द उमटले.

"कसं आहे सोन्याचं?"

"फुललाय नुसता देवींनी."

"औषधे?"

"कमळेश्वरीचे तीर्थ."

"काशी कुठं गेली?"

"मोटारीवर! सोन्याच्या आईला पाहायला!"

"सोन्याची आई? सुरंगा?"

"हो, सुरंगा?"

वत्सलेने आकाशाकडे पाहिले, तिच्या उच्चारात आणि दृष्टीत तिच्या अत:करणाचा पीळ स्पष्टपणे प्रतिबिंबित झाला. जिच्यापायी आपल्या आयुष्याची धूळधाण झाली त्या सुरंगाच्या मुलासाठी आपण आपला जीव धोक्यात घातला आहे, असेच जणू तिची दृष्टी म्हणत होती.

क्षणभर थांबून तिने विद्याधरला विचारले, "बाप्पा कुठं आहेत?"

"तिकडे सावंतवाडीच्या बाजूला!"

"काय करताहेत?"

"खादी विकताहेत! बाप्पा म्हणजे काय? वारं आहे नुसतं. अहिंसा संपली! आता खादी सुरू झाली!"

"अहिंसा संपली खरी! पण हिंसेला सुरुवात झाली!"

विद्याधर आश्चर्याने तिच्याकडे पाहू लागला.

"तो रेडा मोकाट फिरतोय आता, मघाशी म्हातारीला फाडलंन् पलीकडच्या आवाठात!"

"लोक निजले होते की काय सारे?"

"त्याला मारायला तयार नाही कुणी! देवीचा रेडा ना तो! काठी लावली तर कोप व्हायचा तिचा!"

"सुऱ्यांनी ठार मारायला हरकत नाही, पण काठ्यांनी–"

"बाप्पा आले तर त्यांना म्हणावं सांभाळून राहा जरा!"

"का?"

"गाव चवताळून गेलाय सारा. देवीला बळी दिला नाही म्हणून देवीची साथ

पसरली अशी समजून झालीय या लोकांची! बाप्पांना मारण्याचा–''

''मारण्याचा?''

''हो मारण्याचा बेत चाललाय त्यांचा.''

''तुला कसं कळलं हे?''

इकडे तिकडे पाहत किंचित पुढे येऊन वत्सला म्हणाली, ''तो सावळ्या असतो ना इथं?''

''सावळ्या?''

''जत्रेदिवशी रात्री तो दारुड्या पाहिलात तो?''

''काशीचा कोण तो?''

''कुणी नाही. त्या सुरंगाचा नवरा. सात वर्षे तुरुंगात होता. तो काल दारूच्या तारेत सांगत होता हे मला सारं. तो बाप्पांचा बरंमागता आहे! पण बाकीच्यांचा काय नेम?''

''कृष्णाताई–'' सद्गदित कंठाने विद्याधर म्हणाला.

''काय? काय विद्याधरदादा?''

''चल तू इथून.''

''कुठून?''

''या– या– रौरव नरकातून. अज्ञान, गरिबी, धर्मभोळेपण, व्यसनं, दुष्टपणा– कृष्णा, तुझ्यासारख्या देवीनं इथं राहणं–''

''देवी राहते तो स्वर्ग की नरक?''

''माझ्या गळ्याची शपथ आहे. चल तू इथून.''

''कुठं?''

''माझ्या– तुझ्या भावाच्या घरी.''

''तिनं मला एकटीला स्वर्गसुख मिळेल. पण हे–'' भोवतालच्या आवाठाकडे पाहत वत्सला म्हणाली.

''हे सारे याच नरकात खितपत पडणार! कृष्णाताई, चल तू माझ्याबरोबर! मी तुझा संसार थाटून देतो!''

''संसार?''

''रमाकांत आले आहेत इथं. मी आणि सुलोचनेने सांगितलं तर– ते काही शब्दाबाहेर जाणार नाहीत आमच्या!''

वत्सला विमनस्कपणाने हसली. ती काहीतरी बोलणार इतक्यात काशी व तिच्यामागून सुरंगा अंगणात आली. विद्याधर व कृष्णा अंगणात बोलत उभी आहेत हे पाहून काशीने डोळे मिचकावलेच. वत्सला आणि सुरंगा यांची ही पहिलीच भेट होती. पायरीवर हताशपणे बसत बसत सुरंगाने विचारले, ''कसा आहे सोन्या

कृष्णाताई?''

"तुमची आठवण काढतोय सारखा! नुकता कुठं डोळा लागला त्याचा!''

"माझ्या सोन्या बरा होईल ना हो?''

सुरंगाच्या डोळ्यांतून पाणी वाहू लागले. एखाद्या लहान मुलाला धरावे त्याप्रमाणे तिला पोटाशी धरून वत्सला म्हणाली, "डोळ्यांतून पाणी काढू नका असं. बरा होईल सोन्या!''

वत्सलेचे हे प्रेमळ बोलणे पाहून विद्याधरला आश्चर्य वाटले. सुरंगाला वत्सला कोण हे ठाऊक नव्हते. पण वत्सलेला सारे ठाऊक असूनही तिने रडणाऱ्या सुरंगाला पोटाशी धरले.

"एकाच्या देवी दुसऱ्याला लागतात नाही?'' सुरंगाने विचारले.

"हो!''

"मग तुम्ही कशा बसता सोन्यापाशी?''

"सोन्या माझा आहे म्हणून.''

"भय नाही वाटत तुम्हांला?''

"रूप जायचं भय नाही मला,'' वत्सला चमत्कारिक रीतीने हसून म्हणाली. झोंबणाऱ्या वाऱ्याचा स्पर्श सुखकारक वाटत नाही त्याप्रमाणे तिचे ते विलक्षण हसणे पाहून सुरंगा व विद्याधर यांच्यापैकी कुणाला आनंद झाला नाही. वत्सला पुढे म्हणाली, "दुसरी भीती मरणाची! पण भिण्यासारखं काय आहे मरणात!''

सुरंगा आश्चर्याने तिच्याकडे पाहू लागली. वत्सला बोलतच होती. "ते मोगरीचे कळे आहेत ना? तशीच माणसं. ते कळे मुद्दाम चुरगळून नयेत. पण आपणहून ती फुलं बावून गेल्यानंतर... मग तरी ती फेकून द्यायला नकोत का?''

सुरंगाला तिचे बोलणे वेड्यासारखे वाटले. आतून करुण स्वरात हाक आली, "आई, आई!''

सोन्याचीच हाक होती! सुरंगा उठली. तिने मागे वळून पाहिले आणि ती पुन्हा मटकन खाली बसली.

"मोटार लागली वाटतं?'' वत्सलेने विचारले.

सुरंगा शून्य दृष्टीने समोर पाहत होती. त्या शून्यात ब्रह्मांड साठविले आहे याची वत्सलेला तत्काळ जाणीव झाली. देवीचा रोग सांसर्गिक! सोन्याजवळ बसून आपल्याला देवी आल्या तर? या भीतीने सुंदर सुरंगाचे मन व्याकूळ करून सोडले होते.

वत्सलेला ही भीती स्पष्ट दिसली; पण तिच्या जोडीने सुरंगाच्या मनात नाचवणाऱ्या आशा दिसल्या नाहीत. सुरंगाने आपल्या रूपाने आजपर्यंत हजारो प्रेक्षकांना झुलविले होते, टाळ्यांच्या कडकडाटात रंगभूमीवर प्रवेश केला होता,

उल्लू श्रीमंतांना कुत्र्याप्रमाणे आपले पाय चाटायला लावले होते. तो उपभोगाचा उन्माद तिच्या कानीकपाळी ओरडून सांगत होता, 'सुरंगा, उद्या देवी येऊन तुझं तोंड आंबोळीसारखं झालं तर? मग खुशाल बैस एखाद्या खेड्यात त्या सोन्याला घेऊन! तुला सुख हवं, आनंद हवा, विलास हवा तर– तर फिर आल्या पावली परत.'

आतून पुन्हा हाक आली, ''आई, आई!''

सुरंगाने अंग शहारल्यासारखे केले.

आतून करूण हाक आली, ''आई– मावशी!''

वत्सला क्षणार्धात आत गेली.

एका खोलीत सुंदर तरुणी आणि दुसरीत भयंकर वाघीण बंद करून ठेवून त्या तरुणीवर प्रेम करणाऱ्या तरुणाला वाटेल ती एक खोली उघडण्याविषयी एका राजाने सांगितले अशी गोष्ट आहे. त्या गोष्टीतल्या नायकाप्रमाणे सुरंगाचे मन अगदी द्विधा होऊन गेले. ती उठली. तिला वाटले, कुठे तरी दूरदूर जावे, म्हणजे सोन्याच्या त्या भयंकर हाका ऐकू येणार नाहीत. ती मोगरीच्या वेलीपाशी जाऊन उभी राहिली. त्या वेलीवरले कळे– तिला सोन्याची आठवण झाली, छे! याहीपेक्षा दूर गेले पाहिजे असे तिला वाटले. ती पाऊल उचलणार इतक्यात आतून टाहो ऐकू आला. ''मावशी, आई– आई गं–'' सुरंगा धावतच आत गेली.

विद्याधर सोन्याला पाहण्याकरिता हलक्या पावलांनी पुढे झाला. 'बाळा रे सोन्या रे' म्हणून अश्रू गाळीत सोन्यापाशी बसलेली सुरंगा त्याला दिसली.

कामापूरचा शिमगा वद्य एकादशीपासून अमावास्थेपर्यंत पाच दिवसांचा. खालच्या वर्गाला दुसरी दिवाळीच वाटे ही! पोरे तोंडाला काळा अगर पिवळा रंग फासून 'शेबय, शेबय' करीत भीक मागत दारोदार फिरत. मोठी माणसे आपल्यापैकी एखाद्या गुलजार बाप्प्याला राधा बनवून राधा-कृष्णाचे सोंग काढीत. ते सोंग पाहिल्यावर राधा आणि पूतना मावशी यातले अंतर कृष्णाने पूर्वकाळी कसे शोधून काढले असेल याचे नवल वाटे. खुद्द कमळेश्वरीची या दिवसातील करमणूक निराळीच होती. भसाड्या आवाजाच्या व भेसूर दिसणाऱ्या नामधारी कलावंतिणीचा नाच देवीच्या निशाणाखाली घरोघर होई. 'मांड' या नावाने साजऱ्या होणाऱ्या या भयानक जलशाची घरपट्टी जबर असे. अलीअलीकडे ती पद्धत मोडली होती. नाही तर तोंडाचे बोळके झालेले काही काही पांढरपेशे आजोबा या कलावंतिणीपैकी एखादीला मांडीवर घेऊन तिच्या तोंडात साखर घालीत. या चिमूटभर साखरेचा दर अर्थातच भयंकर महाग असे. चिमटीला दोन रुपये म्हटले तरी चालेल. पण हे दोन रुपये त्या आजोबांना दिसत नसत. एक तर म्हातारीपणी कमी दिसू लागते; आणि दुसरे, प्रेम आंधळे असते.

या मांडाबरोबर फिरण्यात पांढरपेशांनासुद्धा कमीपणा वाटत नसे. वानरसेवा घेऊन अनेक रसिक पांढरपेशे या कलावंतिणींबरोबर उन्हातान्हाची पर्वा न करता घरोघर जात. सात पावलांनी सख्य होते या सिद्धांताच्या आधारानेच ते इतकी पायपीट करू शकत की काय, कुणाला ठाऊक! मदिराक्षी व (मदिरा म्हणजे माडीच) मंदिराही शिमग्यात नृत्य गायन करायला येई. कामापूरच्या दारू-दुकानदारांची मते जर सरकारने मागविली असती, तर वर्षातून दोन अगर तीन शिमगे पाळण्याचा कायदा करण्याविषयी त्यांनी विनंती केली असती. कुठलाही पै-पैसा मिळवायचा आणि माडीचे छप्पर घालणाऱ्या महात्म्याला अर्पण करायचा हेच काय ते या दिवसात साऱ्या कामगारांचे ध्येय!

यंदा तर कालावंतिणीच्या जोडीला देवीचा रेडाही नृत्यगायन करण्याकरिता घरोघर जाऊ लागला. देवीला सोडलेला असल्यामुळे आधीच तो धष्टपुष्ट झाला होता. त्यातून त्याचा पुनर्जन्म झालेला! कशातही तोंड घालावे. काहीही खाऊन फस्त करावे! देवीचा रेडा म्हणून कुणी काठी लावायला तयार नाही. नुसता माजून गेला होता तो. त्याचा सर्व संचार देऊळ, तळे आणि तिथला गावचा भाग यांच्या आसपास असल्यामुळे विद्याधर व सुलोचना यांना या गोष्टीचा पत्ताच नव्हता. त्यातून वर्ष प्रतिपदेदिवशी सकाळी सुलोचनेचे लक्ष्मीचे चित्र, रमाकांतचे पुस्तक व विद्याधरचे यंत्र ही सर्व दादा सुमुहूर्तावर पाहणार होते. त्यामुळे ही तीन मंडळी आपापल्या कामात अगदी गढून गेली होती. गावच्या एका भागात देवीच्या साथीने माणसे मरत होती, मोकळा सुटलेला देवीचा रेडा वाटेत येईल त्याला शिंगाचा प्रसाद देत होता. शिमग्याची दारू घरोघर घर डोक्यावर घेऊन नाचत होती! पण त्याची दादसुद्धा दादांच्या बंगल्याच्या बाजूला नव्हती! आणि असावी तरी कशी? दक्षिण ध्रुवावर थंडीने गारठून मरणाऱ्या माणसांचा पत्ता उत्तर ध्रुवावर उबदार कपडे घालून बसलेल्या भाग्यवानांना कुठून लागणार?

❖

अमावस्येला भाऊबीज

***

अमावस्येची मध्यरात्र किरकिरत होती. जणू काही मृत्युशय्येवर पडलेल्या वर्षांचे मंद पण अखंड आचकेच होते ते! तापाने फणफणणाऱ्या सुरंगाचा हात हातात घेऊन असलेल्या वत्सलेला बाहेरचे काळोखाचे जग जणू काही मृत्यूचेच वाटले. बाहेरून येणारा गार वारा– काळपुरुषाचा स्पर्शच. खिडकीतून दिसणाऱ्या दोन चांदण्या– भक्ष्य सापडले म्हणून त्याने आनंदाने मिचकावलेले डोळेच! दिवसा हसणारी खेळणारी हिरवी राई या वेळी काळा बुरखा पांघरून स्तब्ध उभी होती. वत्सलेला किरिस्तावांच्या प्रेतयात्रेतील काळा पोषाख घालणाऱ्या माणसांसारखी ती सारी झाडे वाटू लागली. मधूनच एखादे कुत्रे वाईट गळा काढून ओरडे, झाडावर हुमाणे 'हूं– हूं' असा आवाज करी, वाऱ्याच्या झोताबरोबर दिव्याची ज्योत आणि त्या ज्योतीबरोबर वत्सलेचे हृदय कापे. सोन्याला पाणी पडले होते. त्याच्या खपल्या हळूहळू निखळतील असे दिसत होते. मॅनेजरांना खरी हकीकत कळली तर ते आपल्याला सोन्यापाशी राहू देणार नाहीत म्हणून सुरंगाने बरोबर कुणी मनुष्यही आणला नव्हता आणि सोन्याच्या आजाराचा त्यांना पत्ताही लागू दिला नव्हता. पण सोन्या उठतो न उठतो तोच सुरंगाला ताप भरला. ताप दुसरा कसला असणार? संध्याकाळी तिच्या तोंडावर दोन-चार पुळ्या दिसू लागल्या होत्या. वत्सलेने दिवा उचलला आणि तो सुरंगाच्या तोंडाजवळ नेला. सात-आठ टचटचीत पुळ्या! तिची खात्रीच झाली. सुस्कारा सोडून तिने दिवा खाली ठेवला. इतक्यात सुरंगा डोळे उघडून म्हणाले, "कृष्णाताई–"

"काय?" तिच्या कपाळावरील थंड पाण्याची पट्टी पुन्हा भिजवून ठेवीत वत्सलेने विचारले.

"मी मरणार!"

“भलतं बोलू नकोस तू अशी!”

सोन्याच्या शुश्रूषेच्या आठ दिवसांत त्या दोघी अगदी एकजीव होऊन गेल्या होत्या. त्यामुळे ‘अहो जाहो’ची भाषा आता त्यांच्या तोंडात येतच नव्हती.

“भलतं नाही गं! तू सोन्याला सांभाळशील. पण–”

“पण काय?”

“मला मारणार!”

“कोण?”

“सावळ्या!”

“उगी पड बघू या तू!”

“काशी कुठं आहे?”

“निजलीय.”

“अन् सावळ्या?”

“तो आला नाही अजून बाहेरून. शिमग्याचा शेवटचा दिवस आज!”

“तो दारू पिऊन येईल आणि मग देवीच्या रेड्यासारखं मला...”

सुरंगाच्या तोंडातून जो हुंदका बाहेर पडला तो ऐकून वत्सलेच्या हृदयाचे पाणी पाणी झाले, तिच्या केसांवरून प्रेमळपणाने हात फिरवीत ती म्हणाली, “मी आहे ना तुझ्यापाशी?”

मृत्युमुखी पडलेल्यांच्या अंगात प्राणवायू टोचून घालावा तशी सुरंगाची स्थिती झाली. ती किंचित हुशारीने म्हणाली, “मी बरी झाले म्हणजे आपण सारी एके ठिकाणी राहू या हं! होय ना?”

“सारी कोण?”

“तू, सोन्या, मी आणि...”

“आणि कोण?”

“रमाकांत! त्यांना सोन्या आवडत नाही, पण तू सांभाळशील की त्याला!”

सुरंगाचे शब्द वत्सलेच्या हृदयाला जणू काही तापलेल्या लोखंडाने डागत होते. पण तिने हूं की चूं केले नाही.

सुरंगा म्हणाली, “कृष्णाताई, रमाकांत स्वभावानं वाईट नाहीत तसे. पण पोराची कटकट नकोय् त्यांना! आजवर, सेवा, चाकरी मोठी कठीण वाटते त्यांना! तू केलेली सोन्याची चाकरी त्यांनी जर पाहिली असती, तर माझ्यापेक्षा तुझ्यावरच मन जडलं असतं त्यांचं. आहेच माझी कृष्णाताई तशी गुणाची.”

सुरंगाने आपल्या तापाने फणफणलेल्या दोन्ही हातांच्या तळव्यामध्ये वत्सलेचे मस्तक धरून ते कुरवाळले. अंगाला चटका देणाऱ्या त्या स्पर्शाने वत्सलेच्या हृदयाला शांती दिली.

बाहेर काही तरी वाजले. वत्सलेने दार उघडून पाहिले. सावळ्याच चुडतीच्या उजेडात आला होता.

"इतका वेळ कुठं रे होतास?" वत्सलेने विचारले.

"कुठे? हा: हा: हा:!"

त्याच्या त्या हाहा:काराबरोबर दारूची भयंकर दुर्गंधी आली. वत्सलेने मान फिरविली.

"हे बघ कृष्णा, बाप्पा आले आज. त्यांना भेटायला गेलो होतो मी!"

"काय सांगितलंस त्यांना?"

"बाहेर निजू नका म्हणून. कुणी तरी हळूच जाऊन डोक्यात धोंडा घातला तर?"

"ऐकलं का मग त्यांनी?"

"ते नव्हते ऐकत. पण तो विद्याधर–"

"ते कशाला आले होते तिथं?"

"उद्या सकाळी यंत्र का काय दाखविणार आहेत ते त्या दादाला–"

"दादाला?"

डोळे मिचकावीत सावळ्या म्हणाला, "आता आलं लक्षात! उद्या सकाळी त्यानं यंत्र दाखविलन् की त्याला पाच हजार रोख मिळणार! तुला काय कमी मग? या भिकारड्या काशीच्या घरी–"

वत्सला एकदम आत गेली. सुरंगाच्या अंगावरील पांघरूण तिने सारखे केले. कपाळावरील थंड पाण्याची पट्टी पुन्हा बदलली. सुरंगा स्वस्थ होती. तिला गुंगी आली असावी असे वाटून हलक्या पावलांनी ती बाहेर आली. ओट्यावर सावळ्या कांबळे पसरून निजण्याच्या बेतात होता. त्याने विचारले, "कुठं चाललीस तू?"

वत्सलेने काहीच उत्तर दिले नाही.

रस्त्याने जाताना ती पौर्णिमेची रात्र तिला पदोपदी आठवत होती. ती पौर्णिमा! ही अमावस्या! ती दुसरी भूक! ही तिसरी भूक! सावळ्याला काय वाटले असेल? काशी जागी झाली तर काय म्हणेल? कुठल्याच गोष्टीची क्षिती तिला वाटत नव्हती. पाचोळ्यात काही सरसरले की, तिच्या अंगावर काटा उभा राही. क्षणभर थबकून ती चालू लागले. शेकडो वेळा ती दिवसा या वाटेने आली होती. पण त्या भयंकर काळोखात ती ओळखीची वाट तिला भीतिदायक वाटू लागली. तिच्या मनात आले... कला आणि जीवन! वाट तीच! पण कला दिवसा चालते. जीवनाला रात्री त्या वाटेने प्रवास करावा लागतो. भुतासारखी दिसणारी झाडे, स्मशानाप्रमाणे वाटणारी घरे, मृत्यूच्या दाराच्या उघडझापीप्रमाणे भासणारी रातकिड्यांची किरकीर– साऱ्या गोष्टी ती क्षणार्धात विसरली. तिला त्या दिवशी टेकडीवर विद्याधरबरोबर

झालेले बोलणे आठवले. वाटेत अनेकदा तिचा पाय किंचित मुरगळला देखील. पण विचारच्या नादात तिच्या ते लक्षातच आले नाही.

विद्याधरच्या खोलीपाशी येताच तिच्या मनात भीती उत्पन्न झाली. अमावस्येच्या भर मध्यरात्री आपण एका परक्या पुरुषाच्या खोलीत जात आहो. तिथ दुसरा कुणी मनुष्य असला तर? कदाचित रमाकांत सुद्धा असेल. आपल्याला पाहून तो विचारील, 'पौर्णिमेदिवशी सुरंगाबरोबर मी जुहूवर गेलो म्हणून तू घर सोडून बाहेर पडलीस पण तू तरी इथं काय दिवे लावलेस? अमावस्येच्या मध्यरात्री विद्याधरसारख्या तरुण पुरुषाच्या खोलीत–'

भित्र्या मनाला निश्चयाची जोड देऊन तिने खिडकीवर टकटक केले. विद्याधर या वेळी उद्या सकाळच्या सुखाचे स्वप्न पाहण्यात गुंग होता. संध्याकाळी सुलोचना त्याच्या खोलीत येऊन त्याचे यंत्राचे कागद पाहून म्हणाली होती, 'मनासारखं काही चित्र झालं नाही अजून माझं. उद्या सकाळी यंत्रच बक्षीस मिळविणार तुमचं.' तिच्याबरोबर आलेले बाप्पा हसत हसत उद्गारले होते, 'बक्षीस कितीचं आहे ते ठाऊक आहे ना विद्याधर?'

'पाच हजारांचं!'

'अं हं! अमूल्य!'

बाप्पांनी सुलोचनेकडे ज्या दृष्टीने पाहिले, तिने त्याच्या आश्चर्याचे रूपांतर आनंदात झाले.

'अमूल्य?' त्याने मुद्दाम विचारले.

'हो अमूल्य! आमच्या सुलूची किंमत करता येईल का तुम्हाला कधी?'

'अनंताला शून्याने भागले तर जी किंमत येईल– ती' असे उत्तर त्याला सुचले. पण तो स्तब्ध राहिला.

'बाप्पा, तुमच्या थट्टेला काही काळवेळ–' सुलोचना म्हणाली.

'थट्टेचा काळ आलाय्– पण वेळ आली नाही अजून!'

'ती कधी येणार?'

'मुहूर्ताची घटकापळं सांगायला मी काय ज्योतिषी आहे पोरी? अन् एक तर चुकतंय तुझं! विद्याधरबरोबर तुलाही बक्षीस मिळणार आहे.'

'कशासाठी?'

'लक्ष्मीच्या चित्राबद्दल.'

'काय मिळणार बक्षीस?'

'यंत्र!'

'इश्श!'

'यंत्र-चित्र या दोहोंची जोडी शोभते–'

बाप्पांचा ते पोरकटपणा पाहून विद्याधरला आनंद झाला आणि त्यांच्याविषयी आदरही वाटला. त्याच्या मनात आले– दुसऱ्याच्या जीवनाशी चटकन् समरस होण्याची कला साध्य झाल्याशिवाय हा पोरकटपणा मोठ्या माणसाच्या हातून होईल काय?

स्वप्नात 'यंत्र-चित्र या दोहोंची जोडी शोभते' ही बाप्पांची ओळ विद्याधरच्या कानात कुणीतरी गुणगुणीत होता. फोनोग्राफच्या टाचणीने खर्र आवाज करून गाणे संपल्याचे सुचवावे त्याप्रमाणे वत्सलेच्या टकटक आवाजाने त्याचे स्वप्न भंग पावले. तो या कुशीवरून त्या कुशीवर वळला. पुन्हा टकटक? त्याने डोळे उघडून पाहिले. पुन्हा आवाज. त्याने उठून दार उघडले. त्या भयाण काळोखात उभ्या असलेल्या वत्सलेला ओळखताच त्याच्या हृदयाचा थरकाप झाला. सोन्या वारला की–

"आज आवस असली तरी मी काही भूत नाही हं," वत्सला आत येऊन दार लावीत म्हणाली.

"एकटीच आलीस?"

"हो! अवघड काय आहे त्यात? जगात तशीच आले नाही का मी?"

"पण दिवाबिवा–"

"देवाची दिवाळी चाललीय् आभाळात..."

"ती चाललीय आभाळात! पण जमिनीवर?"

"खरंच! जमिनीवर? जमिनीवर अंधार!" त्याच्याकडे खिन्न दृष्टीने पाहत वत्सला उद्गारली.

"अशी अपरात्री का आलीस?"

"ओवाळणी मागायला!" टेबलाच्या आधाराने स्वतःला स्थिर करीत वत्सला म्हणाली.

"ओवाळणी?"

"हो– भाऊबिजेची ओवाळणी."

"अमावास्येला भाऊबीज?"

"विद्याधर, विद्याधरदादा, माझं आयुष्यच विचित्र आहे असं! अमावस्येदिवशी भाऊबीज व्हावी असाच योग आहे माझा!"

तिच्या स्वरांतील कारुण्याने विद्याधरच्या काळजाचा ठावच घेतला. तो स्नेहपूर्ण दृष्टीने म्हणाला, "काय घालू ओवाळणी?"

"मी मागेन ती घालाल?"

"अगदी प्राण मागितले तरी..."

"इडापिडा टळो, अमंगळ पळो!"

"काय देऊ तुला?"

"यंत्राचे कागद!"

प्रसूतिवेदनानंतर बालकाचे मुख पाहण्याला उत्सुक झालेल्या मातेच्या हातून काळाने ते हिसकावून घ्यायला हवे तशी विद्याधरची स्थिती झाली. "ताई, दुसरं काहीही माग." तो करुण स्वराने म्हणाला.

"दुसरं मागू?"

"हो! वाटेल ते माग," आनंदाच्या लाटेवर चढलेला विद्याधर उद्गारला.

"मरण द्या मला!"

"मरण?"

"पहिल्यांदा जीवन मागितलं, ते नाही तर मरण द्या."

"त्या यंत्राच्या कागदात तुझं जीवन आहे?"

"माझं नाही. पाचशेंचे आहे. लाखो लोकांचं आहे."

विद्याधर चटकन उमगला. उद्या सकाळी आपण यंत्राचे कागद दादांच्या हातात देणार. ते दिले की लवकरच यंत्र तयार होईल आणि कारखान्यात काम करणारे गोरगरीब बेकार होतील म्हणून वत्सला मध्यरात्री आपल्याकडे धावत आली आहे. त्याला आश्चर्य वाटले– उद्या सकाळी यंत्राचा बेत पक्का होणार हे वत्सलेला कळले तरी कसे?

"उद्या सकाळी मी कागद दादांना देणार हे कुणी सांगितलं तुला?"

"देवानं."

"काहीतरीच!"

"बरं! सैतानानं!"

"देव आणि सैतान एकच का?"

"एकच!"

"ते कसं?"

"देव ही एक कल्पना आणि सैतान ही दुसरी कल्पना!"

"देव ही कल्पना! मग सत्य काय? निसर्ग?"

"निसर्ग सत्य आहे. पण तो पशूंच्या दृष्टीनं!"

"आणि मनुष्याच्या दृष्टीनं?"

"निसर्ग हे अर्धसत्य आहे!"

"हे सत्य पूर्ण कसं करायचं?"

"निसर्गाला जोड देऊन."

"कुणाची?"

"मनुष्याची! माणुसकीची!"

आकाशात विजेचा एकसारखा चकचकाट होत राहावा तशी वत्सलेची ही उत्तरे विद्याधरला वाटली. पण आपल्या भावी संसारसुखाचा पाया– ते यंत्राचे कागद वत्सलेच्या हातात देणे अगदी जिवावर आले त्याच्या!

तो म्हणाला, ''बाप्पांनीसुद्धा पाहिले हे कागद. तुझ्यासारखा भलताच हट्ट धरला नाही त्यांनी.''

''हाच फरक आहे त्यांच्या आणि माझ्यात!''

''तुला लागलेली ही तिसरी भूक बाप्पांना नाही का?''

''आहे. आज पंचवीस वर्षे आहे.''

''मग–''

''पण भूक लागणं निराळं आणि ती भागविण्याचा योग्य मार्ग कळणं निराळं!''

''म्हणजे बाप्पांचा मार्ग चुकलाय?''

''हो.''

''त्यांच्यात त्याग आहे, उद्योग आहे–''

''पण एक नाही.''

''काय?''

''जीवनाचं ज्ञान! बाप्पांचं अज्ञान त्या रेड्याच्या रूपानं मूर्तिमंत फिरतंय आज गावात!''

''काय चूक होतीय, त्यांची?''

''ते लुडबुड करतायत नुसती! उत्तर ध्रुवावरून दक्षिण ध्रुवावर आणि दक्षिण ध्रुवावरून उत्तर ध्रुवावर!''

''काय करायला हवं त्यांनी?''

''दोन्ही ध्रुव विषुवृत्तावर आणायला हवेत.''

विद्याधरने निर्वाणीचा प्रश्न केला, ''माझं एक यंत्र झालं नाही म्हणून जगातील सारी यंत्र थांबतील का?''

''यंत्र बंद व्हायला नकोत!''

''तर मग...'' विद्याधरला पुन्हा आशा उत्पन्न झाली.

''यंत्र श्रीमंतांच्या ताब्यात जाऊन गरिबांना उपाशी मारतात, ते बंद व्हायला हवं.''

''ते कसं होणार?''

''इथल्यापुरतं सांगू?''

''हं.''

''उद्या यंत्र निघालं तरी आमच्याइतकी माणसं कामावर लावायचं कबूल करावं दादांनी!''

"प्राण गेला तरी कबूल करणार नाहीत ते."

"म्हणूनच– विद्याधर, फुरसं चावलं त्या वेळी मरणाचं अगदी जवळून दर्शन झालंय तुम्हाला. त्या घटकेच्या मनाच्या वेदना... तुमचं यंत्र निघालं की इथल्या पाचशे कुटुंबांना त्या वेदना दररोज–"

विद्याधरने टेबलावर व्यवस्थित करून ठेवलेले कागद वत्सलेच्या हातात देत म्हणाले, "ताई, ही तुझी ओवाळणी!"

ते कागद हातात घेताना वत्सलेला गहिवर आला. तिच्या डोळ्यांतून टपटप टिपे पडू लागली. जणू काही अश्रूबिंदूच्या दीपज्योतींनी ती त्याला ओवाळीतच होती.

"हे कागद मी प्राणापेक्षाही जपून ठेवीन हं!" वत्सला जाताना म्हणाली.

"पोहोचवायला येतो मी तुला!"

"अंहं!"

"का?"

"कुणी पाहिलं तर? ती काशी तर–"

"कोण पाहायला बसलंय् या वेळेला?"

"या वेळेला? याच क्षणी कामापुरात दुसरीकडं काय घडत असेल कुणाला ठाऊक!"

"पण पोहोचवायला–"

"पोहोचवायला हवं कशाला कोण? जगात मनुष्य एकटंच येतं आणि जगातून ते एकटंच जातं."

वत्सला हां हां म्हणता दिसेनाशी झाली. जणू काही अज्ञातात अदृश्य होणारी प्राणज्योतीच!

❖

कुमुहूर्त

***

दुसऱ्या दिवशी सकाळी सुलोचना मोठ्या उत्साहाने उठली. तिला वाटले आपल्या अंत:करणात आशेने किती उंच गुढी उभारली आहे. विद्याधरच्या बुद्धीची काठी, त्याच्या प्रेमाचे भरजरी वस्त्र आणि त्याच्या शोधाचे सोन्याचे भांडे यांनीच ती नटलेली होती. काल संध्याकाळीच लक्ष्मीचे चित्र तिने पुरे केले होते. ते पाहायला रात्री दादा आले तेव्हा ती म्हणालीही होती, 'मुलगी आणि चित्र रात्री पाहू नये म्हणतात. फसायला होतं माणसाला!' तिच्या या बोलण्याने दादा मुळीच हसले नाहीत याचे तिला आश्चर्य वाटले. त्याचे कपाळ तर आठ्यांनी भरून गेले होते नुसते. सुलोचना मनात म्हणाली, 'असंच चालायचं हे. मन पैशासाठी. कपाळाला आठी.'

दिवसाच्या पहिल्या प्रकाशात आपल्या चित्राचे दर्शन घेण्याकरिता म्हणून सुलोचना त्या खोलीकडे आली. तिने खोलीकडे पाहिले. तिला आपल्या विसरभोळेपणाचे हसू आवरेना. 'अगदी गोकुळ आहेस तू' एक मन म्हणाले. दुसरे गुदगुदल्या करीत उत्तरले, 'झालंय खरं माझं मन गोकुळासारखे! या गोकुळातले कृष्ण– विद्याधर!'

बाप्पा नेहमीप्रमाणे बाहेर निघाले तर रेड्याच्या प्रकरणामुळे चिडलेले अडाणी गावकरी त्यांना कदाचित मारतील, अशी शंका काल उत्पन्न झाली. त्यांना मारायचा लोकांनी कट केला आहे असे सावळ्याने तिच्या व विद्याधरच्या देखत बाप्पांना स्पष्ट सांगितले होते. ते बाहेर निजण्याचाच हट्ट धरीत होते; पण विद्याधरने त्याची समजूत घातली. सात-आठ वर्षांपूर्वी दरोड्याची भानगड झाली होती तशी बाप्पांना मारण्याकरता होईल अशी भीती दादांच्याही मनात पुसट पुसट डोकावू लागली. शिवाय शिमग्यातील अमावस्या! सारा गाव दारू पिऊन

तर्र झालेला असणार! काय करावे या विचारात सर्व पडले. शेवटी विद्याधरने युक्ती सुचविली. सुलोचनेच्या चित्रे काढावयाच्या खोलीला ती नसेल तेव्हा कुलूपच असे. त्या खोलीत बाप्पांना निजवावे असे ठरले. म्हणजे त्यांना शोधण्याकरिता कुणी आले तरी त्यांचा पत्ता लागण्याचा संभव नव्हता. ही सूचना सर्वांना पसंत पडल्यावर विद्याधर म्हणाला होता, 'बाप्पांना छान झोप येणार आज!'

'ती कशी?' सुलोचनेने विचारले.

'तुरुंगाची सवय झालीय् त्यांना. बाहेर कुलूप वाजलं की–'

हसत हसत बाप्पा उत्तरले होते, 'पण तुरुंगात लक्ष्मीची चित्रं नसतात!'

कुलूप काढण्याच्या आधी सुलोचना दारापाशी थाबंली. आत बाप्पा मोठ्या रंगात येऊन प्रात:स्मरण करीत होते :

'रघुवर! तुमको मेरी लाज ।
सदा सदा मैं शरण तिहारो,
तुम बडे गरीबनिवाज ।।
पतितउधारन बिरुद तिहारो
स्तवनन सुनी आवाज ।।'

बाप्पांचा आवाज गोड नव्हता. पण ते हे भजन अत्यंत भावपूर्ण गळ्याने म्हणत होते. 'तुम बडे गरीबनिवाज' हा चरण म्हणताना गरिबांविषयी त्यांना वाटणारा कळवळाच त्यांच्या वाणीत उतरल्याचा भास होत होता. 'पतितोद्धार हे तुझं ब्रीद आहे म्हणून देवाला आळविताना त्यांच्या डोळ्यापुढं कोणतं चित्र उभं राहत असेल?' सुलोचनेच्या मनात विचार आला. तिच्या डोळ्यांपुढून एक भव्य चित्रमालिका झर्रकन गेली. सागरावर लाटा उसळत आहेत, क्षुब्ध लाटांवरील फेस राक्षसाच्या दंतपक्तीप्रमाणे भयंकर भासत आहे. हजारो लोक पाण्यात दिसत आहेत! सारे पतित! कुणाला फुटक्या फळीचा आधार आहे, कुणाला तोही नाही! पोहता पोहता दमून गटांगळ्या खाऊन बिचारे बुडत आहेत, बुडता बुडता होड्यात बसून लाटांची शोभा पाहणाऱ्यांना ते करुणस्वराने विनवीत आहेत– 'वाचवा, आम्हाला वाचवा!' होडीतले लोक त्यांचे आक्रंदन ऐकून निदर्यपणाने हास्य करीत आहेत. इतक्यात समुद्रातून देवमासे भराभर बाहेर येतात. त्यांच्या शेपटीच्या तडाख्यांनी होड्या उलटून बुडू लागतात. बुडता बुडता होडीतले लोक त्या देवमाशाकडे पाहतात. त्या देवमाशांची तोंडे पोहता पोहता बुडालेल्या माणसांसारखीच असतात.

लक्ष्मीच्या चित्रापाशी बसून 'गरीबनिवाजा'चे भजन करणाऱ्या बाप्पांचे कौतुक करीत सुलोचनेने कुलूप काढले. खोलीत संधिप्रकाश नुकताच येत होता. सुलोचनेने विचारले, ''काय बाप्पा? झोप चांगली लागली का?''

“चांगली? रात्री तू गेलीस केव्हा ते धड कळलंच नाही!”

“मी आले होते रात्री?” सुलोचनेने आश्चर्याने प्रश्न केला.

“गुपित ठेवायला पाहिजे तर ठेवतो मी! नाहीतर विद्याधर थट्टा करील.”

“झोपेत चालण्याची सवय नाही मला!”

“चांगली जागेपणी आली होतीस. कलेचं काय? ती वेडी असते. रात्री अपरात्रीसुद्धा काम करते ती. दार वाचताच मी जागा झालो. पण मी जागा आहे हे तुला कळलं तर तू हिरमुसली होऊन परत जाशील म्हणून मी लगेच पाठ केली दाराकडं!”

“किती वेळ होते मी इथं?”

“कुणाला ठाऊक! मी पाठ फिरविली न लगेच डोळा लागला माझा!”

“भुताटकी दिसतेय् इथं!”

“सुलू, कलेला भूत म्हणू नकोस, रागावेल हं!”

सुलोचना विचार करू लागली. या खोलीच्या किल्ल्या काय त्या दोन! एक आपल्यापाशी, दुसरी दादांच्याजवळ! दादा कशाला येतील अपरात्री उठून? काही तरी भासच झाला झालं बाप्पांना!

खोलीत आता स्वच्छ दिसू लागले होते.

“भुतानं काय काय सुधारणा केल्यात त्या पाहू या हं,” असे म्हणत सुलोचना आपल्या चित्राकडे गेली. तिने त्याच्यावर नजर टाकली मात्र– तिच्या तोंडून किंचाळीच बाहेर पडली. झोपेतही चांदोबाशी गुजगोष्टी करणाऱ्या तान्हुल्याला पाहण्याकरिता आईने पाळण्याकडे जावे आणि तिला तो रक्ताने माखलेला दिसावा– हुबेहूब तशी स्थिती झाली सुलोचनेची. त्या सुंदर चित्रावर निरनिराळ्या रंगाचे वेडेवाकडे पट्टे कुणी तरी ओढून ठेवले होते!

सुलोचनेची किंचाळी ऐकून बाप्पा तिच्याकडे आले. चित्राची दुर्दशा पाहताच त्यांनाही आश्चर्य वाटले. ते उद्गारले, “वेडे पोरी, काय केलंस हे रात्री?”

“कुणी केलं? मी?” सुलोचना वेड्याप्रमाणे बाप्पांच्याकडे पाहत म्हणाली.

“तू नाही तर काय मी केलं हे?”

“हो, तुम्हीच केलंत!” सुलोचना रागाने बेभान होऊन उद्गारली.

बाहेरचे कुलूप जसेच्या तसेच होते. खोलीची किल्ली फक्त आपल्यापाशी व दादांच्याजवळ. आपण रात्री खोलीत आलो नाही. दादा तर मुळीच येणार नाहीत आणि आले असले तरी आपल्या लाडक्या मुलीचे आवडते चित्र खराब करणार नाहीत. तेव्हा हे सारे काम बाप्पांचेच असले पाहिजे, अशी सुलोचनेची खात्री झाली. बाप्पा तिचे जीव की प्राण! पण क्षणभर ते अगदी शत्रूसारखे वाटले तिला.

थोडा वेळ शांत राहून बाप्पांनी विचारले, “माझ्या सुलूचं चित्र खराब करून

काय मिळालं मला?''

''तुम्ही गरिबांचे कैवारी. लक्ष्मीवर सूड असेल हा!''

''सुलू, चित्रातल्या लक्ष्मीवर सूड घ्यायला कुक्कुबाळ आहे का मी?''

''कलेची किंमत कळतेय् कुठं तुम्हाला? तुम्हाला काय? जीवन– एक जीवन– जीवनासाठी कला!''

''म्हणूनच तुझं चित्र काही नासून टाकणार नाही मी!''

''तुम्हाला काय? चित्र म्हणजे चित्र! नुसती कला!''

''सुलू, तुझं चित्र ही नुसती कला नाही माझ्या दृष्टीनं! ते जीवनही आहे.''

''जीवन? हे चित्र हे तुमचं जीवन?''

''चित्र हे तुझं जीवन आणि पोरी, तू माझं जीवन! हो. नुसतं जीवन नाही. जीवनाचे जीवन!''

हे बोलता बोलता बाप्पांनी इतक्या वात्सलाने सुलोचनेच्या पाठीवरून हात फिरवला की, मघाशी त्यांच्याविषयी घेतलेल्या भलत्या संशयाबद्दल तिला पश्चात्ताप वाटून तिच्या डोळ्यांत आसवे उभी राहिली.

चित्र खराब झाले म्हणून दादा अकांडतांडव करतील, अशी सुलोचनेची कल्पना होती. पण ते रमाकांतशी कारखान्याविषयीच्या पुस्तकाबद्दल बोलण्यातच गुंग होऊन गेले. ठरलेली वेळ होऊन गेली तरी विद्याधर आला नाही. रमाकांतच्या चेहऱ्यावर हळूहळू विजयाचे हास्य चमकू लागले. शेवटी दादांनी गडी पाठविला. विद्याधरने 'येता येत नाही. क्षमा करावी.' म्हणून उत्तरादाखल त्याच्याबरोबर चिठ्ठी दिली. दादा संतापाने उद्गारले, ''याचा अर्थ काय?''

''तसा काही कठीण नाही हा ग्रंथ!'' रमाकांतने कुत्सितपणाने नांगी मारली.

सुलोचना खाली पाहत बसली होती. तिला बोलायला तोंडच नव्हते.

रमाकांतने सूचना केली, ''यंत्राचे कागद तरी पाठवून द्या असा निरोप पाठवून पाहा.''

मनुष्य गेला आणि नकार घेऊन आला. दादांच्या तळपायाची आग मस्तकाला गेली. तिच्यात रमाकांतने मधूनमधून तेल ओतले. त्या भडक्यात विद्याधरची विद्वत्ता, माणुसकी, शील एकूण एक गोष्टी जळून जातात की काय असे वाटू लागले. विद्याधर शुद्ध लफंग्या आहे, यंत्र तयार करण्याच्या त्याने सुलोचनेपाशी थापा मारल्या ती तिच्या मनावर छाप बसविण्याकरिता, असल्या भामट्याला इथून शक्य तितक्या लवकर हाकलून देणे बरे, इथपर्यंत जेव्हा दादा व रमाकांत यांच्या संभाषणाची मजल आली, तेव्हा मात्र सुलोचनेला गप्प बसवेना. ती उठली व म्हणाली, ''अश्शी जाऊन येते हं मी!''

"कुठं?"

"विद्याधरांच्याकडे. कागद घेऊन येते ते."

"कागद असले तर मिळणार!" हेटाळणीच्या स्वरात रमाकांत म्हणाला.

"माझ्या डोळ्यांनी पाहिलेत ते मी!"

"डोळे फसवितात कधी कधी माणसांना!"

विद्याधरच्या खोलीकडे जात असताना सुलोचना एकाच प्रश्नाचा विचार करीत होती. डोळे फसवे असतात का? विद्याधरचे निर्मळ डोळे आठवून ती स्वतःशीच म्हणे, "छे! विद्याधर लबाड नाहीत काही!"

तिने खोलीत पाऊल टाकताच विद्याधर तोंड फिरवून भिंतीकडे पाहू लागला. क्षणभर त्याच्या या वर्तनाचा अर्थ तिला कळेना. पण लगेच मृदू स्वराने तिने विचारले, "काय होतंय तुम्हाला?"

"काही नाही."

"यायचं कबूल करून आला नाहीत आता?"

"यायचं कोणत्या तोंडानं?"

"तोंड कशाला हवं? चांगले पाय आहेत की!"

विद्याधर हसला नाही. निश्चयी मुद्रा करून तो म्हणाला, "ते कागद नाहीसे झाले काल रात्री!"

"भुताबितानं नेलं वाटलं? आवसच होती काल!"

"भुतानं नाही!"

"मग काय देवीन? तिचा कोप तुमच्यावरही झाला का?"

"कोप की कृपा ते कुणाला ठाऊक?"

विद्याधर अगदी तुटक बोलत आहे. आपल्या नजरेला नजर भिडवण्याचे धैर्यही त्याच्या अंगी नाही हे पाहून सुलोचनेला कसेसेच झाले. काल संध्याकाळी तयार झालेले कागद आपणाला दाखवितो काय आणि आज सकाळी ते नाहीसे झाले म्हणून सांगतो काय? सुलोचनेच्या मनात एकदम एक कल्पना आली. विद्याधरच्या मनात ते यंत्र दादांना विकायचे नसेल! पण असं दादांनी काय घोडं मारलंय् त्याचं आणि दादा कसेही असले तरी आपल्याकरिता तरी त्याने–

क्षणभर शून्य दृष्टीने बाहेर पाहून सुलोचना त्याला म्हणाली, "तुमच्या किल्ल्या देता का जरा?"

"झडती घेणार वाटतं? वॉरंट कुठं आहे?"

"साध वॉरंट नाही, ऑर्डिनन्स आहे अगदी!"

शून्य मनाने विद्याधरने तिच्या हातात किल्ल्या दिल्या. तिने टेबलावरील कागद चाळून पाहिले, टेबलाचे खण उघडले, पण कुठेच काही दिसले नाही. कपडे वगैरे

सामान असलेले लहानसे कपाट तिने धुंडाळून पाहिले. कागद नाहीत. राहता राहिल्या ट्रंका. मोठी ट्रंक उघडून तिने तिची तपासणी केली. पण व्यर्थ! धाकट्या ट्रंकेची किल्ली ती शोधू लागली. विद्याधर एकदम म्हणाला, ''ती ट्रंक राहू दे तशीच!''

''सापडली की नाही चोरी?'' किल्ली चालवीत सुलोचना म्हणाली. तिने विद्याधरकडे पाहिले. त्याचा चेहरा अगदी उतरून गेला होता. मनात आश्चर्य करीत ती त्या ट्रंकेतील वस्तू चाळू लागली.

एक वही– तिने सहज उघडली. रमाकांतचे अक्षर!

पण विचार करायला तिला वेळच नव्हता. त्या वहीखालीच एक उघडे पत्र होते. सुरंगाचे अक्षर!

ते पत्र तिने उघडले! त्याच्याखाली पातळ तांबड्या कागदात घालून ठेवलेले फोटो. तिने ते बाहेर काढले. सारे कृष्णाचे फोटो! काजू कारखान्यात घेतलेले! या फोटोंच्या काचा फुटल्या म्हणून विद्याधरने सांगितले होते.

विद्याधर आणि कृष्णा– सुलोचनेला पौर्णिमेपूर्वीची ती रात्र आठवली. विद्याधरने तिला आपल्या सोबतीला ठेवून घेतले होते. त्यांचे तिच्याशी बरोबरीच्या नात्याने बोलणे, तिला चित्रे दाखविणे, तिची स्तुती करणे– विद्याधरच्या प्रेमळ स्वभावाच्या हिरवळीत असला साप लपून बसला असेल, अशी आतापर्यंत तिला शंकासुद्धा आली नव्हती. पण कृष्णेच्या फोटोंनी एका क्षणात तिच्या मनातला मत्सर जागृत झाला.

विद्याधरकडे एक तिरस्कारयुक्त कटाक्ष टाकून ती तडक खोलीबाहेर पडली. दारात रमाकांत काशीशी बोलत उभा होता. त्याने विचारले, ''मिळाले का कागद?''

''काल रात्री नाहीसे झाले म्हणे!''

''काल रात्री?'' काशीकडे पाहून हसत रमाकांत म्हणाला.

''आला असेल एखादा समंध नाही तर हडळ ते न्यायला!''

''समंध नाही, हडळच!''

''म्हणजे?''

''या काशीला विचार! ती कृष्णा काल मध्यरात्री उठून गेली होती त्याच्याकडं!''

❖

दीपमाळेवर

***

काशी सुरंगाचा निरोप घेऊन रमाकांतकडे आली होती. अलीकडे सुलोचना त्याच्याशी इतक्या उदासीनपणाने वागत होती की, सुरंगा गावात आहे असे नुसते कळले असते तरी तो तिला भेटायला गेला असता. पण निरोपाबरोबर सुरंगा देवीने आजारी असल्याची बातमीही काशीने सांगितली. सुरंगाचे गाणे असते तर गोष्ट निराळी. पण तिचे ते कण्हणे ऐकायला कोण जाणार? एखाद्या नाटकातील तिची सुंदर भूमिका पाहायला रमाकांत अगदी उतावळा झाला असता. पण देवीने अंथरुणावर पडलेल्या सुरंगाला पाहायला जायचे त्याच्या जिवावर आले. औषध, सेवा-शुश्रूषा, मृत्यू या सगळ्या गोष्टींचा त्याला मनस्वी कंटाळा होता. पाचगणीला महिना दोन महिन्यांनी वडिलांची चौकशी करायला तो जाई हे खरे. पण वडिलांपेक्षा क्षयरोगी या दृष्टीनेच तो त्यांच्याकडे पाही आणि त्यांच्यापासून शक्य तितका दूर राही. सुरंगा देवीने आजारी, आपण भेटायला गेलो तर त्या मुलाला आपल्या गळ्यात बांधण्याचा प्रयत्न करणार, देवीच्या रोग्यापाशी बसणाऱ्या मनुष्याला देवी येण्याचा संभव असतो, या साऱ्या गोष्टी क्षणार्धात रमाकांतच्या मनात चमकून गेल्या.

बोलता बोलता सुरंगाची शुश्रूषा कोण करीत आहे असे त्याने विचारले, म्हातारी माणसे आधीच गोष्टीवेल्हाळ असतात. त्यात काल भर मध्यरात्री कृष्णा उठून विद्याधरच्या खोलीकडे जाऊन आली हे पाहून तर काशीच्या तळपायाची आग मस्तकाला गेली होती. तिने सकाळीच तिला घराबाहेर काढून लावले असते. पण पैसेवाल्या सुरंगाचा शब्द तिला मोडवेना. कृष्णाने भर मध्यरात्री एका परक्या पुरुषाच्या घरी का जावे हे कोडे सुरंगालाही उलगडले नाही. पण तिच्या उत्कट प्रेमाचा तिने अनुभव घेतला होता. त्यामुळे तिने काशीला भीड घातली.

पण घरी वळवळणाऱ्या जिभेला घातलेला हा लगाम काशीला अगदी असह्य

झाला होता. कृष्णाचे नाव निघताच तिने तिचा सर्व इतिहास रमाकांतला सांगायला सुरुवात केली. या इतिहासात विद्याधरचे नाव आरंभीच आल्यामुळे रमाकांतही तो उत्सुकतेने ऐकू लागला व मधूनमधून तिला प्रश्न करू लागला. काशीने पाहिलेल्या व ऐकलेल्या साऱ्या गोष्टी तिखटमीट लावून सांगितल्या. रमाकांतची अगदी खात्री होऊन गेली की, विद्याधर व कृष्णा यांचा गेले चार महिने वाईट संबंध आहे. सुलोचनेची खात्री करून देण्याकरिता काशीला पुन्हा केव्हा बोलवावे याचा विचार करीतच तो दारापाशी आला. इतक्यात विद्याधरवर संतापून गेलेली सुलोचना परत येताना त्याला दिसली. जमीन आयती चांगली तापली होती. पाऊस पडण्याचा काय तो अवकाश होता.

चित्राच्या खोलीत सुलोचना काशीला घेऊन गेली. काशीने कृष्णा व विद्याधर यांची सर्व हकिकत सविस्तर सांगितली. घटकेत संशयाच्या विषबीजाचा मोठा वृक्ष झाला. काशी निघून गेल्यानंतर सुलोचनेने खिन्न दृष्टीने त्या लक्ष्मीच्या चित्राकडे पाहिले. आपल्या मनःपटलावरील विद्याधरची मूर्तीही तशी विद्रूप झाली असल्याचे तिला आढळून आले. रमाकांतकडे पाहून हसत हसत तिने त्या लक्ष्मीच्या चित्राचे तुकडे केले.

बाप्पांनी गावकऱ्यांची गाठ घेतली. त्यांच्या मनात आपल्याविषयी किल्मिष उत्पन्न झाले आहे, हे त्यांनी ओळखले. पण बाप्पांचा स्वभाव पडला गोड. एका शब्दानेसुद्धा कुणाला न दुखविता त्यांनी त्यांची समजूत घालण्याचा प्रयत्न केला. बाप्पांच्या तोंडावर कुणी फारसे वाईट बोलले नाही. पण या गोष्टीवरील गावकऱ्यांचा विश्वास नाहीसा करणे कठीण आहे, हे बाप्पांना आढळून आले. शेवटी एक विचार सुचून ते म्हणाले, ''रामनवमी दिवशी परत येईन मी इथं. रामजन्माआधी पुराण सांगेन देवळात. पुराणातसुद्धा देवाला कशाचीही बळी देऊ नये असंच लिहिलंय.''

नंतर ते काशीच्या घरी गेले. वत्सला दारातच उभी होती. काशी घरी नाही असे कळताच ते परत निघाले. इतक्यात वत्सलेने विचित्र स्वराने हाक मारली,

''बाप्पा–''

चमकून मागे पाहत त्यांनी विचारले, ''काय कृष्णा?''

''बंदूक हवीय एक मला!''

''बंदूक!'' या पोरीला वेडबिड तर लागले नाही ना, असे वाटून बाप्पा उद्गारले.

''हो.''

''कशाला?''

''मारायला!''

बाप्पांना वाटले– गरिबीमुळे जिवावर उदार झालेली दिसते ही मुलगी.

ते शांतपणाने म्हणाले, ''काही झालं तरी जीव देऊ नये मुली.''

''जीव देणार नाही, घेणार आहे मी!''

''कुणाचा?''

''त्या रेड्याचा!''

''का? देवी रागावली म्हणून?'' बाप्पांच्या स्वरात थोडीशी उपहासाची छटा होतीच.

''देवीसाठी नाही. माणसासाठी!''

''म्हणजे?''

''दररोज कुणाला ना कुणाला तरी त्रास देतोच आहे तो. अजून जीव घेतला नाही कुणाचा. पण–''

एवढ्या खटाटोपाने वाचविलेला तो रेडा! बाप्पांच्या रोमरोमातला अहिंसावाद जागृत झाला.

ते म्हणाले, ''गरीब बिचारं मुकं जनावर!''

''गरीब कसला? चांगला माजलाय.''

बाप्पा नुसते हसले. ते रामनवमीचा विचार करीत होते. ईश्वराला हिंसा आवडत नाही हे गावकऱ्यांच्या मनावर ठसविण्याच्या त्यांच्या बेताला वत्सलेची बंदूक कशी आवडावी?

एक आठवडा! पण विद्याधरला तो कसा युगासारखा वाटला. सुलोचना त्याच्याकडे फिरकलीसुद्धा नाही. रमाकांत दोन-तीनदा आला. पण तो चाचरत चाचरत जे बोलला त्यावरून दादा व सुलोचना यांच्या मनातून आपण साफ उतरलो एवढे विद्याधरने ओळखले. आपल्याजवळ असलेले सुरंगाचे पत्र सुलोचनेला दाखवावे असे त्याच्या मनात आले. पण त्यामुळे दादा व रमाकांत सुलोचनेच्या मनातून उतरतील, पण आपल्याविषयी काही तिचे मन साफ होणार नाही, म्हणून तो स्वस्थच राहिला, कृष्णेकडे जाऊन बसावे तर काशीने पिकविलेली कुणकुण अधिक वाढत जाणार. कामापूरला रामराम ठोकून एकदम मुंबईला चालते व्हावे, असे हजारदा त्याच्या मनात आले. पण आपल्या हृदयाचे धागे कामापुरात गुंतले आहेत असा भास होऊन की काय, तो विचार तो रद्द करी.

पण कामापुरात राहून तरी करायचे काय? हृदयाचा एक धागा सुलोचना! पण तो तर आता कायमचा तुटला! तो पुन्हा सांधता कसा येणार? दुसरा धागा वत्सला. पण ती या अडाणी धर्मभोळ्या लोकांत जन्मभर राहणार!

विद्याधर असा भोवऱ्यात गटांगळ्या खात असताना रमाकांत व सुलोचना ही मात्र एकाच होडीत बसून प्रवाहाबरोबर जात होती. सुलोचना मनात म्हणत होती–

रमाकांतने सुरंगावर प्रेम केले असेल कदाचित. रूपाने मोहून जाणे हा मनुष्यस्वभावाचा धर्म नाही का? पण विद्याधरचा कृष्णेशी असलेले संबंध! छी! कल्पनासुद्धा करवत नाही त्या अमंगळपणाची आणि आपल्या पापावर पांघरूण घालण्याकरिता किती खोटे बोलला तो? फोटो जवळ असून कांचा फुटल्या म्हणून बेधडक सांगितले त्याने!

पण मधूनमधून एक शंकाही तिच्या मनात येई. त्या यंत्राच्या कागदाचे काय झाले? कृष्णा त्या रात्री विद्याधरकडे आली असेल. कामकऱ्यांच्या मानाने ती हुषार आहे, ती अगदी पांढरपेशासारखी बोलते. हे सारे खरे. पण याचा त्या कागदाशी काय संबंध? कृष्णेने काही ते कागद नेले नाहीत. तिला ते घेऊन काय करायचे होते? ते लपवून विद्याधरला तरी फायदा काय? तो लोभी असता तर पाच हजारांऐवजी दहा हजार मागितले असते. मग—

विचार करून थकल्यानंतर तिला वाटे, त्याला जरूर असेल तर तो येऊन करील खुलासा. रमाकांतने नाही का क्षणभर सुरंगाचा मोह आपल्याला पडला होता असे मोकळेपणाने कबूल केले?

विद्याधरकडे वळलेले तिचे मन पुन्हा रमाकांतकडे ओढ घेऊ लागले. हसणे-खेळणे, फिरायला जाणे, संध्याकाळी देवळापुढील दीपमाळेवर जाऊन हवा खाणे, असा त्या दोघांचा कार्यक्रम सुरू झाला.

''उद्या रामनवमी! हो ना गं आई?'' हातातील कलिंगडाची फोड खात सोन्या म्हणाला. अगदी हट्ट धरून वत्सलेच्या आधाराने बाहेर येऊन बसलेली सुरंगा म्हणाली, ''सोन्या, उन्हात राहू नकोस असा अंगणात!''

पण आजारामुळे शिल्लक राहिलेली खेळण्याची हौस सोन्या सव्याज फेडून घेत होता. तो आईचे थोडेच ऐकतो.

वत्सला आत दळीत होती. काशी निजली होती. भणभणणारे उन्ह, मधूनच ऐकू येणारा कोंबड्याचा उंच सूर आणि जात्यांची घरघर याचा विचार करीत सुरंगाने डोळे मिटले. तिच्या देवी थोड्या पुळ्यांवरच निभावल्या होत्या. मॅनेजरांना तार करण्याकरिता म्हणून तिने पाडव्याच्या दिवशी काशीकडून रमाकांतला बोलाविले होते, पण तो काही आला नाही. ताप लवकरच उतरल्यामुळे तार न करणेच बरे, असे तिला मागाहून वाटले.

''अगं बाई गं—'' सोन्या एकदम ओरडला.

सुरंगाने डोळे उघडले. देवीला सोडलेला रेडा अंगणाच्या पायऱ्या चढत होता. तिने भीतीने किंकाळी फोडली. वत्सला धावतच बाहेर आली. ती ओरडून म्हणाली, ''झाडावर चढ सोन्या!''

पण अंगणात जवळपास उंच झाड होते कुठे आणि असते तरी त्याच्यावर चढण्याचे धैर्य तरी सोन्याच्या अंगात उरले होते कुठे? सुरंगाने भ्रमिष्टासारखे वत्सलेकडे पाहिले. वत्सलेने हाताला मिळाली ती काठी घेतली आणि धावत जाऊन सोन्याकडे जाणाऱ्या त्या रेड्याच्या पाठीवर जोराने एक तडाखा दिला. रेडा परतला. एक, दोन, तीन– तिने काठीने भराभरा मारायला सुरुवात केली. तिला मारण्याकरिता त्याने शिंगे हलवून पाहिले. पण काठी वर्मी बसल्यामुळेच की काय, त्याने माघार घेतली. काठ्यांचा आवाज ऐकून निजलेली काशी जागी होऊन बाहेर आली. ती पाहते तो कृष्णा देवीच्या रेड्याला सपाटून बडवीत आहे.

ती ओरडली, "अग थांब..."

रेडा अंगणातून पळून गेला तेव्हाच वत्सलेने काठी थांबविली.

काशी भयभीत चेहरा करून म्हणाली, "सत्यानाश केलास तू पोरी!"

दमलेली वत्सला धापा टाकत सुरंगापाशी येऊन बसली. सुरंगाने कृतज्ञतेने तिला मिठी मारली व तिच्या पाठीवरून हात फिरविला.

"कृष्णा, कृष्णा... " काशी किंचाळली.

"काय?" वत्सलेने विचारले.

"देवीपुढे जाऊन नाक घास पोरी. चूक माग–"

"मी नाही मागत. करू दे काय करणार आहे ते माझं देवी."

"देवी कोपली तर–"

"तर काय होईल?"

"उद्याला राहणार नाहीस तू इथं पोरी."

"बरं होईल."

वत्सलेच्या तोंडावर हात ठेवून सुरंगा काशीला म्हणाली, "काशी, घटकाभर नीज जा बघू तू!"

काशी आत गेल्यावर सुरंगा व वत्सला हळूहळू बोलू लागल्या. सोन्याकरिता वत्सलेने आपले प्राण धोक्यात घातल्यामुळे सुरंगाच्या तिच्यावरील प्रेमाला अधिकच भरती आली. ती म्हणाली, "कृष्णाताई, सोन्या तुला उगीच नाही मावशी म्हणायला लागला!"

वत्सला कसला विचार करीत होती कोणाला ठाऊक. ती किंचित हसली, मात्र!

"आपण बहिणी-बहिणीच नाही का? वत्सलेचा हात हातात घेऊन त्याच्याशी खेळत सुरंगाने विचारले.

"एक गोरी आणि एक काळी!"

"असेना! काळीला चांगला शालू देऊ आपण नेसायला!"

वत्सला पुन्हा हसली. पण सुरंगाला ते बोलणे हसण्यावारी न्यायचे नव्हते. तिने

अगदी हट्टच धरला. वत्सलेने पुष्कळ आढेवेढे घेतले. पण सुरंगा नुकतीच तापातून उठली आहे, तिचे मन मोडणे बरे नव्हे असे वाटून शेवटी वत्सलेने तिचे म्हणणे कबूल केले. सुरंगाच्या ट्रंकेतील एक अस्मानी रंगाचे सुंदर पातळ ती नेसली. पातळ नेसून ती बाहेर आल्यावर सुरंगा थट्टेने म्हणाली, "नमस्कार कर ना. मी वडील आहे तुझ्याहून."

"आशीर्वाद काय देणार धाकट्या बहिणीला?"

"राजा ताळ्यावर येवो आणि राणीला घेऊन जावो!"

या वेळी मात्र वत्सला हसू शकली नाही. पुन्हा त्या रेड्याच्या गोष्टी सुरू झाल्या. मरण म्हटले की, आपल्या अंगावर कसे शहारे उभे राहतात ते सुरंगाने सांगितले. मरणाचा विषय निघताच ती हळूच म्हणाली, "सावळ्या कुठं आहे?"

"तो मघाशीच गेला बाहेर!"

"कालपासून थाऱ्यावर नाही त्याचं मन. अलीकडे ती सुलोचना आणि रमाकांत दीपमाळेवर येऊन बसतात म्हणे संध्याकाळी!"

"रमाकांत नव्हते, विद्याधर असतील ते!"

"अं हं! रमाकांत!"

"असेना कुणीही. सावळ्याला काय करायचंय् त्यांच्याशी?"

"बापाचा सूड मुलीवर उगवणार आहे तो. सुलोचना कठड्यावर बसते दीपमाळेच्या! एकदम जाऊन तिला ढकलून देण्याचा बेत आहे त्याचा!"

"दीपमाळेवरून ढकलून द्यायचे! कडेलोटच म्हणायचा!"

वत्सला विचार करू लागली. सुलोचनेला वाचवायचे कसे? विद्याधरकडे गेले तर? पण रमाकांत आणि सुलोचना बरोबर फिरायला येतात. विद्याधरचे सुलोचनेशी बिनसलेले दिसते. त्याचे कारण आपण आणलेले ते यंत्राचे कागद तर नसतील ना?

कृष्णा विचारात पडलेली पाहून सुरंगा म्हणाली, "काय होणार आहे देव जाणे!"

वत्सला नुसती हसली.

"हसलीसशी?"

"तुझा देवावरचा भरवसा बघून! खरंच सुरंगा, उभ्या आयुष्यात तुला देव एकदा तरी पावला आहे का ग?"

सुरंगा गंभीर झाली. आठ वर्षांपूर्वी सावळ्याने बरे वागावे म्हणून देवाला तिने केलेला नवस, दादांशी संबंध आल्यावर मूल होऊ नये म्हणून देवाला तिने केलेली विनवणी, किती तरी गोष्टी तिला आठवल्या पण त्यात दयाळू देवाचा कुठेच संबंध नव्हता.

"सापडला का?" वत्सलेने विचारले.

"हो!"

"कुठं आहे तो?"

"समोरच बसलाय की माझ्या," तिच्याकडे प्रेमळपणाने पाहत सुरंगाने उत्तर दिले.

पाडव्यापासूनच्या आठवड्यात सुलोचनेचे मनही एकसारखे तळमळत होते. शृंगारलेल्या महालात मनुष्याला नेऊन बसवावे आणि तिथे हवा मात्र नसावी. तिची हुबेहूब अशी स्थिती झाली. विद्याधरच्या लटपटीमुळे दादा तिच्यावर गरम झाले होतेच. लक्ष्मीचे चित्र कुणी खराब केले असावे याविषयी तिने गोष्ट काढली तेव्हा ते म्हणाले, "बरं झालं ते खराब झालं ते!"

"का?"

"कुठल्या तरी नटव्या नायकिणी बघायच्या, त्यांची चित्रं काढायची आणि कला कला म्हणून नाचत बसायचं– एवढंच काय ते तुम्हा तरुण मंडळीचं काम! बाकी–"

"पण दादा–"

"पण नाही आणि बिण नाही. बाप्पाचं ऐकून तुला एवढी वाढविली हेच चुकलं माझं. चांगला घरजावई पाहून लग्न केलं असतं तर माझ्या डोक्यावरचा भार तरी हलका झाला असता!"

"आणि मांडीचा वाढला असता नातवंडांनी!"

सुलोचनेच्या उत्तराचे पूर्वीप्रमाणे दादांनी कौतुक केले नाही.

दादांच्या या उदासीनतेने सुलोचनेला नवीन दृष्टी आली. तरुण माणसे ही म्हाताऱ्यांना खेळण्याप्रमाणे वाटतात, या गोष्टीचा तिला तिच्या प्रेमळ दादांच्या बाबतीतही अनुभव येत होता. तिला सावत्र आईचा जाच होऊ नये म्हणून त्यांनी दुसरे लग्न केले नव्हते, कारखान्याचा सारा फायदा शेवटी तिलाच मिळणार होता हे खरे. पण तिची चित्रकला, तिची मते, तिच्या हृदयाची ओढ इत्यादी गोष्टी त्यांच्या खिजगणतीतही नव्हत्या.

पाण्याला जिकडे उतार मिळेल तिकडे ते जाऊ लागते. बाप्पा बाहेरगावी, दादा उदासीन, विद्याधर लबाड ठरलेला! अशा स्थितीत सुलोचनेला मन मोकळे करून बोलायला रमाकांतखेरीज दुसरे कोणीच मिळेना. दोन-चार दिवसांत तिच्या मनात त्याच्याविषयी उत्पन्न झालेली अढी दूर झाली. दोघेही बरोबर फिरायला जाऊ लागली. शुद्ध पक्ष असल्यामुळे संध्याकाळी दोघेही दीपमाळेवर जाऊन बसत आणि चांदणे पडल्यावर घरी येत. रमाकांतचे बोलणे-चालणे मोहक होतेच. त्यामुळे सुलोचना त्याच्या सहवासात सहज उल्हसित होऊ लागली. लहान मुलाला कुणीतरी

खेळायला लागते. प्रणयोन्मुख तरुण हृदयही बालकासारखेच खेळगडी शोधीत असते.

अष्टमीच्या दिवशी संध्याकाळी दीपमाळेवर जाताच सुलोचना म्हणाली, ''उद्या रामनवमी!''

''असली सुंदर संध्याकाळ सोडून भर दुपारी जन्माला आला बिचारा!'' रमाकांत हसत म्हणाला.

''जणू काही जन्माला येणं हातातच असतं माणसाच्या!''

''कोण नाही म्हणतं?''

''पुढचा सारा विचार करूनच तुम्ही जगात आला वाटतं?''

''अलबत्! एका चित्रलेखिकेची ओळख व्हायला हवी होती. म्हणून मी ब्रह्मदेवाला म्हटलं की, तिला आवडतील अशा गोष्टी लिहिणाराच कर तू मला!''

''नाही तर काय राजा करणार होता तो?''

सुलोचनेने विनोदाने हा प्रश्न विचारला तरी रमाकांतने केलेली स्तुती तिला आवडली होती, हे तिच्या चेहऱ्यावरून स्पष्ट दिसत होते.

दीपमाळेवरून सूर्य अजून दिसत होता. झाडांच्या हिरव्यागार शेंड्यावरून नाचणारे सौम्य पिवळे ऊन मोठे मोहक भासत होते. घरट्यांकडे परत जाणारे पक्ष्यांचे थवे– रजनीच्या आगमनाबरोबर येणारे प्रणयविचारच वाटले ते रमाकांतला!

थोड्या वेळाने तो म्हणाला, ''मुंबईला जावं म्हणतो मी लवकरच. पण–''

''हो, आहे काय आमच्या कामापुरात पाहण्यासारखं?''

''एक आहे.''

''काय?''

''तू...''

सुलोचनेने आकाशाकडे पाहिले. पश्चिमेकडील रंगाचे पुसट प्रतिबिंब पूर्वेकडे तिला दिसले. रमाकांतच्या हृदयातील प्रणयभाव आपल्या हृदयातही–

सुरंगाची आठवण होऊन ती चटकन म्हणाली, ''मुंबईत माझ्यापेक्षा सुंदर मुली पुष्कळ आहेत!''

''असतील, पण मला कशा दिसणार त्या?''

''पाहावं म्हणजे दिसतं!''

''आंधळ्याला सुद्धा?''

''आंधळं व्हायला काय झालं?''

''मोतीबिंदू...''

''कापून काढावा तो!''

''तो कापता नाही येणार!''

"फार लहान आहे अजून?"

"अगदी बरोबर तुझ्याएवढा आहे!"

हसणाऱ्या सुलोचनेजवळ जाऊन रमाकांत उभा राहिला. आता तो आपला हात हातात घेणार असे तिला वाटले. विद्याधरची आठवण होऊन तिच्या मनात आले–

इतक्यात दीपमाळेच्या जिन्यावर कुणाचीशी पावले वाजली. रमाकांत किंचित दूर झाला. संधिप्रकाश व चांदणे यांच्या मिश्र प्रकाशात रमाकांतने पाहिले. समोर सुंदर पातळ नेसलेली वत्सला उभी होती. तो एखाद्या वेड्या मनुष्याप्रमाणे तिच्याकडे टक लावून पाहू लागला.

वत्सला सुलोचनेजवळ गेली आणि तिने तिच्या कानात काहीतरी सांगितले. ते ऐकताच सुलोचना एकदम रमाकांतकडे वळून तीव्र स्वराने म्हणाली, "रमाकांत, सुरंगा इथं आहे म्हणे?"

"ठाऊक आहे मला!"

"तुम्ही अजून भेटायला गेला नाही तिला?"

"देवीनं आजारी आहे ती."

"मी आजारी असते तर? मग खुशाल कापला असता तुम्ही मोतिबिंदू! होय ना? चल ग कृष्णा."

"पण–"

रमाकांतने पुढील शब्द ऐकायला सुलोचना दीपमाळेवर राहिलीच नाही. ती झरझर उतरू लागली. वत्सलाही तिच्या पाठोपाठ वळली. ती पायरी उतरू लागणार इतक्यात रमाकांतने हाक मारली, "वत्सले–"

ती जागच्या जागी थबकली.

रमाकांतने पुढे जाऊन एकदम तिच्या खांद्यावर हात ठेवला. एकच क्षण! वत्सलेच्या हृदयाच्या कारंजावर आशा, आनंद, उत्कंठा यांचे रंग नाचू लागले. ती बावरली. रमाकांत असे काही करील अशी तिची कल्पनाच नव्हती.

खालून सुलोचनेची हाक आली, "कृष्णा–"

मागे गाण्याचे मधूर सूर आणि पुढे पाडसाची करुण हाक! अशा वेळी हरिणी काय करील? वत्सला जागच्या जागी खिळून राहिली.

"कृष्णा..." सुलोचनेची पुन्हा हाक आली.

वत्सला जायला निघाली.

"उद्या संध्याकाळी इथं येशील?" रमाकांतने विचारले.

वत्सलेने होकारार्थी मान हलविली आणि ती खाली निघून गेली. मन बावरल्यामुळे आपल्या हातातील कागद गळून पडला आहे, याची तिला शुद्धच राहिली नाही.

रमाकांतला वाटले, तो कागद म्हणजे सुरंगाने सुलोचनेला देण्याकरिता पाठविलेले

पत्र असावे. त्याने उघडून पाहिला. वत्सलेचे अक्षर. आरंभीचे शब्द त्याने चांदण्यात वाचले.

परमेश्वर

लेखिका– कृष्णा

त्याच्या डोक्यात एकदम प्रकाश पडला. कृष्णा या नावाने लिहिलेल्या गोष्टी वत्सलेनेच लिहिल्या होत्या तर?

तो घाईनच खाली आला. आजपर्यंत कमळेश्वरीच्या देवळात तो कधीही गेला नव्हता. गाभाऱ्यातील नंदादीपाच्या मंद प्रकाशात त्याने ती गोष्ट वाचली.

बाहेर अंधार पडला होता. टोळाला तिथे करमेना. तो खिडकीतून खोलीत आला. दिव्याचे किरण अंगावर पडताच त्याचा हिरवा रंग चमकू लागला. जणू काही मावळतीकडे कललेल्या सूर्याच्या प्रकाशाने चमकणारे समुद्राचे पाणीच!

टोळ अभिमानाने आपल्या रंगाकडे पाहत होता! 'घुर्र घुर्र' असा आवाज कानी पडताच त्याने दचकून पाहिले. दिव्याच्या खाली एक मांजर बसले होते. किती काळी कुट्ट होते ते! दिव्याखाली अंधार म्हणतात ते खोटे नाही काही!

अभिमानाच्या लाटा टोळाच्या मनात जोराने उंचबळू लागल्या, 'माझा रंग कसा हिरवा हिरवागार आहे पाचूसारखा! नाही तर हा दिव्याखालचा कोळसा!'

तो आनंदाने नाचू लागला.

पाखरे झाडावर कशी खेळकरपणाने बागडतात. आता या डहाळीच्या टोकाला झोका दे. लगेच त्या डहाळीशी फुगडी खेळ! टोळही तसेच करू लागला. क्षणात छपरापर्यंत भरारी मारावी, क्षणात भर्रकन खाली यावे.

येता येता त्याला वाटले, 'कसं आहे माझं शरीर! जणू काही विमानच. नाही तर तो दिव्याखाली बसलेला काळभैरव! खटारा आहे झालं नुसता!'

दिव्याखाली मांजर खिन्न मुद्रेने बसले होते. आज चार दिवसात उंदीर लांब राहिला! पण पाल– फार काय, झुरळसुद्धा त्याला मिळाले नव्हते. 'घुर्र घुर्र' करीत ते मोठ्याने म्हणाले, 'किती निर्दय आहे देव! आज चार दिवस झाले–'

त्याचे हे शब्द ऐकून टोळाला आश्चर्य वाटले. देव आणि निर्दय? ज्या देवाने आपल्याला हा सुंदर हिरवा रंग दिला, विमानासारखे चपल शरीर दिले, तो देव निर्दय कसा असेल? दिव्याशेजारी उडी मारून तो म्हणाला, 'बोकोबा, महामूर्ख आहेस तू. देव दयाळू आहे. बघ, देवानं दिलेला हा माझा रंग बघ, हे विमान–'

पण ते विमान उडण्यापूर्वीच जमिनीवर कोसळून पडले. मांजराने अचूक टिपण साधले होते.

टोळाने आक्रोश केला, 'देव निर्दय आहे. दु–ष्ट–'

मांजर मिटक्या मारीत म्हणाले, 'देव दयाळू आहे, फार दयाळू आहे.'

गोष्ट संपताच रमाकांतला वाटले– गोष्टीतला टोळ म्हणजे कला अशीच वत्सलेची कल्पना असावी! 'कृष्णा' या नावाने आलेल्या साऱ्या गोष्टी त्याला आठवल्या. निव्वळ कला निर्जीव, नुसती निसर्ग निर्दय, परमेश्वर म्हणजे गारठलेल्या मानवी कल्पनेचे धुके! मग हिचा विश्वास आहे तरी कशावर? उद्या संध्याकाळी ती इथे आपल्याला येऊन भेटेल. तिला प्रेमाने जवळ ओढून मुंबईला चल म्हटले तर ती काय करील? विद्याधरने व बाप्पांनी केलेली तिची स्तुती त्याला आठवली. ती इथेच राहील?

छे! मोठ्या निग्रहाने तीन-चार महिने काबाडकष्ट करून तिने इथे आपले पोट भरले असेल. म्हणून जन्मभर असे राहण्यात का तिला सुख होणार आहे? मुंबईला सुखवस्तूपणाने राहायला मिळेल, गोष्टी लिहून कीर्ती पदरात पडेल– ती आपल्याबरोबर यायला सहज कबूल होईल. सुखवस्तू राहणीपेक्षा आपल्या प्रेमाचे आकर्षण तिला अधिक वाटणार नाही का? त्या पौर्णिमेच्या रात्री वत्सला पदर पसरून प्रेमाची भीक आपल्याकडे मागत होती. भिकाऱ्याला मुद्दाम बोलावून दान दिले तर तो ते कधी तरी झिडकारील का? पण तिचा या विद्याधरशी कोणत्या प्रकारचा संबंध होता?

एक पारवा फडफडत इकडून तिकडे गेला. त्याच्या फडफडीतून प्रश्न आला, 'तुझा सुरंगाशी कोणत्या प्रकारचा संबंध होता?'

ध्रुव एकच

✳✳✳

सुरंगा अतिशय आजारी असून तिने तुम्हाला दृष्टभेटीसाठी बोलाविले आहे, असे वत्सलेने सुलोचनेला सांगितले होते. त्यामुळे दारात स्वस्थ बसलेली सुरंगा पाहताच सुलोचनेला राग आला. पण सुरंगाने सर्व हकीगत सांगितल्यावर ह्या रागाचे रूपांतर कृतज्ञतेत झाले. ती हकीगत ऐकून सुलोचनेचे मन भिन्न भिन्न विकारांनी भरून आले. आपल्या दादांनी सावळ्याच्या बायकोला वाईट मार्गाला लावावी आणि दारूबाज सावळ्याने त्याचा सूड घेण्याकरिता आपल्याला दीपमाळेवरून ढकलून देण्याचा बेत करावा, हे पाहून तर तिच्या आश्चर्याला सीमाच उरली नाही. नाटक कंपनीत दादांना चहाला पेला देताना सुरंगा एकदम का दचकली आणि तो पेला तिच्या हातातून गळून का पडला याची खरी कल्पना तिला आता आली. इतके दिवस आपल्याला पवित्र वाटत असलेल्या दादांचे पाप आज बाहेर आले. विद्याधरचे याच्या उलट होणार नाही कशावरून? असा प्रश्न तत्काळ तिच्या मनात उभा राहिला. एकदा काय तो सोक्षमोक्ष करून घेतलेला बरा म्हणून तिने कृष्णेकडे पाहिले. ती काहीतरी शोधत होती.

"काय हरवलंय?" सुरंगाने विचारले.

"कागद!"

"कसला? मघाच्या गोष्टीचा?"

दीपमाळेकडे जाण्यापूर्वी वत्सला लिहीत बसली होती हे सुरंगाला ठाऊक होते.

वत्सलेने नजरेने सुरंगाला खुणावले, पण त्याच्या आधीच सुलोचनेने विचारले, "गोष्टी लिहितेस तू कृष्णा?"

"हो."

“कुठल्या कुठल्या?”

“तुम्ही चित्र काढलं होतं ती?”

एरवी सुलोचना आश्चर्याने गप्पच बसली असती. पण तिला विद्याधरविषयी खुलासा करून घ्यायचा होता. तिने एकदम विचारले, “विद्याधरच्या यंत्राचे कागद तूच आणलेस का?”

“हो.”

“का?”

वत्सला स्तब्ध राहिली.

“इतकं तुझं ऐकतात कसं?”

“भाऊ नाही का बहिणीचं ऐकत?”

“ते कागद कशाला आणलेस तू?”

“भावाच्या हातून पाप होऊ नये म्हणून.”

“कसलं पाप?”

“गरिबांच्या तोंडचा घास काढण्याचं?”

“म्हणजे?”

“चला, तुम्हाला घरी पोचवितानाच सांगते सगळं.”

ते कागद घेऊन वत्सला सुलोचनेबरोबर निघाली. फोटो आणि यंत्राचे कागद यांच्या बाबतीत विद्याधर खोटे का बोलला हे कळताच सुलोचनेला त्याच्याविषयी अधिक आदर वाटू लागला. घरी न जाता विद्याधरची क्षमा मागण्याकरिता परस्पर त्याच्याकडे जायचे तिने ठरविले. दाराला आतून कडी लावून विद्याधर उदासपणे विचार करीत पडला होता. त्याने त्रासिक स्वरात विचारले, “कोण आहे?”

“दोन भुतं.”

विद्याधरला आवाज सुलोचनेचा वाटला. पण लगेच त्याच्या मनात आले, आपल्या आशाळभूत मनाचा हा भास असावा! ‘कागद परत आणलेत भुतांनी!’ आता मात्र त्याची खात्री झाली. त्याने दार उघडून पाहिले. तो सुलोचना व वत्सला.

“इतक्या अपरात्री का आलीस?” त्याने वत्सलेला विचारले.

“हाच मुहूर्त काढला.”

“कुणी?”

“नवऱ्या मुलीनं!”

“मी आलेय गुरुशिष्यांची भेट पाहण्याकरिता!”

सुलोचना व वत्सला यांचे आपापसात मोकळेपणाने बोलणे झाले आहे

अशी खात्री होऊन विद्याधर म्हणाला, ''गुरुचरित्र देऊ का वाचायला?''

''हं, पुण्य तरी पडेल पदरात!''

वत्सलेच्या खुणांकडे लक्ष न देता विद्याधरने ट्रंक उघडून रमाकांतची वही सुलोचनेच्या हातात दिली. विद्याधरने त्यात ठेवलेले सुरंगाचे पत्र सुलोचना व वत्सला या दोघींनी वाचले. विद्याधरने ते पत्र आपल्या हातात कसे आले हेही सांगितले. ''त्या कागदाबद्दल हा कागद नेते मी,'' असे म्हणत वत्सला ते घेऊन जायला निघाली.

''सोबत येऊ का?'' विद्याधरने विचारले.

''मग सुलूताईंना सोबत कोण?''

''आज चांदणंही आहे चांगलं!'' सुलोचना म्हणाली.

''बाहेरच्यापेक्षा आतच चांगलं आहे!'' खोलीबाहेर पडता पडता वत्सला म्हणाली.

''ते कसं?''

''दोन चोरांची मनं आहेत की आत!''

विद्याधरकडून वत्सलेची हकीगत ऐकता ऐकता सुलोचनेच्या डोळ्यांत अश्रू उभे राहिले. बाप्पांची भाची म्हणवून घेण्यात तिला नेहमीच मोठा अभिमान वाटे. वत्सलेच्या त्यागाच्या झगझगीत प्रकाशात तिने आपल्या आयुष्याच्या मार्गाकडे पाहिले. आपण चुकत होतो, अशी तिची खात्री झाली. लक्ष्मीचे चित्र काढण्यात कला आहे तशी देवासाठी सोडलेल्या रेड्याचेही काढण्यात नाही का? अज्ञान आणि धर्मभोळेपणा किती भयंकर असतो, हे मस्त झालेला रेडा बायका-पोरांना मारीत आहे आणि लोक हातातील काठीसुद्धा न उगारता ते पाहत आहेत, असे चित्र काढून दाखविता येणार नाही का? विद्याधरच्या यंत्राविषयी वत्सलेने घातलेली अट पुरी करणे मुळीच कठीण नाही असे तिला वाटले. ती मनात म्हणाली– दादांना पैशाचा लोभ असेल कदाचित, पण तो साठवून ते देणार आहेत कुणाला? मलाच ना? मला काय करायचाय एवढा पैसा?

विद्याधरला सोबतीला घेऊन ती घरी जायला निघाली, तेव्हा चांगले नऊ वाजून गेले होते. सोप्यात फेऱ्या घालणाऱ्या दादांनी तिच्याकडे तिरस्काराने पाहिले आणि ते कर्कश स्वराने ओरडले, ''सुलू–''

''काय?''

''अगदी ताळतंत्र सोडलास तू... इतकी रात्र झाली तरी परक्या पुरुषाबरोबर–''

''विद्याधर परके नाहीत मला!''

"परके नाहीत!" रागाने तिला वेडावीत दादा उद्गारले, "यांच्याशी लग्न झालंय की काय तुझं?"

"झालं नसलं तरी होईल उद्या!"

"या लबाड, डांबिस माणसाशी तुझं लग्न–"

"दादा, सांभाळून बोला हं जरा." संतापाने सुलोचना म्हणाली.

"मस्तावलीस कारटे! जीभ आवरण्याचा उपदेश मला– तुझ्या बापाला– करतेस काय?"

"दादा–"

"चूप बैस. पंचवीस पंचवीस वर्षांच्या घोड्या वाढू दिल्या की असंच व्हायचं! याच्या गळ्यात गळा घाल, त्याला मिठी मार–"

थरथर कापत सुलोचना ओरडली, "दादा–"

तिच्या त्या कठोर स्वराने दादा मनात चरकले. पण त्यांच्या रक्तातील बाप आणि व्यापारी यांचे विलक्षण मिश्रण त्यांना गप्प बसू देईना. ज्या विद्याधरला आपण दारातसुद्धा उभे करायला तयार नाही त्याच्याशी लग्न करण्याची गोष्ट सुलोचनेने उघडउघड आपल्या तोंडावर बोलावी, याचा त्यांना विलक्षण राग आला होता.

"बापाच्या पैशावर चैन करायची आणि बापावरच उलटायचं! हेच अलीकडचं शिक्षण! देव नको, धर्म नको. पाहिला खोंड आणि हुरळली कालवड. रात्री नऊ नऊ वाजेपर्यंत वाटेल तिथं राहायला लाज नाही वाटत? उद्या निस्तरायची पाळी   आली–"

"स्वतःचं निस्तरता आलं असतं तर–"

"मी असा रात्री-अपरात्री भटकत बसलो नाही कधी–"

"रात्र कशाला हवी? भर दिवसाच!" सुलोचना बेभान होऊन बोलत होती.

"तोंड बंद करतेस की–" दादा चवताळून ओरडले.

"मघाशी तुम्ही कुठं केलंत? सात वर्षांपूर्वी भर दिवसा त्या तुळशीला–"

"तुळशी?" दादांचा चेहरा खर्रकन उतरला.

"हो तुळशी! हे नाव आठवत नसलं तर सुरंगा–"

दादा सुलोचनाच्या अंगावर धावले. विद्याधर मध्ये आला म्हणून बरे. नाही तर त्यांनी सुलोचनाला मारायला काही कमी केले नसते.

"ते लक्ष्मीचे चित्र कुणी खराब केलं सांगू का दादा? तुम्ही– तुम्ही–"

"मी?"

"हो, तुम्ही. सुरंगासारखी दिसत होती ती लक्ष्मी. आपलं पाप दररोज

डोळ्यांपुढे दिसणारं म्हणून–''

"सुलू, चालती हो तू या घरातून.''

"ही चालले.'' दाराकडे वळून सुलोचना म्हणाली.

"एक पैसुद्धा मिळणार नाही माझ्याकडून तुला.''

"काय करणार मग तुम्ही इतक्या पैशाचं?''

"गोरगरिबांना देईन.''

"खरं?'' एकदम वळून हसत सुलोचनेने विचारले.

"खरं म्हणजे? तुझ्यासारख्या बेफाम कारंटीपेक्षा गोरगरीब काय वाईट?''

"कोण म्हणतंय तसं? हा बेत पक्का झाल्यावर कळवा मात्र मला!''

"कशाला? फिर्याद करून घ्यायला?''

"अं हं! यंत्राचे कागद मिळवायला! तुम्ही कारखाना गरिबांच्या नावावर केलात की, विद्याधर यंत्राचे कागद फुकट देतील तुम्हाला!''

"खोलीकडे परत जाताना विद्याधरने विचारले, "सुलू, काय केलंस हे आज?''

"उद्या रामनवमी ना?''

"पण–''

"राम राज्य सोडून चौदा वर्षे वनवासाला गेला–''

"म्हणून आज ही सीता निघाली वाटतं?''

"या सीतेबरोबर राम येईलच की.'' त्याच्याकडे स्निग्ध दृष्टीने पाहत तिने उत्तर दिले.

रामनवमीच्या दिवशी दहा वाजता बाप्पा मोटारीतून आले. कामापुरच्या अडाणी गावकऱ्यांना अहिंसावाद शिकविण्याकरिता ते चांगलीच तयारी करून आले होते. शिबिराजासारखी पुराणातली उदाहरणे व साधुसंतांच्या गोष्टी यांचा धर्मभोळ्या लोकांवर चांगलाच परिणाम होईल, अशी त्यांची कल्पना होती. पण बाप्पांची सारी तयारी मनातल्या मनात राहिली. देवळाकडे जाण्याकरिता ते एका पाणंदीतून जात होते. जवळच्या झाळकीतून देवाचा रेडा बाहेर पडला आणि त्यांच्या अंगावर धावून आला. बाप्पांनी इकडेतिकडे पाहिले. जवळपास कुठेही झाड नव्हते. पळणेही अशक्य झाले. त्या मस्त रेड्याला त्यांच्या साधुत्वाची किंमत कळावी कशी? त्याने जोराने मुसंडी मारली, बाप्पा जमिनीवर पडले, त्यांच्या कपाळाला चांगलीच खोक पडली. अंगही बरेचशे खरचटले. इतक्यात देवळाकडे जाणाऱ्या मंडळींचा त्या आवाठातील घोळका आला म्हणून बरे. नाहीतर बाप्पांच्या अहिंसावादाचे रूपांतर रेड्याच्या हिंसावादात झाले असते.

या अपघातामुळे बाप्पांचे पुराण रहित झालेच. पण रेड्याच्या या आकस्मिक हल्ल्याने त्यांच्या शरीरापेक्षाही त्यांच्या मनाला जोराचा धक्का दिला. त्यांना वाटले– अहिंसेच्या तत्त्वाकरिता आपण रेड्याला वाचविले. पण पुढे? देवीचा रेडा म्हणून कुणी त्याला कामाला लावला नाही. उलट यथेच्छ चरायला मिळाल्यामुळे तो मस्त झाला. आतापर्यंत त्याने शे-पन्नास माणसांना जखमा केल्या असतील. आता तर लोकांना ठार मारण्याइतका तो माजला आहे. तत्त्वांना व्यवहाराची मर्यादा घालायला नको का? ती आपण घातली नाही ही चूक झाली. विद्याधर त्यांच्या समाचाराला आला तेव्हा त्यांनी हे बोलूनही दाखविले. सावळ्या आला तेव्हा वत्सलेच्या बंदुकीची आठवण होऊन त्यांनी विचारले, ''ती कृष्णा आहे का रे काशीच्या घरात?''

''आहे की!''

''तिला मी बोलावलंय म्हणून सांग. मोठी हुशार मुलगी आहे हं. माझ्यासारख्यालासुद्धा गुरू शोभेल.''

बाप्पांनी केलेल्या कृष्णेच्या स्तुतीचा परिणाम सावळ्याच्या मनावर झाल्यावाचून राहिला नाही.

दीपमाळेच्या खाली वत्सला क्षणभर थांबली. तिचे एक मन म्हणत होते– 'काल आपण यायचं कशाला कबूल केलं?' दुसरं मन आनंदाने नाचत-गात होते, 'वेडे, हा तर तुझ्या विजयाचा दिवस. लवकर वर चल, रमाकांत तुझी वाट पाहत बसला आहे.'

''वत्सले–'' वरून हाक आली.

नकळत तिची पावले जिना चढू लागली. दारातच रमाकांत तिचे स्वागत करण्यासाठी उभा होता. तिच्या हातात एक वही पाहताच तो म्हणाला, ''तुझा कथासंग्रह वाटतं हा?''

वत्सला किंचित लाजली. काल लिहिलेल्या गोष्टीचा कागद घाईघाईने येताना आपल्या हातातच राहिला असावा! तो इथेच कुठेतरी पडला असा तर्क तिने केला.

''या कथासंग्रहाला प्रस्तावना हवीय मला!'' कठड्यावर बसत बसत ती म्हणाली.

''मोठ्या आनंदाने लिहीन मी!''

''पण गोष्टीत काही गुण आहेत का?''

''किती तरी!''

''न वाचताच सांगताय.''

“बरं! मुंबई गेल्यावर वाचून सांगेन.”

“कधी जाणार मुंबईला?”

“तू म्हणशील तेव्हा!”

“माझा काय संबंध?”

“मी दोन तिकिटं काढून जाणार आहे मुंबईला.”

“कुणीही मालक मिळेल दुसऱ्या तिकिटाला.”

“मला कुणीही नको. तू हवीस.”

वत्सलेच्या हृदयाला गुदगुल्या झाल्या. हळूहळू पृथ्वीवर पसरणाऱ्या चंद्रप्रकाशाच्या झुलत्या झुल्यात बसून आपण झोके घेत आहोत, असे तिला वाटले. पण ते क्षणभरच.

लगेच ती म्हणाली, “माझी मुंबई इथं आहे.”

“कुठं?”

तिने टेकडीच्या कुशीला वसलेल्या गोरगरिबांच्या झोपड्यांकडे बोट दाखविले.

“काय आहे तुझ्या या मुंबईत? तो पाहा माजलेला रेडा. सकाळी बाप्पांना चांगला प्रसाद दिला त्यानं.”

वत्सलेने पाहिले. रेडा डुलत डुलत टेकडीच्या बाजूला चालला होता.

“वत्सले, या जगात राहायचं म्हणजे कधी तरी या रेड्याला बळी पडायचं. अज्ञान, धर्मभोळेपणा, दारिद्र्य– सारेच माजलेले रेडे! सारे देवाच्या नावानं सोडलेले.”

वत्सला स्तब्ध होती.

रमाकांत पुढे म्हणाला, “ही बघ तुझी मुंबई. तो दारुड्या कसा झिंगत झिंगत चाललाय.”

वत्सलेला एक मनुष्याकृती दिसली. तो दारुड्याही वर पाहत असावा. तो दीपमाळेकडेच आला. लगेच कुणीतरी जिना चढत आहे असा भास झाला. आलेली व्यक्ती थेट वत्सलेपाशी गेली.

“काय सावळ्या, ढकलून द्यायचं असलं तर दे मला!” ती हसत हसत म्हणाली.

सावळ्याने आवाज ओळखला आणि तो चटकन मागे झाला. “मला वाटलं– मला वाटलं– बाप्पा म्हणाले–” असे काहीतरी पुटपुटत तो पुन्हा जिना उतरून गेला.

“वत्सले, हा नरक. हे काही तुझं-माझं जग नव्हे.” रमाकांत तिचा हात आपल्या हातात घेऊन म्हणाला.

“सारं जग एकच आहे.”

“हा वेदान्त झाला.”

“वेदान्त नाही, काव्य आहे हे!”

“काव्य?”

“हो काव्य! सुरंगा तुम्हाला आवडत होती ना? ती याच जगातली.”

“पण या जगातून तुझ्या-माझ्या जगात आलेली!”

“तसेच सारे लोक येतील.”

“आपल्या जगात इतकी जागा कुठं आहे?”

“मग आपण त्यांच्या जगात जाऊ. तिचं भरपूर जागा आहे.”

“ते शक्य नाही.”

“का?”

“आपण उत्तर ध्रुवावर, हे दक्षिण ध्रुवावर.”

“कुठल्याच ध्रुवावर माणसांनी राहू नये. राहतात ती माणसं रानटी होतात.”

थोडा वेळ दोघेही स्तब्धच होती.

“वत्सले, तू मागितलेली वस्तू घेऊन आलो आहे!”

“कोणती?”

“प्रेम.”

“आताच कुठून उत्पन्न झालं ते?”

“तुझे गुण बघून.”

“इथं राहिलात तर या गरीब लोकांचे गुणही तुम्हाला दिसतील!”

“इथं राहून तू काय करणार?”

“गेले चार महिने केलं तेच!”

“वत्सले वेडी आहेस तू!”

“वेड्या मनुष्याच्या नादाला लागू नका तुम्ही.” त्याचा हात झिडकारण्याचा प्रयत्न करीत ती म्हणाली. रमाकांतच्या त्या स्पर्शात विष आहे की अमृत आहे हेच तिला कळेना, त्याने येत असलेली गुंगी मधुर स्वप्नाची होणार की प्राणांतिक काळनिद्रेची ठरणार? तिच्या व्याकूळ मनाला हा मोठा प्रश्न पडला.

“वत्सले, तू माझी ना?”

हे शब्द रमाकांतच्या मुखातून ऐकण्याकरिता वत्सलेने पूर्वी देवाला नवससुद्धा केले असते.

“वत्सले, मी तुझा ना?”

वत्सलेचा आपल्या मनावरील ताबा उडून गेला. तिने एखाद्या यांत्रिक बाहुलीप्रमाणे त्याच्या स्कंधावर मान ठेवली. आपण दीपमाळेवर नसून होडीत

बसलो आहोत आणि ती होडी चांदण्याच्या समुद्रात तरंगत आहे, असा तिला भास झाला. सुरंगा, सोन्या, बाप्पा, सुलोचना, विद्याधर ही सारी आपल्यापासून दूरदूर जात आहेत, असे तिला वाटू लागले. प्रणयाच्या माधुरीचा हा आनंद दु:सह होऊनच की काय, तिने डोळे मिटून घेतले.

रमाकांतला वाटले— वत्सलेवर आपण विजय मिळविला. तिचे चुंबन घेण्याकरिता तो खाली वाकणार इतक्यात एकदम बंदुकीचे बार झाले— एक, दोन, तीन. वत्सला मोहनिद्रेतून जागी झाली.

"बार कसले हे?" रमाकांतने विचारले.

"विद्याधरांनी रेडा मारला असेल!" वत्सला जाण्याकरिता उठत म्हणाली.

"कुठं चाललीस तू?"

"माझ्या जगात."

"तुझं सारं जग तर इथंच आहे."

"क्षणभर वाटलं खरं तसं मला! पण— पण— पण— हे बार— ही वही पाहा— सुरंगाचे तिच्यातलं पत्र पाहा—"

वही हातात घेऊन रमाकांत ती उघडून पाहतो तोच वत्सला जिना उतरून खाली गेलीदेखील. चांदण्यात झपाझप चालणारी तिची मूर्ती दिसेनाशी होईपर्यंत रमाकांत तिच्याकडे पाहत होता.

त्याने वही उघडून पाहिली. त्याचीच वही होती ती. मात्र प्रत्येक पानाच्या मागच्या बाजूला वत्सलेने काहीतरी लिहिले होते. वहीतला मजकूर वाचण्याच्या आधी सुरंगाचे पत्र त्याने उत्कंठेने उघडले. बरोबर आणलेल्या विजेच्या बत्तीच्या प्रकाशात तो वाचू लागला. पत्र तीन महिन्यांपूर्वीचे होते. तारीख? तो सुरंगाला घेऊन जुहूला गेला होता तीच तारीख.

प्रिय रमाकांत,

'आज अगदी मोकळं मन करून मी हे पत्र लिहीत आहे. लिहावं की लिहू नये या विचारातच किती तरी दिवस गेले. पण आता— करतेच आता मनाचा धडा.

तुमचं माझ्यावर प्रेम आहे. तुम्हाला कदाचित कळत नसेल, पण तुमच्या डोळ्यांत ते मला दिसतं. नाटकाच्या धंद्यामुळे हजारो माणसांशी माझा संबंध आला. त्यामुळे नुसत्या दृष्टीवरून मी माणसाला ओळखते. तुमचं प्रेम तुम्हाला पवित्र वाटत असेल, मला तसं सांगणारे पुष्कळ लोक भेटले आहेत. पण रमाकांत, रागावू नका हं निर्मळ प्रेम हे पुष्कळदा ढोंगच असतं. कुठंही गेलं तरी मनुष्य एकच असायचा. तुम्ही माझ्यावर प्रेम करता यात काही दोष नाही

तुमचा. उलटी मीच भाग्यवान–

पण खरोखरच मी भाग्यवान आहे का? रमाकांत, माझं आयुष्य असं विलक्षण आहे की, त्याच्यावरच एक चांगली कादंबरी होईल. मोलकरणीची नटी झाले आहे मी. छंदाफंदाच्या पायी नवरा तुरुंगात गेला. मी अन्नाला महाग झाले. गावात वसुली करायला कामापुरला काजू कारखानदार येत असे. बायकांकडे वाकडा डोळा करूनसुद्धा तो पाहत नाही असे लोक म्हणत. त्यांचे काम मी करायला लागले; आणि एके दिवशी भर दिवसा– काय लिहू? रमाकांत, माझ्या नवऱ्याशी मी सुखासुखी बेमान झाले नाही. भुकेने मला पापात ढकलले. त्या दादाने चार दिवस दोन पैसे माझ्या तोंडावर फेकले. पण पुढे मला दिवस गेले. त्याचे नाव मी घेईन म्हणून तो घाबरला. त्याने पैसे देऊन मला बेळगावला पाठवून दिलं. त्या वेळी पोटातल्या गोळ्याचा मला इतका राग आला होता की– तस औषध मिळालं नाही म्हणून, नाही तर तो या जगात आलाच नसता.

माणसाचं मन कसं असतं बघा. मूल झाल्यानंतर त्याचाच लळा लागला मला. पण माझं नशीबच फुटकं. नाटक कंपनीत येऊन मला चांगले पैसे मिळायला लागले. पण मुलाला दूर ठेवायची पाळी आली. लाळ घोटणाऱ्या श्रीमतांपासून मला भलता त्रास पोचू नये म्हणून मॅनेजरांनी मला मुलगा झाला आहे ही गोष्ट गुप्त ठेवली आहे हे मला कळतं. पण– पण त्याची आठवण झाली की, पोटात कससंच होतं. अगदी करमेनासं झालं की, त्याचा फोटो घेऊन तो मी पाहत बसते.

जाऊ दे ही कर्मकथा! रमाकांत, तुमचं माझ्यावर प्रेम आहे असं वाटतंय म्हणून लिहिते. माझा नवरा आता तुरुंगातून सुटेल. तो मला आणि माझ्या मुलाला त्रास द्यायला लागेल. फार फार भय वाटतंय् त्याचं मला. आम्हा दोघांना चांगला आसरा हवा. तो तुम्ही द्याल का? माझा मुलगा चांगला पांढरपेशासारखा व्हावा, शिकूनसवरून त्याने मोठा पगार मिळवावा, कुरवाड्यासारखी मरेमरेतोपर्यंत काम करण्याची पाळी त्याच्यावर येऊ नये, अशी माझी इच्छा आहे. तुमच्यासारख्यांनी त्याला आपला मानला तर– इतकं कठीण वाटायला नको तुम्हाला– माझ्यावर तुम्ही प्रेम करता– माझ्या मुलावरही तुम्हाला तसंच करता येईल. नाही का?

पत्रात लिहिताना पुष्कळ चुका झाल्या असतील त्याबद्दल रागावू नका हं.'

तुमची आवडती मैत्रीण,

सुरंगा

वारा गार होता, तारा नाचत होत्या, चंद्र आनंदाने डुलत होता.

पण रमाकांतला हे सौंदर्य भयाण वाटले. जगात आपण अगदी एकटे-एकटे आहोत याची तीव्र जाणीव त्याला झाली.

त्याने एकदम करुण स्वरात हाक मारली, ''वत्सले–''

देवळातल्या गुरवाला वाटले– 'रस्त्याने जाणारा कुणीतरी वेडा ओरडत आहे. रमाकांतने पुन्हा हाक मारली, ''वत्सले!''

क्षणभराने पलीकडच्या टेकडीतून हाकेचा अस्पष्ट प्रतिध्वनी मात्र आला.

'रमाकांत' म्हणून त्याला कुणीही परत हाक मारली नाही.

❖

विसाव्या शतकातील सुरुवातीच्या काळातील जीवनपद्धतीतील
बदलांचा पट मांडणारी कादंबरी

हिरवा चाफा

वि. स. खांडेकर

विसाव्या शतकाच्या पहिल्या दोन-तीन दशकांमध्ये समाजवाद,
साम्यवाद, गांधीवाद यांसारख्या तत्त्वज्ञानांमुळे तसेच स्त्री-शिक्षणाचा प्रसार,
सामाजिक जागृती अशा घटनांमुळे भारतीय जीवनात मोठे
स्थित्यंतर घडून आले.

व्यक्तिजीवनावरील बंधने सैल झाली. रूढसमजुतींना व
नीतिकल्पनांना तडे गेले; समाजातील सर्वच क्षेत्रात स्त्रियांचा वावर
होऊ लागला. श्रीमंत आणि गरीब यांच्यातील दरी वाढली.
समाजातील काहींनी या नव्या जीवनपद्धतीचा सहज स्वीकार केला,
काहींनी आपल्याला सोयीच्या गोष्टी स्वीकारल्या, तर उरलेले
जुन्यालाच धरून राहिले.

'हिरवा चाफा' ही कादंबरी प्रथम १९३८ साली प्रकाशित झाली.
यामध्ये या नव्या काळातील आरंभीच्या बदलांचे चित्रण आहे.
यातील क्रांतिकारी विचारांनी भारलेला मुकुंद किंवा ध्येयाने प्रेरित
झालेली सुलभा हे नव्या पिढीचे, तात्यासाहेब जुने ते सोने
मानणाऱ्या पिढीचे, तर विजय पूर्णपणे नवे न स्वीकारलेल्या
लोकांचे प्रतिनिधी आहेत.